आजच्या आधुनिक जगातल्या गुंतागुंतीला 'चेकलिस्ट' ही संकल्पना वापरून कसे सामोरे जावे व अचूक काम करून यश कसे संपादन करावे, याबद्दलची सहजसोपी कल्पना हे पुस्तक आपल्यासमोर मांडते.

– द इंडिपेंडंट

'चेकलिस्ट मॅनिफेस्टो' हे नाव वाचल्यावर असे वाटते की, या पुस्तकात व्यावसायिकांना न आवडणाऱ्या 'टू-डू लिस्ट' – कामे कशी करावीत इत्यादी व्यवस्थापन कौशल्यांबाबत नेहमीच्याच काही गोष्टी लेखक सांगेल; पण हे पुस्तक पूर्णत: वेगळे आहे. अत्यंत गुंतागुंतीच्या व महत्त्वाच्या प्रसंगात आपल्याकडील ज्ञानाचा व माहितीचा वापर करून काम यशस्वीरीत्या कसे पार पाडावे, हे यात सांगितले आहे. कार्यक्षमता वाढवण्यास उद्युक्त करणारे उपयुक्त पुस्तक.

– ॲन बारथॉलमयू

पुस्तकाची सुरुवात लेखकाला सर्जन म्हणून काम करताना आलेले अनुभव यापासून होत असली, तरी आजच्या आधुनिक युगात कोणत्याही व्यावसायिकाला कामातल्या गुंतागुंतीला व जबाबदाऱ्यांना सामोरे जाताना निर्माण होणाऱ्या समस्या, त्याचे परिणाम व त्यावरील उपाय या गोष्टींबद्दल या पुस्तकात सखोल विवेचन करण्यात आले आहे. त्यामुळे हे पुस्तक उपयुक्त आणि विचारप्रवर्तक आहे.

– माल्कम ग्लॅडवेल

आपल्या स्नेहीजनांना पुस्तके भेट द्या

'द चेकलिस्ट मॅनिफेस्टो' या इंग्रजी पुस्तकाचा मराठी अनुवाद

यशप्राप्तीचा जाहीरनामा!

महत्त्व 'चेकलिस्ट'चे,
रहस्य चुका टाळण्याचे

मूळ लेखक

डॉ. अतुल गवांदे

अनुवाद

सुनीति काणे

मेहता पब्लिशिंग हाऊस

Please contact us at **Mehta Publishing House,** 1941, Madiwale Colony, Sadashiv Peth, Pune 411030.
© +91 020-24476924 / 24460313
Email : info@mehtapublishinghouse.com
production@mehtapublishinghouse.com
sales@mehtapublishinghouse.com
Website : www.mehtapublishinghouse.com

- *या पुस्तकातील लेखकाची मते, घटना, वर्णने ही त्या लेखकाची असून त्याच्याशी प्रकाशक सहमत असतीलच असे नाही.*

THE CHECKLIST MANIFESTO by Dr. ATUL GAWANDE

Translated into Marathi Language by Suneeti Kane

यशप्राप्तीचा जाहीरनामा! / मार्गदर्शनपर

अनुवाद : सुनीति काणे
फ्लॅट नं. १, इंद्रधनुष्य अपार्टमेंट,
८२७ ए, बी.एम.सी.सी. रोड, पुणे – ४११००४.
© ०२०-२५६७२८३३ / २५६७६१६०

प्रकाशक : सुनील अनिल मेहता, मेहता पब्लिशिंग हाऊस,
१९४१, सदाशिव पेठ, माडीवाले कॉलनी, पुणे – ४११०३०.

मुद्रक : स्पेक्ट्रम ऑफसेट, डी-२/४, सत्यम इस्टेट,
सीडीएसएसच्या मागे, एरंडवणे, पुणे – ४११००४.

मुखपृष्ठ : चंद्रमोहन कुलकर्णी

प्रथमावृत्ती : ऑगस्ट, २०१३ / पुनर्मुद्रण : मार्च, २०१४

किंमत : ₹ २००/-

ISBN 978-81-8498-478-1

हंटर, हॅटी आणि वॉकरसाठी

पुस्तकाविषयी

आपण वाढत्या, गहन गुंतागुंतीच्या जगात वावरतोय. इथे अत्यंत तज्ज्ञ आणि मुरलेले व्यावसायिकसुद्धा त्यांच्यापुढच्या आव्हानांना तोंड देता-देता थकून जातात. खूप जास्त काळ प्रशिक्षण घेऊन आणि अधिकाधिक प्रगत तंत्रज्ञान शोधूनसुद्धा गंभीर चुका टाळता येत नाहीत. परंतु सुप्रसिद्ध शल्यविशारद आणि लेखक अतुल गवांदे आपल्याला आशेचा किरण दाखवून एक अगदी सरळ-साधा उपाय सुचवत आहेत : चेकलिस्ट! अत्यंत गुंतागुंतीची यंत्रणा असलेली नव्या प्रकाराची विमाने उडवता यावीत, म्हणून अमेरिकी हवाई दलातील वैमानिकांनी 'चेकलिस्ट' ही संकल्पना अनेक दशकांपूर्वी अमलात आणली. आता कल्पकतेने तयार केलेल्या चेकलिस्ट्स जगभरातील हॉस्पिटल्समध्ये वापरल्या जात आहेत. त्या चेकलिस्ट्सचा वापर केल्यामुळे, फ्ल्यूच्या साथीपासून हिमप्रपातात सापडण्यापर्यंतच्या अनेक गोष्टींवर इलाज करण्यासाठी डॉक्टर्सना आणि परिचारिकांना खूप मदत मिळते आहे. शस्त्रक्रियेसारख्या प्रचंड गुंतागुंतीच्या व्यवसायातसुद्धा एका साध्या, नव्वद सेकंदांत वापरता येण्याजोग्या चेकलिस्टचा उपयोग केल्यामुळे, मृत्यूच्या प्रमाणात एक- तृतीयांश घट झाल्याचे आढळले आहे.

डॉक्टर अतुल गवांदे आपल्याला खिळवून ठेवणाऱ्या सत्य कहाण्या सांगताना ऑस्ट्रियापासून (तिथे अर्धा तास पाण्याखाली अडकलेल्या व्यक्तीला इमर्जन्सी चेकलिस्टमुळे वाचवता आले होते.) मिशिगनपर्यंत (जिथे अतिदक्षता विभागात स्वच्छता पाळण्यासाठीच्या साध्याशा चेकलिस्टमुळे, जिवावर बेतणारा जंतुसंसर्ग हॉस्पिटलमधून पूर्णत: हद्दपार करता आला.) प्रवास घडवतात. चेकलिस्टमुळे चुका ताबडतोब लक्षात येऊन प्रचंड सुधारणा कशी घडते, हे अनेक उदाहरणे देऊन ते विशद करतात. वैद्यकशास्त्राशिवाय बांधकाम, आर्थिक गुंतवणूक, विश्लेषण अशा अन्य विविध व्यवसायांतही चेकलिस्टमुळे कशी क्रांती घडून आली आहे, याचेसुद्धा दर्शन ते वाचकाला घडवतात.

हे पुस्तक म्हणजे वैचारिक साहसच आहे. जिथे प्राणांवर बेतणार असते, तिथे 'चेकलिस्ट' या लहानशा संकल्पनेच्या वापरामुळे अनेक आयुष्ये कशी वाचू शकतात, याचा साक्षात्कार घडवणारे वैचारिक साहस! आपली कामे बिनचूकपणे करू इच्छिणाऱ्या प्रत्येक व्यक्तीने 'चेकलिस्ट मॅनिफेस्टो' हे पुस्तक वाचायलाच हवे!

प्रास्ताविक

मी माझ्या मित्राशी गप्पागोष्टी करत बसलो होतो. वैद्यकीय महाविद्यालयात शिकत असल्यापासून आम्ही मित्र होतो. तो आता सॅन फ्रान्सिस्को येथे शल्यविशारद आहे आणि सर्व प्रकारच्या शस्त्रक्रिया करत असतो. आम्ही आमच्या थरारक व्यावसायिक अनुभवांची देवाण-घेवाण करत होतो. मला वाटते, सारेच शल्यविशारद असे करत असतात. हॅलोवीनच्या (अमेरिकेत, ३१ ऑक्टोबर रोजी साजरा केला जाणारा वार्षिक सण. या दिवशी मुले विविध वेषांत दारोदार 'ट्रिक ऑर ट्रीट'– 'खाऊ द्या, नाही तर बघून घेऊ'– म्हणत फिरत असतात.) रात्री, भोसकल्यामुळे जखमी होऊन आलेल्या माणसाबद्दल जॉन मला सांगू लागला. हा जखमी माणूस एका कॉस्च्युम पार्टीसाठी (विविध वेषांत उपस्थित राहणाऱ्यांचा मेळावा) गेला होता. तिथे त्याची कुणाशी तरी जुंपली आणि जखमी अवस्थेत तो हॉस्पिटलमध्ये येऊन थडकला होता.

त्याची शारीरिक स्थिती संतुलित वाटत होती. त्याचा श्वासोच्छ्वास नेहमीप्रमाणे सुरू होता. त्याला वेदना होत नव्हत्या. फक्त त्याला दारू चांगलीच चढली होती आणि त्या तारेत, हॉस्पिटलमधील ट्रॉमा टीम (अपघातामुळे जबरदस्त आघात झालेल्यांवर वैद्यकीय उपचार करणाऱ्यांचा गट) समोर त्याची अव्याहत बडबड चालू होती. ट्रॉमा टीममधील लोकांनी मोठ्या कैचीने त्याच्या अंगावरचे कपडे फाडून दूर केले आणि डोक्यापासून अंगठ्यापर्यंत सर्व बाजूंनी त्याला तपासले. तो मध्यम आकाराचा माणूस होता. त्याचे वजन दोनशे पौंड होते आणि त्याच्या पोटावर बरीच चरबी होती. ट्रॉमा टीमला तिथेच भोसकल्याची जखम सापडली. त्याच्या पोटात दोन इंची लालभडक चीर पडली होती आणि माशाच्या तोंडाप्रमाणे ती उघडी पडलेली होती. मोहरीच्या पिवळ्या रंगाच्या ओमेंटल (पोटाच्या अंतर्भागातील) चरबीची पातळशी पट्टी त्या भेगेतून बाहेर डोकावत होती. ही कातडीखालची, चिकट पिवळ्या रंगाची, पृष्ठभागावरची चरबी नव्हती. त्याला ऑपरेटिंग-रूममध्ये नेऊन त्याच्या आतड्याला इजा झालेली नाही, याची खातरजमा करणे आवश्यक

होते. त्यानंतर त्या जखमेची चीर शिवून टाकली गेली असती.

"ही बाब फारशी गंभीर नव्हती." जॉन मला म्हणाला.

जर ती जखम गंभीर स्वरूपाची असती, तर त्यांना रुग्णाला ताबडतोब शस्त्रक्रियेसाठी ऑपरेटिंग-रूममध्ये न्यावे लागले असते. अशा वेळी स्ट्रेचर वायुवेगाने पोहोचवले जाते. परिचारिका शस्त्रक्रियेच्या उपकरणांची जमवाजमव, मांडामांड द्रुत गतीने करतात. रुग्णाचा अहवाल सावकाशपणे वाचण्याला भूलतज्ज्ञ फाटा देतात. परंतु या रुग्णाची जखम गंभीर स्वरूपाची नव्हती. स्वत:कडे पुरेसा वेळ आहे, असे ट्रॉमा टीमला वाटले होते. त्यामुळे ऑपरेटिंग-रूममध्ये शस्त्रक्रियेसाठी तयारी केली जात असताना, या रुग्णाला ट्रॉमा रूममध्ये तसेच ठेवण्यात आले होते.

त्याच वेळी रुग्णाची बडबड अचानक बंद झाल्याचे आणि त्याच्या हृदयाचे ठोके अत्यंत जलद पडू लागल्याचे एका नर्सच्या लक्षात आले. त्याने डोळेही फिरवले होते. नर्सने त्याला हलवले; तरी त्याने कोणताही प्रतिसाद दिला नव्हता. जोरदार हाकाटी केल्यावर ट्रॉमा टीमचे लोक त्या खोलीत पोहोचले. त्याचा रक्तदाब लक्षातही न येण्याइतका खाली गेला होता. त्यांनी त्याच्या श्वसननलिकेत नळी घालून त्याच्या फुप्फुसांमध्ये हवा भरली. त्यांनी त्याच्या शरीरात द्रवपदार्थ आणि रक्त ओतले. तरीसुद्धा त्याचा रक्तदाब त्यांना वाढवता आला नाही.

आता त्यांची हालचाल वायुवेगाने होऊ लागली. ऑपरेटिंग-रूममध्ये त्याचे स्ट्रेचर द्रुतगतीने नेण्यात आले, परिचारिका धावत-पळत शस्त्रक्रियेसाठीच्या उपकरणांची मांडामांड करू लागल्या, भूलतज्ज्ञाने रुग्णाचा वैद्यकीय तपशील वाचण्याला फाटा दिला, निवासी डॉक्टरने रुग्णाच्या पोटावर बेटाडाइन जंतुनाशकाची पूर्ण बाटलीच उपडी केली. जॉनने जाडजूड दहा नंबरी ब्लेड हातात घेतले आणि बरगड्यांपासून ते उदराखालील भागापर्यंत, त्या रुग्णाच्या पोटावरली कातडी कापून काढली.

"कॉटरी–" जॉन म्हणाला.

विद्युतप्रवाह सोडलेल्या कॉटरी पेनच्या धातूच्या टोकाने जॉनने कातडीखालच्या

चरबीच्या थराचा वरपासून खालपर्यंतचा छेद घेतला. त्यानंतर कॉटरी पेन वापरून पोटातील स्नायूंच्या मधल्या पांढऱ्या तंतुजन्य आवरणाचा जॉनने छेद घेतला. तिथपासून खोल छेद घेत जॉन रुग्णाच्या पोटाच्या पोकळीपर्यंत पोहोचला आणि एकाएकी रुग्णाच्या पोटातून रक्ताचा समुद्रच उसळून बाहेर आला.

"छॅ:!!" जॉन पुटपुटला.

सगळीकडे रक्तच रक्त पसरले होते. रुग्णाला भोसकणाऱ्याच्या सुरीचे पाते रुग्णाच्या कातडीला, चरबीच्या थराला, स्नायूंना भेदून आतड्याच्या बाजूने त्याच्या मणक्यांच्या डावीकडून फुटापेक्षा जास्त आत शिरले होते आणि हृदयापासून निघणाऱ्या मुख्य रोहिणीत– आर्टरीमध्ये– ते घुसले होते.

जॉन म्हणाला, "हे अजबच होतं!"

दुसरा शल्यविशारद मदतीसाठी धावला. त्या कापलेल्या रोहिणीवर, कापलेल्या जागेच्या वर, त्याने मुठीने दाब दिला. त्यामुळे भीषण प्रमाणातील रक्तस्राव थोपवला गेला आणि त्यांना परिस्थिती नियंत्रणाखाली आणता आली. जॉनचा सहकारी म्हणाला की, त्याने अशा प्रकारची जखम व्हिएतनाम युद्धानंतर आजपर्यंत कधीही पाहिलेली नव्हती.

व्हिएतनाम युद्धाची आठवण यावी, अशा प्रकारचीच ती जखम होती. त्या कॉस्च्युम पार्टीला आलेला व रुग्णाला भोसकणारा तो हल्लेखोर, सैनिकाच्या वेषात संगीन घेऊन आलेला होता!

या रुग्णाची अवस्था दोन दिवस तळ्यात-मळ्यात अशी दोलायमानच होती. पण त्यातून तो बचावला आणि बरा झाला. या रुग्णाबद्दल सांगताना जॉन अजूनही हळहळत मान हलवतो.

भोसकल्यामुळे जखमी झालेला रुग्ण तुमच्याकडे येतो, तेव्हा अनेक गोष्टी चुकू शकतात. परंतु या रुग्णाच्या बाबतीत तेथे असलेल्या प्रत्येकाने प्रत्येक गोष्ट नीटपणे केली होती. त्यांनी रुग्णाची डोक्यापासून पायाच्या बोटांपर्यंत कसून

तपासणी केली होती. त्याचा रक्तदाब, नाडी आणि श्वसनवेग त्यांनी मोजला होता. तो शुद्धीवर असल्याची खातरी करून घेतली होती, त्याच्या शरीरात जाणाऱ्या आय.व्ही. द्रावावर त्यांनी नियंत्रण ठेवले होते. रक्तपेढीला फोन करून त्यांनी रक्त तयार ठेवले होते, युरिनरी कॅथेटर लावून त्यांनी त्याच्या लघवीचा रंग तपासला होता... सारे काही केले होते. फक्त एकच गोष्ट करायला ते विसरले होते. त्यांच्यापैकी कुणालाच सुचले नव्हते की, रुग्णाजवळ किंवा आपत्कालीन वैद्यकीय तंत्रज्ञाजवळ चौकशी करावी आणि कोणत्या शस्त्राने जखम झालीय, हे विचारून घ्यावे.

जॉन म्हणाला, ''सॅन फ्रान्सिस्कोत कुणी संगिनीने भोसकेल, हे तुमच्या डोक्यातच येऊ शकत नाही!''

जॉनने मला आणखी एका रुग्णाबद्दलचा असाच थरारक अनुभव सांगितला. या रुग्णाच्या जठरातील कर्करोगावरील शस्त्रक्रिया चाललेली असताना त्याचे हृदय अचानक बंद पडले. जॉनने कार्डिॲक मॉनिटरकडे नजर टाकून भूलतज्ज्ञाला विचारले, ''काय रे, ॲसिस्टोल झालंय? (हृदय पूर्णपणे बंद पडलंय का?)'' असे झाले की, मॉनिटरवर हृदयाची स्पंदने दर्शवणारी रेषा वर-खाली न हलता अगदी सरळसोट राहते. त्या रुग्णाला तो मॉनिटर जोडला गेलाच नसावा, अशी ती रेषा सरळसोट दिसते.

भूलतज्ज्ञ म्हणाला, ''जोडणारी तार निघाली असावी.'' कारण रुग्णाच्या हृदयाचे ठोके थांबले असावेत, यावर कुणाचाच विश्वास बसेना. रुग्ण पन्नाशीला आलेला होता. तो एकदम तंदुरुस्त होता. जठरातील कर्करोगाची गाठ योगायोगानेच लक्षात आली होती. तो दुसऱ्या कोणत्या तरी कारणासाठी त्याच्या डॉक्टरकडे गेला होता– बहुधा खोकल्यासाठी– त्या वेळी त्याने घशाशी जळजळ होत असल्याची तक्रार केली. खरे तर त्याला जळजळसुद्धा म्हणणे बरोबर नव्हते. 'अन्ननलिकेत कधी कधी अन्न अडकून राहते आणि खाली जात नाही, त्यामुळे त्याला जळजळते,'

असे तो म्हणाला. डॉक्टरने त्याला बेरिअम घातलेला द्राव प्यायला देऊन एक्स-रे मशीनपुढे उभे केले आणि तपासणी केली. जठराच्या अगदी वरच्या बाजूला, जठराच्या प्रवेशद्वाराजवळ अधूनमधून दाब देणारी, उंदराच्या आकाराची मांसल गाठ एक्सरेत स्पष्टपणे दिसली. त्या गाठीचा भार आला की जठराचे तोंड बंद होत होते. कर्करोग लवकरच लक्षात आला होता. तो आणखी कुठे पसरलेला नव्हता. त्याच्यावर करण्याजोगा एकमेव इलाज होता– शस्त्रक्रिया! या रुग्णाच्या बाबतीत पूर्ण गॅस्ट्रॅक्टोमी– पूर्ण जठर काढून टाकण्याची शस्त्रक्रिया– गरजेची होती. या शस्त्रक्रियेला तब्बल चार तास लागले असते.

शस्त्रक्रिया करणाऱ्यांच्या गटाने अर्धी शस्त्रक्रिया पार पाडली होतीच. कर्करोगयुक्त जठर काढून टाकण्यात आले होते. आत्तापर्यंत सारे सुरळीतपणे चालले होते. रुग्णाचा पचनमार्ग नव्याने तयार करण्याचे काम अजून बाकी होते आणि अचानक कार्डिॲक मॉनिटर सपाट रेषा दाखवू लागला होता. रुग्णाला कार्डिॲक मॉनिटरशी जोडणारी तार निघालेली नाही याची खातरी करून घ्यायला अवघे पाच सेकंद पुरले. रुग्णाच्या कॅरोटिड आर्टरीमध्ये (Carotid Artory : मानेतून जाणारी मुख्य रोहिणी, जिथे नाडीची स्पंदने जाणवतात.) भूलतज्ज्ञाला नाडी लागेना. त्याच्या हृदयाचे ठोके थांबलेले होते.

जॉनने रुग्णाच्या अंगावरचे निर्जंतुक केलेले आवरण बाजूला केले आणि त्याच्या छातीवर दाब द्यायला सुरुवात केली. दर वेळी जॉनने रुग्णाच्या छातीवर दाब दिला की, रुग्णाच्या कापून उघड्या केलेल्या पोटातली आतडी बाहेर निघून पुन्हा आत जात होती. परिचारिकेने आणीबाणी जाहीर केली.

इथवर ही घटना सांगून झाल्यानंतर जॉन थांबला आणि त्याने मला विचारले, "त्यानंतर तू काय केले असतेस?"

मी यावर विचार केला. मोठी शस्त्रक्रिया चाललेली असताना या रुग्णाचे हृदय बंद पडले होते. त्यामुळे कुठे तरी खूप रक्तस्राव झाला असल्याची शक्यता मी

सर्वांत आधी तपासून पाहिली असती. त्यानंतर मी आय.व्ही. (शिरेत द्यायचा) द्राव शक्य तेवढ्या मोठ्या प्रमाणावर द्यायला सुरुवात करून, रक्तस्रावाचा शोध घेतला असता.

भूलतज्ज्ञाने माझ्यासारखाच तर्क केला होता. परंतु जॉनने रुग्णाचे पोट पूर्णपणे उघडले होते. कुठेही रक्तस्रावाचा मागमूसही दिसत नव्हता. त्याने भूलतज्ज्ञाला ही वस्तुस्थिती सांगितली.

जॉन मला म्हणाला, ''त्याचा माझ्या म्हणण्यावर विश्वासच बसेना! तो म्हणतच राहिला 'खूप रक्तस्राव होत असलाच पाहिजे!' ...पण प्रत्यक्षात अजिबात रक्तस्राव होत नव्हता.''

प्राणवायू पुरेसा मिळत नसावा, अशी एक शक्यता होती. मी म्हणालो की, १००% प्राणवायू देऊन श्वसनमार्ग खुला असल्याची खातरी करून घेऊ या. रुग्णाचे रक्त काढून, ते तपासणीसाठी पाठवून, त्यात काही वेगळे दिसतेय का, याची खातरजमा करून घेणे– हासुद्धा एक मार्ग होता.

जॉन मला म्हणाला की, त्यांनी या साऱ्या गोष्टी विचारात घेतल्या होत्या. श्वसनमार्ग खुला होता. रक्त तपासणीचा निकाल मिळायला वीस मिनिटे लागली असती आणि त्याचा काही उपयोग झाला नसता.

मी जॉनला म्हटले की, बंद पडलेले फुप्फुस– न्यूमोथोरॅक्स– ही एक शक्यता होती. पण त्याचे कोणतेच लक्षण आढळलेले नव्हते. त्यांनी स्टेथोस्कोप लावून तपासले होते आणि दोन्ही फुप्फुसांमध्ये हवेची हालचाल ऐकू आली होती.

तर मग पल्मनरी एम्बॉलिझम– रक्ताची गुठळी रुग्णाच्या फुप्फुसात अडकून रक्ताभिसरण बंद पडले असावे. असे फारच क्वचित प्रसंगी घडते. परंतु कर्करोग झालेल्या रुग्णांवर मोठी शस्त्रक्रिया केली जात असताना असे घडण्याचा धोका असतो आणि तसे झाले, तर फारसे काही करता येत नाही. अशा वेळी एपिनेफ्रिन– ॲड्रिनलिनची मोठी गोळी देता येते आणि तिच्या मदतीने हृदयाचे ठोके पुन्हा सुरू

व्हावेत म्हणून प्रयत्न केला जातो. पण बहुधा या प्रयत्नाला यश येत नाही.

जॉन मला म्हणाला की, त्याची टीम याच निष्कर्षाप्रत पोहोचली होती. पंधरा मिनिटे रुग्णाची छाती दाबूनसुद्धा पडद्यावरची रेषा अजूनही सरळसोट, मृत्युदर्शकच राहिलेली होती. त्यामुळे एकूण परिस्थिती निराशाजनकच होती. परंतु, मदतीसाठी आलेल्या व्यक्तींमध्ये सुदैवाने एका अनुभवी भूलतज्ज्ञाचासुद्धा समावेश होता. रुग्णाला भूल देताना हा ज्येष्ठ भूलतज्ज्ञ तिथे उपस्थित होता. तिथून तो निघाला, तेव्हा परिस्थिती पूर्णपणे नियंत्रणाखाली होती. त्यामुळे त्याला दाट शंका आली की, कुणी तरी कोणती तरी चुकीची गोष्ट केली असली पाहिजे.

त्या खोलीत उपस्थित असलेल्या दुसऱ्या भूलतज्ज्ञाला या अनुभवी भूलतज्ज्ञाने विचारले की, रुग्णाचे हृदय बंद पडण्यापूर्वीच्या पंधरा मिनिटांमध्ये त्याने काही वेगळे केले होते का?

खोलीतील भूलतज्ज्ञाने आधी नकार दिला. मग क्षणभर विचार करून तो म्हणाला, "हो! शस्त्रक्रियेच्या सुरुवातीच्या काळात लॅबमधून रुग्णाच्या रक्ततपासणीचे जे अहवाल आले होते, त्यात पोटॅशिअमची पातळी खाली गेलेली दिसली होती. इतर साऱ्या गोष्टी ठीक दिसल्या. त्यामुळे रक्तातली पोटॅशिअमची पातळी वाढवण्यासाठी मी रुग्णाला पोटॅशिअमचा डोस दिला होता."

ही शक्यता माझ्या डोक्यात अजिबातच आलेली नव्हती आणि त्याबद्दल माझा मलाच राग आला. रक्तातील पोटॅशिअमची पातळी नेहमीपेक्षा खूप बदलणे, हे हृदय बंद पडण्यामागचे महत्त्वाचे कारण असते. वैद्यकीय अभ्यासक्रमात प्रत्येक पुस्तकात त्याचा उल्लेख केलेला असतो. ही शक्यता माझ्या डोक्यात आली नाही, याचे मला विलक्षण आश्चर्य वाटले. पोटॅशिअमची पातळी खूपच खाली गेली, तर हृदय बंद पडू शकते आणि ती पातळी योग्य प्रमाणावर आणण्यासाठी पुरेसा पोटॅशिअमचा डोस देणे हाच उपाय असतो. परंतु पोटॅशिअमची पातळी प्रमाणा-बाहेर वाढली, तरीसुद्धा हृदय बंद पडते. कैद्यांना मृत्युदंड देताना याचाच वापर

केला जातो!

रुग्णाला दिल्या गेलेल्या पोटॅशिअमची पिशवी त्या ज्येष्ठ भूलतज्ज्ञाने, बघण्यासाठी मागितली. कुणी तरी ती कचऱ्याच्या डब्यातून शोधून काढली आणि त्यानंतर त्यांना कोडे उकलले. भूलतज्ज्ञाने चुकीच्या तीव्रतेचे पोटॅशिअम रुग्णाला दिले होते. त्याला द्यायचे होते, त्याहून शंभरपट तीव्रतेचे पोटॅशिअम रुग्णाला दिले गेले होते. थोडक्यात म्हणजे, जिवावर बेतेल असा पोटॅशिअमचा जादा डोस त्याच्या हातून दिला गेला होता.

इतका वेळ गेल्यानंतर, रुग्णाला पुन्हा चेतना देता येईल की नाही, याची शंकाच होती! फार उशीर झाला असण्याची भरपूर शक्यता होती. पण एकदा झालेली चूक लक्षात आल्यावर मात्र त्यांनी भराभर योग्य ती पावले उचलली. रुग्णाच्या रक्तातील पोटॅशिअमची घातक पातळी खाली आणण्यासाठी त्यांनी रुग्णाला इन्शुलिन आणि ग्लुकोजची इंजेक्शन्स दिली. या उपचारांचा परिणाम होण्यासाठी पूर्ण पंधरा मिनिटे लागणार आहेत, हे ठाऊक असल्यामुळे त्यांनी रुग्णाला शिरेतून कॅल्शिअम दिले आणि त्वरित परिणाम करणारे आल्ब्युटेरॉल हे औषध हुंगवले. या उपचारांमुळे रक्तातील पोटॅशिअमची पातळी झरझर खाली आली आणि रुग्णाच्या हृदयाचे ठोके पुन्हा सुरू झाले.

शस्त्रक्रिया करणारी टीम इतकी हादरून गेलेली होती की, ही शस्त्रक्रिया पूर्ण करणे शक्य होईल, याची त्यांना खातरी वाटत नव्हती. त्यांनी रुग्णाचा जवळजवळ नुसता जीवच घेतला नव्हता; तर कशामुळे तसे घडले, हेसुद्धा त्यांना ओळखता आले नव्हते. परंतु त्यांनी ती शस्त्रक्रिया पार पाडली. त्यानंतर जॉनने बाहेर जाऊन रुग्णाच्या कुटुंबीयांना काय घडले, ते सांगितले. जॉनचे आणि त्या रुग्णाचे नशीब बलवत्तर होते. तो रुग्ण बरा झाला. हे सारे घडलेच नसावे, अशा प्रकारे तो त्यातून बरा झाला.

ज्या घडलेल्या घटना शल्यविशारद एकमेकांना सांगतात, त्या बहुतेक वेळा अनपेक्षित गोष्टींमुळे बसलेल्या हादऱ्यांसंदर्भात असतात! सॅन फ्रान्सिस्कोमध्ये संगिनीमुळे झालेली जखम किंवा सारे काही ठाकठीक आहे असे वाटत असताना बंद पडलेले रुग्णाचे हृदय! आम्ही मृत्यूच्या दाढेतून खेचून काढलेल्या रुग्णांबद्दल तर बोलतोच, परंतु आलेल्या अपयशांबद्दलसुद्धा बोलतो आणि आम्हा सर्वांच्याच वाट्याला कधी ना कधी अपयश येतच असते! तो आमच्या व्यवसायाचा अटळ भागच असतो. परिस्थितीवर आमचे पूर्ण नियंत्रण असते, अशी आमची गोड (गैर) समजूत असते. परंतु जॉनने सांगितलेले अनुभव ऐकल्यानंतर मला प्रांजळ प्रश्न पडला की, आमच्या नियंत्रणाखाली खरोखरच काय असते आणि काय नसते!

सॅम्युअल गोरोविट्झ आणि ॲलास्डेअर मॅकिंटायर या तत्त्ववेत्त्यांनी मानवी स्खलनशीलतेवर (Fallibility) १९७०च्या दशकात लिहिलेला एक लघुनिबंध मी माझ्या शल्यचिकित्सेच्या प्रशिक्षणाच्या काळात वाचला होता आणि मी अजूनही त्याबद्दल विचार करत असतो. जगात आम्ही जे करू पाहतो, त्यात आ म्ही अपयशी का ठरतो या प्रश्नाचे उत्तर शोधण्याचा प्रयत्न या दोन तत्त्ववेत्त्यांनी केला होता. त्यांच्या मते, अपयशामागचे एक कारण असते 'अटळ स्खलनशीलता' किंवा आपण करू पाहत असलेल्या गोष्टी आपल्या आवाक्याबाहेर असल्यामुळे येणारे अपयश! आपण सर्वज्ञ नसतो किंवा सर्वशक्तिमानसुद्धा नसतो. तंत्रज्ञानाची मदत मिळाल्यानंतरदेखील आपली शारीरिक आणि बौद्धिक शक्ती मर्यादितच असते. या जगाचा आणि विश्वाचा बराचसा भाग आपल्या आकलनापलीकडला आणि नियंत्रणाबाहेरचा आहे आणि तसाच राहणार आहे.

परंतु बऱ्याचशा भागावर आपले नियंत्रण असतेही. आपण गगनचुंबी इमारती बांधू शकतो, हिमवादळांच्या पूर्वसूचना देऊ शकतो, लोकांना हृदयविकाराच्या झटक्यातून किंवा भोसकल्यामुळे झालेल्या जखमांतून वाचवू शकतो. गोरोविट्झ आणि मॅकिंटायर यांच्या निरीक्षणानुसार, अशा क्षेत्रांमध्ये आपल्याला अपयश

येण्याची फक्त दोनच कारणे असतात.

पहिले कारण म्हणजे अज्ञान. आपल्या हातून चूक घडू शकते, कारण जगाबद्दल आणि ते कसे चालते त्याबद्दल विज्ञानाने आपल्याला अपूर्ण ज्ञान दिलेले असते. काही प्रकारच्या उत्तुंग इमारती कशा बांधल्या, हे आपल्याला अजून नीटपणे माहीत नाही. काही प्रकारच्या अपूर्व हिमवादळांची पूर्वसूचना आपण देऊ शकत नाही. काही प्रकारचे रोगाचे झटके कसे थांबवायचे, हे आपल्याला माहीत नाही.

या तत्त्ववेत्त्यांच्या मते, अपयशामागचे दुसरे कारण असते– ढिसाळपणा किंवा अकार्यक्षमता. कारण हे अपयश ज्या क्षेत्रात येते, त्या क्षेत्राबाबतचे ज्ञान उपलब्ध असते; परंतु आपण त्या ज्ञानाचा योग्य तो वापर करून घेऊ शकत नाही. मग चुकीच्या पद्धतीने उत्तुंग इमारत बांधली जाते आणि मग ती कोसळते! हिमवादळाची पूर्वसूचना हवामानशास्त्रज्ञ देऊ शकत नाहीत, कारण काही महत्त्वाची चिन्हे त्यांच्या नजरेतून सुटलेली असतात किंवा भोसकल्याची जखम कोणत्या शस्त्राने झाली, हे विचारायलाच डॉक्टर विसरलेले असल्यामुळे रुग्णाच्या जिवावर बेतू शकते!

एकविसाव्या शतकाच्या सुरुवातीच्या काळात, वैद्यकीय क्षेत्रात आपल्यापुढे ठाकणाऱ्या समस्यांच्या बाबतीत जॉनचे अनुभव प्रातिनिधिक स्वरूपाचे आहेत, असे मला वाटले. त्याबाबत विचार करताना एका गोष्टीची मला लख्ख जाणीव झाली की, अज्ञान आणि अकार्यक्षमता या अपयशांमागच्या दोन कारणांचे पारडे आता अकार्यक्षमतेकडे खूपच झुकू लागलेले आहे. आजवरच्या इतिहासात माणसाच्या आयुष्यावर अज्ञानाचा पगडा होता. मानवजातीवर ओढवणाऱ्या आजारांवरून ही गोष्ट सिद्ध होत होती. हे आजार कशामुळे ओढवतात व ते ओढवू नयेत आणि ओढवले, तर माणसाला बरे करता यावे यासाठी काय उपाय आहेत, याबद्दल आपल्याला फारशी माहिती नव्हती. पण गेल्या अनेक दशकांच्या कालखंडात आणि अलीकडच्या केवळ काही दशकांच्या कालखंडातच विज्ञानाने आपल्याला त्याबाबत पुरेसे ज्ञान मिळवून दिल्यामुळे आता अज्ञानाएवढाच अकार्यक्षम ढिसाळपणाशी

लढा देणे गरजेचे बनले आहे.

हृदयविकाराच्या झटक्यांचा विचार करू या. १९५०च्या दशकाएवढ्या अलीकडच्या काळापर्यंत ते कसे टाळावेत किंवा त्यांच्यावर काय उपचार करावेत याबद्दल आपल्याला फारच थोडे ज्ञान होते. उच्च रक्तदाबाचे धोके आपल्याला ठाऊक नव्हते. ते धोके ठाऊक असते, तरी त्याबाबत आपण काय करावे, हे आपल्याला त्या वेळी माहीत नव्हते. उच्च रक्तदाबावर सुरक्षितपणे इलाज करणाऱ्या औषधांचा १९६०च्या दशकापर्यंत शोध लागलेला नव्हता. कोलेस्टेरॉल, आनुवंशिकता, धूम्रपान व मधुमेह यांचा हृदयविकाराच्या झटक्यांवर काय परिणाम होतो, याबद्दल आपल्याला माहिती नव्हती.

कुणाला हृदयविकाराचा झटका आलाच, तर त्यावर काय उपचार करावेत, याची आपल्याला काहीही कल्पना नव्हती. त्या वेळी वेदनेसाठी मॉर्फीन देऊन, थोडा प्राणवायू देऊन अनेक आठवडे रुग्णाला सक्तीने बिछान्यातच ठेवायचे, एवढेच आपण जाणत होतो. त्याच्या कमकुवत हृदयावर आणखी ताण पडेल, या भीतीने रुग्णाला उठून बाथरूमपर्यंत जाण्याची परवानगीसुद्धा दिली जात नव्हती! मग सारे जण ईश्वराची करुणा भाकत आशा करत की, रुग्ण हॉस्पिटलमधून घरी जाऊ शकेल आणि उर्वरित आयुष्य हृदयरोगाची काळजी करत घरात बसून घालवू शकेल.

याउलट, आज हृदयविकाराचा झटका येऊ नये म्हणून निदान डझनभर उपयुक्त मार्ग खुले आहेत. उदाहरणार्थ– रक्तदाब प्रमाणात ठेवणे, कोलेस्टेरॉल आणि दाह कमी करण्यासाठी स्टॅटिनसारखे औषध घेणे, मधुमेहावर नियंत्रण ठेवणे, नियमित व्यायाम करणे, धूम्रपान हळूहळू कमी करत बंद करणे आणि हृद्‌रोगाची सुरुवातीची लक्षणे दिसली तर तज्ज्ञाकडे जाऊन पुढील सल्ला घेणे असे उपाय आपल्या हाती आहेत. तुम्हाला जर हृदयविकाराचा झटका आलाच, तर आपल्याजवळ विविध प्रकारच्या उपचारपद्धती आहेत. त्यांच्यामुळे नुसते तुमचे

आयुष्यच सुरक्षित राहत नाही, तर तुमच्या हृदयाला होऊ शकणारी इजा रोखली जाते. रक्ताची गुठळी फोडणारी औषधे आपल्याजवळ आहेत, ती औषधे रक्तप्रवाहासाठी तुमच्या रक्तवाहिन्या खुल्या करून देतात. आपल्याकडे कार्डिॲक कॅथेटर्स (रक्तवाहिन्यांमध्ये जाऊ शकतील अशा लवचीक नळ्या) आहेत. त्यांचा वापर करून रक्तवाहिन्यांमधले अडथळे दूर करता येतात. 'ओपन हार्ट सर्जरी'द्वारा तुंबलेल्या रक्तवाहिन्या टाळून, बाजूने रक्तप्रवाह नेण्याची सोय करता येते. काही वेळा तुम्हाला फक्त बिछान्यावर झोपवून थोडा ऑक्सिजन देऊन, ॲस्पिरिन, स्टॅटिन आणि रक्तदाब नियंत्रित करणारे औषध देऊनसुद्धा भागते. त्यानंतर एक-दोन दिवसांत तुम्ही घरी जाऊन हळूहळू पूर्ववत दिनक्रम सुरू करू शकता, हेसुद्धा आता आपल्याला कळलेले आहे.

पण आता आपल्यापुढची खरी समस्या अशी आहे की, हे सारे ज्ञान सुसंगतपणे आणि योग्य प्रकारे कसे वापरावे आणि त्यात अकार्यक्षमतेमुळे येणारा ढिसाळपणा कसा टाळावा? हृदयविकाराचा झटका आलेल्या रुग्णावर उपचार करताना उपलब्ध असलेल्या विविध उपचारपद्धतींपैकी योग्य पद्धत निवडणे आणि कोणती पद्धत सर्वांत योग्य ठरेल हे ठरवणे कधी कधी अनुभवी तज्ज्ञांनासुद्धा अवघड जाते. त्याखेरीज, कोणतीही उपचारपद्धती निवडली, तरी प्रत्येक उपचारपद्धती गुंतागुंतीचीच असते आणि प्रत्येक उपचारपद्धतीत काही त्रुटी असतात. काळजीपूर्वक केलेल्या संशोधनाअंती निष्कर्ष निघाला आहे की, रुग्णावर कार्डिॲक बलून-थेरपीद्वारा इलाज करायचा असेल, तर तो रुग्ण हॉस्पिटलमध्ये आल्यापासून नव्वद मिनिटांच्या आतच तो करायला हवा. त्यानंतर, तो रुग्ण बचावण्याची शक्यता झपाट्याने कमी होऊ लागते. याचाच अर्थ असा की, छातीत दुखत असल्याने इमर्जन्सीमध्ये आलेल्या प्रत्येक रुग्णाच्या सर्व तपासण्या नव्वद मिनिटांत पूर्ण करून वैद्यकीय उपचार करणाऱ्यांनी योग्य ते निदान केले पाहिजे, योग्य उपचारपद्धती निवडली पाहिजे, रुग्णाबरोबर या निर्णयाची चर्चा केली पाहिजे. पुढील कार्यवाहीसाठी

रुग्णाची परवानगी घेतली पाहिजे. रुग्णाला इतर वैद्यकीय समस्या किंवा ॲलर्जीज (औषधांबद्दल संवेदनशीलता) नाहीत, याची खातरजमा करून घेतली पाहिजे. अँजिओप्लास्टीसाठी लॅब तयार करून उपचार करणारा संघ एकत्र आणला पाहिजे, रुग्णाला तेथे त्वरित हलवून ताबडतोब उपचार सुरू केले पाहिजेत. हे सारे नव्वद मिनिटांमध्ये उरकले पाहिजे.

सर्वसाधारण रुग्णालयात एवढे सारे केवळ नव्वद मिनिटांमध्ये पार पडण्याची कितीशी शक्यता असते? २००६मध्ये अशी शक्यता पन्नास टक्क्यांहूनही कमी होती.

हे काही जगावेगळे नाही. वैद्यकीय क्षेत्रात हे साध्य न होणे, ही नेहमीचीच गोष्ट असते. पक्षाघाताचा झटका आलेल्या रुग्णांपैकी निदान ३०% रुग्णांवर त्यांच्या डॉक्टरांकडून अपुरे किंवा चुकीचे उपचार केले जातात. दम्याच्या ४५% रुग्णांच्या बाबतीत आणि न्यूमोनिया झालेल्या ६०% रुग्णांच्या बाबतीत असेच घडते, हे सर्वेक्षणातून स्पष्ट झाले आहे. तुम्हाला उपचारपद्धती नीटपणे माहीत असली, तरी सर्व गोष्टी सुसूत्रपणे, योग्य तऱ्हेने वापरणे अतिशय कठीण काम ठरते.

वैद्यकीय उपचार करताना आपल्यापुढच्या सर्वांत कठीण समस्या कशामुळे उभ्या राहतात आणि कशामुळे उपचार करताना आपल्यावर जबरदस्त ताण येतो, हे समजून घ्यायचा प्रामाणिक प्रयत्न मी काही काळ करतो आहे. पैसा, सरकार, वैद्यकीय सेवेतील चुकीसाठी भरले जाणारे खटले किंवा विमा कंपन्यांचे त्रासदायक नियम या साऱ्या गोष्टींमुळे ताण वाढत असले, तरी समस्यांचे मूळ या गोष्टींमध्ये नाही. विज्ञानाच्या प्रगतीमुळे आपले व्यवसाय अत्यंत गुंतागुंतीच्या निर्णयांची प्रचंड ओझी आपल्यावर लादू लागलेले आहेत. विज्ञानाच्या प्रगतीचा रुग्णांना फायदा करून देण्याची मोठीच जबाबदारी आपणा सर्वांवर येऊन पडलेली आहे. हा प्रश्न केवळ अमेरिकेपुरताच सीमित नाही; तो जगात सर्वत्र दृष्टीस पडतो. युरोप, आशिया, श्रीमंत आणि गरीब देश अशी सर्वत्र हीच समस्या दिसते. आणखी आश्चर्याची गोष्ट

म्हणजे, हे आव्हान केवळ वैद्यकशास्त्रापुरतेच नसून ते सार्वत्रिक आहे.

आपण ज्या-ज्या क्षेत्रात काही कामगिरी करत असतो, त्या सर्व क्षेत्रांमध्ये तंत्रज्ञान आणि अत्याधुनिकता यांमुळे आपल्यापुढे वाढती गुंतागुंत ठाकत असते. त्यामुळे या अद्ययावत ज्ञानाचा वापर करून ते जनतेपर्यंत पोहोचवण्याची आपली जबाबदारीसुद्धा वाढत असते. चक्रीवादळ, प्रचंड तुफान किंवा अन्य आपत्ती कोसळल्यास अधिकारावरील व्यक्ती अनेकदा ज्या चुका करत असतात, त्यावरून ही गोष्ट स्पष्ट होते. २००४ ते २००७ या कालावधीत दशकांत वकिलांवर भरल्या गेलेल्या खटल्यांमध्ये ३६% वाढ झालेली दिसते. वकिलांच्या हातून घडलेल्या चुकांबद्दल त्यांच्यावर हे खटले भरले जातात. त्यातल्या बऱ्याचशा चुका व्यवस्थापकीय चुकींमुळे दिलेली तारीख विसरणे, कारकुनांकडून हलगर्जीपणा घडणे या कारणांनी घडतात; तर काही चुका कायद्याच्या कलमांचा वापर नीट न केल्यामुळे घडलेल्या असतात. तंत्रज्ञानाचा नीटपणे वापर करताना मानवी मर्यादा आपल्याला सदोष सॉफ्टवेअर डिझाईनमध्ये, आंतरराष्ट्रीय बातमी काढण्यातील अपयशांमध्ये, बुडीत चाललेल्या आपल्या बँकांमध्ये स्पष्टपणे दिसून येतात. थोडक्यात म्हणजे, जिथे-जिथे प्रचंड गुंतागुंतीच्या तंत्रज्ञानावर आणि माहितीवर प्रभुत्व मिळवणे आवश्यक असते, तिथे-तिथे मानवी मर्यादा आडव्या येतात.

अशा प्रकारचे अपयश आपल्याला भावनाविवश करते आणि त्यामुळे अशा अपयशाकडे पाहण्याची आपली दृष्टी बदलते. अज्ञानामुळे आलेल्या अपयशाला आपण माफ करू शकतो. प्राप्त परिस्थितीत काय करणे सर्वांत श्रेयस्कर आहे, याबद्दलचे ज्ञानच उपलब्ध नसेल; तर माणसांनी शक्य तेवढा प्रयत्न केलेला पाहून आपण संतुष्ट राहतो. पण असे ज्ञान उपलब्ध असूनही त्याचा योग्य तो वापर केला गेला नाही, तर राग येणे अगदी स्वाभाविक असते. हृदयविकाराचा झटका आलेल्या ५०% रुग्णांवर त्वरित इलाज केला जात नाही, याचा अर्थ काय? ज्या गुन्ह्यांना मृत्युदंडाची शिक्षा देणे आवश्यक आहे, अशांपैकी दोन-तृतीयांश गुन्ह्यांना

वकिलाच्या चुकीमुळे शिक्षा केली जात नाही, म्हणजे काय? अशा प्रकारच्या अपयशांना त्या तत्त्ववेत्त्यांनी 'अकार्यक्षमता' असे कठोर नाव दिले, हे योग्यच केले! अशा ढिसाळपणाची झळ ज्यांना पोहोचते, ते मात्र 'अकार्यक्षमता' या शब्दाऐवजी 'निष्काळजीपणा' किंवा कधी कधी तर 'निर्दयीपणा' असे शब्द वापरतात.

परंतु जे लोक ही कामे करत असतात– जे लोक रुग्णांवर इलाज करत असतात, वकील म्हणून खटले बघत असतात, गरज पडेल तिथे धावून जात असतात; त्यांना मात्र असे मत ऐकून वाटत असते की, त्यांच्यापुढचे काम किती अवघड आहे, हे आता निवाडा करणाऱ्यांनी लक्षातच घेतलेले नाही! दिवसागणिक जास्तीतजास्त गोष्टी शिकून आत्मसात कराव्या लागत आहेत व व्यवहारात त्यांचा योग्य तो वापर करावा लागत आहे आणि खूप अटीतटीचे प्रयत्न केले तरीसुद्धा असे गुंतागुंतीचे तंत्रज्ञान वापरताना नशिबी अपयश येतच असते. पुरेसे प्रयत्न केले नाहीत, त्यामुळे अपयश आले, असे म्हणता येत नाही! त्यामुळे बऱ्याचशा व्यवसायांमध्ये आलेल्या अपयशाबद्दल शिक्षा करण्याऐवजी अधिक अनुभव व प्रशिक्षण घेण्यासाठी उत्तेजन देणे या मार्गाचा अवलंब केला जातो.

अनुभवाचे महत्त्व वादातीत आहे. अपघातग्रस्त रुग्णांवर इलाज कसे करायचे याचे शल्यविशारदाला केवळ पुस्तकी ज्ञान असून भागत नाही. खोल जखमांबद्दलची माहिती, त्यांच्यामुळे पोहोचणारी इजा, रोगाचे निदान आणि त्यावरचे उपचार यांच्या विविध पद्धती, त्वरित इलाज करण्याचे महत्त्व यांचे केवळ पुस्तकी ज्ञान असून भागत नाही. प्रत्यक्षात इलाज करणे, त्वरित इलाज करताना कोणत्या प्रक्रिया कोणत्या क्रमाने करायच्या याचा अनुभव असणे महत्त्वाचे असते. इलाज करताना अनुभवाखेरीज प्रभुत्व मिळवता येत नाही! खरे यश मिळण्यापूर्वी खूप अनुभव मिळवावा लागतो आणि कौशल्यातील काही कमतरतांमुळे जर आपल्याला अपयश येत असेल, तर जास्त प्रशिक्षण आणि अनुभव घेऊन ही त्रुटी दूर करणे, हाच यावरचा एकमेव उपाय असतो.

परंतु जॉनने जे अनुभव सांगितले, त्याबद्दल आश्चर्यकारक गोष्ट अशी की; तो अत्युत्कृष्ट प्रशिक्षण घेऊन, दहा वर्षांहून अधिक वर्षे काळ जबाबदारीच्या पदी असलेला शल्यविशारद आहे. वैद्यकशास्त्राप्रमाणेच इतरत्रसुद्धा हीच गोष्ट नजरेस पडते. व्यक्तीची कुवत हे अपयशामागचे कारण नसते, अजिबातच नसते! बऱ्याचशा क्षेत्रांमधील प्रशिक्षण खूपच सखोल असते आणि प्रदीर्घ काळ दिले जाते. लोक आठवड्याचे साठ, सत्तर ते ऐंशी तास खर्च करून त्यांच्या ज्ञानाचा आणि अनुभवाचा पाया पक्का करत असतात. त्यानंतरच ते स्वत:च्या व्यवसायाला सुरुवात करतात– मग ते डॉक्टर्स असोत की, प्राध्यापक असोत की, वकील किंवा इंजिनिअर असोत! त्यांनी स्वत:ला परिपूर्ण बनवण्याचा प्रामाणिक प्रयत्न केलेला असतो. आहे त्याहून खूप जास्त नैपुण्य कसे मिळवता येईल, याचे उत्तर आपल्याला माहीत नाही; परंतु तरीसुद्धा आपल्याला वारंवार अपयश येत असते. आपल्या ठायी खूप कुवत असूनही असे अपयश येत राहते.

तर, एकविसाव्या शतकाच्या प्रारंभीची एकूण परिस्थिती ही अशी आहे! आपण अफाट तंत्रज्ञान मिळविले आहे. आपण खूप प्रशिक्षण घेऊन नैपुण्य मिळवलेल्या कष्टाळू लोकांच्या हाती ते सोपवले आहे आणि ते तंत्रज्ञान वापरून या लोकांनी खरोखरच असाधारण गोष्टी साध्य करून घेतल्या आहेत. असे असूनही या अफाट तंत्रज्ञानाला कह्यात ठेवणे बऱ्याचदा अवघड होते. बऱ्याचदा आपल्या वाट्याला जे-जे अपयश येते, ते-ते, टाळण्याजोगे असते. असे अपयश सर्रास आणि वारंवार येत असते. ते नाउमेद करणारे आणि मनोधैर्य खच्ची करणारे ठरते. असे अपयश सर्व क्षेत्रांत येत असते– वैद्यकशास्त्रापासून वित्तव्यवस्थेपर्यंत, उद्योगधंद्यापासून सरकारपर्यंत! या अपयशांमागचे कारण अधिकाधिक सुस्पष्ट होत चालले आहे. आपल्या ज्ञानाचा विस्तृत साठा व त्यातली गुंतागुंत आपल्या वैयक्तिक कुवतीबाहेर चाललेली आहे आणि त्यामुळे मानवजातीपर्यंत त्याचा फायदा योग्य प्रकारे,

सुरक्षित आणि विश्वसनीय रीतीने पोहोचवणे आपल्याला शक्य होत नाही. ज्ञानाने आपल्याला जेवढे सुरक्षित ठेवले आहे, तेवढेच आपल्यावर जबाबदारीचे ओझेसुद्धा टाकले आहे.

याचाच अर्थ असा की, अपयश येऊ नये म्हणून आपण वेगळ्या धोरणाचा अवलंब करायला हवा. या धोरणात आपण अनुभव जमा करून, असलेले ज्ञान वापरताना, आपली अटळ मानवी अपूर्णता भरून काढली पाहिजे आणि असे धोरण आखणे अगदी सहजशक्य आहे. आपल्यापैकी ज्यांनी-ज्यांनी नवे तंत्रज्ञान आणि उच्च प्रतीची कौशल्ये आत्मसात करण्यासाठी वर्षानुवर्षे प्रयत्न केले आहेत, त्यांना हा साधासा उपाय वेडपटपणाचासुद्धा वाटू शकेल.

हा उपाय आहे– चेकलिस्ट!

म्हणजेच कोणत्याही कामाला सुरुवात करण्यापूर्वी खातरजमा करून घ्यायच्या मुद्द्यांची यादी!

अपयश आणि धोक्यातून केलेली सुटका

या हिवाळ्यात, माझ्या हॉस्पिटलमध्ये आलेल्या एका रुग्ण स्त्रीची कहाणी माझ्या मनावर कोरली गेली आहे. ही स्त्री – आपण तिला मिसेस सी म्हणू – सत्याऐंशी वर्षांची होती. दुसऱ्या महायुद्धात हिटलरच्या छळछावण्यांमध्ये कैद न होता ती आणि तिचे कुटुंबीय प्रथम शांघायमधील ज्यूंच्या कँपमध्ये दाखल होऊ शकले. युद्ध संपल्यानंतर तिथून ते अमेरिकेत आले. शालेय शिक्षण घेता न आल्यामुळे तिने शिवणकामावर उपजीविका केली. तेविसाव्या वर्षी तिने विवाह केला. तिला दोन मुलगे झाले आणि चव्वेचाळीसाव्या वर्षी तिला वैधव्य आले.

सत्याऐंशी वर्षांची होईपर्यंत, वेगळ्या अपार्टमेंटमध्ये ती एकटी राहत होती... होंडा सिव्हिक गाडी चालवत होती... आठवड्यातले साडेतीन दिवस 'सिअर्स' या दुकानात हिशेबाचं काम बघत होती आणि उरलेले साडेतीन दिवस ती एका हॉस्पिटलमध्ये स्वच्छेने मदत करत होती.

एके दिवशी कामावर असताना तिची डाव्या डोळ्याची दृष्टी गेली. तीन मिनिटांनी तिची दृष्टी परत आली. तिने ही घटना दुर्लक्षित केली, परंतु दुसऱ्या दिवशी पुन्हा तिची दृष्टी गेली आणि ती परत आली नाही. तिच्या डॉक्टरने तिला आपत्कालीन विभागात (emergency room)पाठवलं. तिच्या मानेतील कॅरोटिड रोहिणी ॲथेरोस्क्लेरॉसिसने तुंबल्यामुळे तिला पक्षाघाताचा झटका आला असावा, अशी शंका होती. या तुंबलेल्या रोहिणीवर त्वरित शस्त्रक्रिया करणं गरजेचं होतं. आपल्याला स्वतंत्र आयुष्य यापुढेसुद्धा जगता यावं, म्हणून तिनं शस्त्रक्रियेचा धोक्याचा पर्याय मान्य केला.

शस्त्रक्रिया उत्तम प्रकारे पार पडली. त्यानंतर तीन-एक दिवसांनी तिला घरी जाता येईल असे दिसत होते. परंतु तिला बद्धकोष्ठ आणि मळमळण्याच्या त्रासाने अस्वस्थ वाटू लागले. रेचक देऊनही तिला उतार पडेना.

एका तरुण डॉक्टरला जाणवले की, काहीतरी गंभीर समस्या आहे. खरं तर हे बद्धकोष्ठ नव्हतेच. तिचं आतडं स्वत:भोवती गुंतलं जाऊन तिच्या छातीपर्यंत खेचलं गेलं होतं आणि तिथं अडकून बसलं होतं. याला 'गॅस्ट्रिक व्हल्व्हस' म्हणतात. आणखी

गंभीर गोष्ट म्हणजे तिच्या जठरात व्रण निर्माण होऊन तो तिच्या छातीत फुटला होता. कुणाच्याही दृष्टीनं ही गंभीर बाब होती. तिच्या वयाकडे पाहता आणखीनच धोका होता. अशा वेळेस रुग्ण दगावण्याचा ८८ टक्के संभव असतो... परंतु ती बचावली. एका आठवड्यात आपल्या मुलाबरोबर ती घरीसुद्धा गेली. या गोष्टीचा मी जेवढा अधिक विचार करतो, तेवढं मला अधिक प्रकर्षानं वाटू लागतं की, यातून आपण सर्वच जण बोध घेऊ शकू.

...माझं वैद्यकीय प्रशिक्षण संपत आल्यावर मी शल्यचिकित्सेत विशेष कौशल्य मिळवायचं ठरवलं. शल्यविशारदांच्या कौशल्यामुळे मी स्तिमित होत असे. त्यांच्या नैपुण्याचं मूळ त्यांच्या शारीरिक कौशल्यात आहे – डोळे आणि हात यांचा समन्वय साधून काम करता येणे, हातांच्या हालचालींवर उत्कृष्ट नियंत्रण असणे – अशी माझी समजूत होती... परंतु शल्यविद्या शिकताना माझ्या लक्षात आलं की, बोटांचं कौशल्य महत्त्वाचं असलं, तरी उत्कृष्ट शल्यविशारदाचं यश, गहन गुंतागुंतीच्या आणि अनपेक्षित अशा समस्यांमधून मार्ग काढणं, यांवर अवलंबून असतं. अचूक निर्णय, सांघिक प्रयत्न करून घ्यायची हातोटी आणि स्वत: घेतलेल्या निर्णयांची जबाबदारी स्वीकारण्याची तयारी या गोष्टी अत्यंत महत्त्वाच्या असतात....

अशा पदवीप्रदान समारंभांच्या भाषणांमध्ये वक्ते आपल्याला सांगत असतात : धोका स्वीकारा; अपयशासाठी तयार राहा. परंतु हा सल्ला मला बुचकळ्यात पाडतो. 'मला धोका पत्करायला आवडतो,' असं म्हणणारा शल्यविशारद तुम्हाला आवडेल? लोकांनी धोका स्वीकारावा, अपयशाची शक्यता असूनही उच्च ध्येय ठेवावीत, असं आपल्याला वाटत असतं. त्याशिवाय विकास घडणं शक्य नसतं. परंतु ही गोष्ट कशाप्रकारे केली जातेय, हे महत्त्वाचं असतं. शस्त्रक्रियेनंतर ओढवणाऱ्या मृत्यूचं प्रमाण कमी करण्यासाठी हातून चुका होण्याचा धोका कमी करणं आवश्यक असतं. त्यासाठी विशेष प्रशिक्षण घेऊन विशेषज्ञ बनणं, अधिक चांगलं नियोजन करणं आणि नवीन तंत्रज्ञान आत्मसात करणं हे मार्ग उपलब्ध होते. त्यामुळे असा धोका खूप कमी

करता आला आहे.

...परंतु वेगवेगळ्या हॉस्पिटल्समधलं, शल्यचिकित्सेनंतर रुग्ण बचावण्याचं प्रमाण भिन्न असतं. माझी अपेक्षा होती की, उत्तम प्रकारच्या हॉस्पिटल्समध्ये शस्त्रक्रियेनंतर रुग्णांच्या बाबतीत समस्या उद्‌भवणार नाहीत; त्यांना अशा समस्या टाळण्यात यश मिळेल. परंतु प्रत्यक्षात सर्जरीनंतर उत्कृष्ट हॉस्पिटल्समध्ये सर्वसामान्य हॉस्पिटल्स-एवढ्याच समस्या उद्‌भवतात, हे पाहून मी चकित झालो. फरक पुढेच होता. समस्या उद्‌भवल्यानंतर ती हाताबाहेर जाऊ न देण्यात उत्कृष्ट हॉस्पिटल्स यशस्वी होत होती. समस्या जीवावर बेतू न देणं, हे त्यांचं कौशल्य होतं... उत्कृष्ट आणि सर्वसामान्य हॉस्पिटल्समधला हाच फरक होता. त्यांच्या रुग्णांत काही कमी समस्या उद्‌भवत नव्हत्या, परंतु त्यातून रुग्णांना ते बचावू शकत होते.

मानवी आणि सामाजिक विकासाची हीच मेख आहे. 'रिस्क मॅनेजमेंट' (धोका नियंत्रण) हा परवलीचा शब्द बनला आहे. परंतु धोके अपरिहार्यच असतात. चुका घडू शकतात आणि घडतच असतात. परंतु त्यांना तोंड देण्याची, त्यापासून होणारं नुकसान नियंत्रणात ठेवण्याची आणि अपयशाच्या उंबऱ्यावर उभं असताना यश खेचून आणण्याची सिद्धता ठेवण्याची काहींची कुवत अधिक उजवी असते.

हातून चूक घडली की, ती न सुधारता येण्याची तीन कारणं असतात : चूक सुधारण्यासाठी चुकीची योजना करणे, अपुरी योजना करणे किंवा कोणतीच योजना न करणे.

...अपयश येईल हे गृहीत धरून त्यासाठी सज्ज राहणं गरजेचं असतं, तरच यश मिळू शकतं. वर उद्‌धृत केलेल्या 'मिसेस सी' या रुग्ण स्त्रीच्या पोटातील वेदना जेव्हा जिवावर बेतणाऱ्या ठरणार होत्या, तेव्हा माझे सहकारी या संकटाला सामोरे जायला पूर्णपणे सिद्ध होते. तिची आतडी अशा विचित्र प्रकारे गुंडाळली गेली असतील अशी त्यांना शंका आलेली नव्हती, तरी तरुण शिकाऊ डॉक्टरने उपस्थित केलेल्या शक्यतेची त्यांनी गंभीरपणे दखल घेतली. इतरांची ताबडतोब मदत घेतली आणि दोन तासांत तिच्यावर पुढील शस्त्रक्रिया केली.

सारं काही उत्कृष्टपणे पार पडलेलं नव्हतं... खरी समस्या लक्षात यायला वेळ लागलेला होता, परंतु समस्येवर उपाययोजना करण्यासाठी त्यांची सिद्धता होती. त्यांच्या हातात योजना होती आणि तिची कार्यवाही चुकतमाकत का होईना; करण्याएवढा वेळ त्यांच्या हाताशी होता, त्यायोगे त्यांनी तिचे प्राण वाचवले. अपयशाच्या विळख्यातून त्यांनी यश खेचून आणलं.

मी कॉलेजची पहिली पदवी मिळवल्यावर तत्त्वज्ञानाचा अभ्यास करण्यासाठी परदेशात गेलो. तत्त्ववेत्ता बनण्याची माझी इच्छा होती; परंतु त्या क्षेत्रात मी अगदी बेताचाच होतो. मी एक रॉक बॅन्ड चालू करायचा प्रयत्न केला. मी किती भाषात गाणी रचली, यावर तुमचा विश्वासही बसणार नाही... त्यानंतर मी आरोग्यसेवेबाबतच्या कायद्यासाठी सरकारची नोकरी केली. हा कायदा प्रत्यक्षात आलाच नाही आणि स्वास्थ्यसेवेबाबतच्या सुधारणांना आणखी दोन दशकं विलंब लागला.

परंतु यातून काहीतरी शिकता न येणं, हेच खरं अपयश असतं. यातून मी नवनवीन कल्पना उचलल्या, नवे अनुभव घेतले, नवीन नाती जोडली आणि वैद्यकशास्त्र ही आवडीची शाखा शोधून स्थिरावल्यावर, त्या पुंजीवर मी खूप काही साध्य करू शकलो.

तेव्हा तुम्ही धोके स्वीकाराल आणि कधीकधी अपयशीसुद्धा व्हाल. पण त्यानंतर काय घडतं, हेच निर्णायक असतं. हे अपयश प्रत्यक्षात अपयश नसतंच. परंतु त्यासाठीही तुमची सिद्धता असायला हवी – गोष्टी चुकल्या आहेत, हे तुम्ही कबूल कराल? त्या चुका सुधारण्यासाठी तुम्ही पावलं उचलाल? – कारण यश आणि अपयश यांतील भेद धोका पत्करण्याच्या सिद्धतेवर अवलंबून नसतो; तो अवलंबून असतो चुका सुधारून मार्ग काढण्याच्या क्षमतेवर!

(विल्यम्स कॉलेजच्या पदवीप्रदान समारंभात प्रमुख वक्ते म्हणून डॉ.अतुल गवांदे यांनी केलेल्या प्रेरक भाषणातील काही भाग. पूर्ण भाषण वाचण्यासाठी या वेबसाइटला भेट द्या : http://www.newyorker.com/online/blogs/newsdes 2012/06/atul-gawande-filure-and-rescue.html)

अनुवादिकेचे मनोगत

अत्यंत रंजकतेने विविध व्यवसायांची झलक दाखवता-दाखवता वाचकाला विचार करायला लावणे, हे असाधारण कसब म्हटले पाहिजे. विचारप्रवर्तक आणि रंजक ही परस्परविरोधी विशेषणे वाटतात, नाही का? सुवर्णाला कधी सुगंध आलाय? परंतु या पुस्तकाच्या बाबतीत असा चमत्कार घडलाय!

आपल्या व्यवसायात घडणाऱ्या चुका कशा कमी करता येतील, असा विचार करणारे लोक विरळेच! डॉक्टर अतुल गवांदे हे असा नुसता विचार करूनच थांबले नाहीत, त्यांनी 'चेकलिस्ट'च्या रूपातला तोडगासुद्धा शोधून काढला आहे. या शोधयात्रेत त्यांनी विविध व्यवसायांमध्ये वापरल्या जाणाऱ्या चेकलिस्ट्सवर सखोल संशोधन केले. वैमानिक, बिल्डर्स, आर्थिक गुंतवणूक करणारे फंड मॅनेजर्स, रेस्टॉरंट मॅनेजर्स, स्टेज आर्टिस्ट्स अशा विविध व्यावसायिकांना ते भेटले. हे व्यावसायिक कशा प्रकारच्या चेकलिस्ट्स वापरतात याचा त्यांनी आढावा घेतला. त्यानंतर त्यांनी इतरांच्या सहकार्याने, अत्यंत परिश्रमपूर्वक WHOसाठी 'सेफ सर्जरी चेकलिस्ट' तयार केली. जगभरातील आठ हॉस्पिटल्समध्ये ती वापरण्याचा तिचा प्रयोग केला आणि त्यामुळे किती सुधारणा झाली याची नोंदसुद्धा केली. वैद्यक व्यवसायातील विविध प्रकारच्या समस्यांवर वेगवेगळ्या चेकलिस्ट्स वापरता येतील आणि त्यामुळे खूप सुधारणा घडेल, असा विश्वास त्यांना वाटतो आहे.

चेकलिस्ट म्हणजे कामाला सुरुवात करण्यापूर्वी महत्त्वाच्या मुद्द्यांची खातरजमा करण्यासाठीची छोटीशी जंत्री. ती वापरायला अवघे काही सेकंद पुरतात. पण तिच्या वापरामुळे किती फरक पडतो, माहीत आहे? लेखकाचे बोट धरा आणि जगातील विविध जागी, विविध व्यवसायांमध्ये चेकलिस्टने घडवून आणलेल्या क्रांतीचे दर्शन घ्या.

इतक्या विलक्षण वैचारिक उंचीच्या पुस्तकाचा अनुवाद करणे, हा मला माझा बहुमान वाटला आणि त्याचबरोबर आव्हानाचे हे शिवधनुष्य पेलेल की नाही, अशी साशंकतासुद्धा वाटली. कौल वाचकांच्या हाती आहे. परंतु व्यक्तिशः माझ्या दृष्टीने तो एक वैचारिक आनंदानुभव ठरला! त्यासाठी मूळ लेखकाला आणि अनुवादाची संधी देणारे श्री. सुनीलभाई मेहतांना मनःपूर्वक धन्यवाद!

—सुनीति काणे

अनुक्रम

१. प्रचंड गुंतागुंतीमुळे उद्‌भवणारी समस्या

काही दिवसांपूर्वी मी 'ॲनल्स ऑफ थोरॅसिक सर्जरी' (छातीच्या पिंजऱ्याच्या आतील भागाच्या शल्यचिकित्सेचा वार्षिक अहवाल) मध्ये एका घटनेचा अहवाल वाचला. वैद्यकीय मासिकात रुक्षपणे नमूद केलेला हा लेख म्हणजे अंगावर शहारे आणणारी एक सत्य घटनाच होती! ऑस्ट्रियामधल्या आल्प्स पर्वतातील एका लहानशा गावातले जोडपे, त्यांच्या तीन वर्षांच्या मुलीला घेऊन वनराईत फिरायला गेले होते. ती मुलगी आई-वडिलांच्या दृष्टिआड क्षणभरच गेली आणि तेवढेच निमित्त पुरले. ती एका बर्फाळ तळ्यात पडली. सैरभैर झालेल्या आई-वडिलांनी तिच्या पाठोपाठ तळ्यात उड्या मारल्या; परंतु त्यांना ती अखेरीस तळ्याच्या तळाला सापडली, तोवर तीस मिनिटे होऊन गेली होती. त्यांनी तिला वर खेचून किनाऱ्यावर आणली. त्यांच्या सेलफोनवरून त्यांनी इमर्जन्सी रिस्पॉन्स टीमशी (आणीबाणीच्या वेळी मदत करणारा गट) संपर्क साधला आणि त्यांनी दिलेल्या सूचनांनुसार, त्यांनी हृदय व फुफ्फुसांना नव्याने चेतना देण्याची प्रक्रिया (Cardiopulmonary Resuscitation) सुरू केली.

वाचवणारी टीम तिथे आठ मिनिटांमध्ये पोहोचली आणि त्यांनी त्या मुलीच्या परिस्थितीबद्दल पहिली नोंद केली. ती म्हणजे, ती प्रतिसाद देत नव्हती. तिचा रक्तदाब जाणवत नव्हता, नाडी लागत नव्हती आणि श्वसन चालू नव्हते. तिच्या

देहाचे तापमान ६६°वर आलेले होते. तिच्या डोळ्यांच्या बाहुल्या आकाराने मोठ्या झाल्या होत्या आणि उजेडाला त्या प्रतिसाद देत नव्हत्या. याचाच अर्थ असा होता की, मेंदूने आपले कार्य थांबवले होते. ती गेल्यातच जमा होती.

तरीसुद्धा इमर्जन्सी टेक्निशिअन्सनी 'कार्डिओ पल्मनरी रीसस्किटेशन'– हृदय आणि फुप्फुसांना नवचेतना देण्याचे काम चालूच ठेवलेले होते. हेलिकॉप्टर तिला सर्वांत जवळ असलेल्या हॉस्पिटलमध्ये घेऊन गेले. तिथे तिला थेट ऑपरेटिंग-रूममध्ये ठेवण्यात आले. आणीबाणीच्या परिस्थितीत इलाज करणाऱ्या टीमने तिला 'गर्नी'ला (उंची कमी-जास्त करता येते, असे चाकावर उभे केलेले स्ट्रेचर) बांधून टाकून तिच्या छातीवर दाब द्यायला सुरुवात केली. शल्यविशारदच्या टीमने तिला शक्य तेवढ्या त्वरेने 'हार्ट लंग बायपास मशीन'ला जोडले. शल्यविशारदाने तिच्या उजव्या जांघेत छेद घेऊन, डेस्कच्या आकाराच्या 'हार्ट लंग बायपास मशीन'ची सिलिकॉन रबर ट्यूब तिच्या फीमरल आर्टरीत– मांडीतल्या रोहिणीत (फुप्फुसातून शुद्ध झालेले रक्त शरीरात इतरत्र नेणारी रक्तवाहिनी) घालून शिवून टाकली आणि त्याच्या साह्याने त्या मुलीच्या शरीरातील रक्त बाहेर काढायला सुरुवात केली. मग आणखी एक ट्यूब त्यांनी त्या मुलीच्या फीमरल व्हेनमध्ये– मांडीच्या नीलेत (फुप्फुसाकडे अशुद्ध रक्त घेऊन जाणारी रक्तवाहिनी) घालून त्यातून शुद्ध केलेले रक्त तिच्या शरीरात सोडायची सोय करून दिली. पर्फ्युशनिस्टने (हार्ट-लंग बायपास मशीन चालवणारा तंत्रज्ञ) या मशीनचा पंप चालू केला. त्याने प्राणवायूची पातळी, तापमान आणि रक्तप्रवाहाचा वेग योग्य प्रमाणात ठेवला आणि बघता-बघता पांढऱ्या ट्यूबमधून तिचा रक्तप्रवाह सुरू होऊन त्या ट्यूबचा रंग किरमिजी बनला. त्यानंतरच त्यांनी तिच्या छातीवर दाब देणे थांबवले.

तिला तिथे आणून मशीन जोडायला दीड तास लागला होता. तेवढा वेळ ती निष्प्राण अवस्थेत होती. पण दोन तास झाल्यावर तिच्या देहाचे तापमान दहा अंशांनी वर आले होते आणि तिच्या हृदयाचे ठोके पडायला सुरुवात झालेली होती. तिचे हृदय सर्वांत आधी काम करू लागले होते.

सहा तासांनी, त्या मुलीच्या देहाचे तापमान ९८.६°पर्यंत वर आलेले होते. हे मानवी देहाचे योग्य असे तापमान आहे. तिच्यावर उपचार करणाऱ्यांनी तिला हार्टलंग बायपास मशीनऐवजी मेकॅनिकल व्हेंटिलेटरला जोडायचा प्रयत्न केला; परंतु तळ्यातले पाणी आणि कचरा आत गेल्यामुळे तिच्या फुप्फुसांना फारच इजा पोहोचलेली होती. त्यामुळे त्यांनी तिला आर्टिफिशियल लंग सिस्टीमला (कृत्रिम फुप्फुसाची यंत्रणा) जोडले. या यंत्राचे नाव आहे ECMO – Extra Corporeal Membrane Oxygenation. या यंत्राला जोडण्यासाठी शल्यविशारदांना तिच्या छातीचा पिंजरा विजेवर चालणाऱ्या करवतीने कापून उघडा करावा लागला. त्यांनी

ECMO मशीनमधील ट्यूब्ज त्या मुलीच्या हृदयात आणि हृदयाच्या मुख्य रोहिणीत जोडून टाकल्या.

आता ECMO मशीन काम करू लागले. शल्यविशारदांनी आता हार्टलंग बायपास मशीनच्या ट्यूब्ज् मुलीच्या जांघेतून काढून टाकल्या. त्यांनी त्या मुलीच्या जांघेतील नीला आणि रोहिणींवर (अशुद्ध रक्त फुप्फुसांकडे आणि शुद्ध रक्त बाहेर नेणाऱ्या रक्तवाहिन्या) उपचार करून त्या पूर्ववत् केल्या आणि जांघेत घेतलेला छेद शिवून टाकला. शल्यविशारदांनी आता त्या मुलीला ICU (Intensive Care Unit) मध्ये हलवून तिच्या छातीच्या उघड्या पिंजऱ्यावर निर्जंतुक केलेले प्लॅस्टिकचे आवरण टाकले. तिच्यावर उपचार करणारी टीम दिवसरात्र तिच्या फुप्फुसांमध्ये गेलेले पाणी आणि कचरा फायबर ऑप्टिक ब्राँकोस्कोप वापरून बाहेर काढण्याचे काम करत राहिली. दुसऱ्या दिवशी तिची फुप्फुसे पुरेशी बरी झाली. त्यानंतर त्यांनी तिला ECMO मशीनऐवजी मेकॅनिकल व्हेंटिलेटरला जोडली. यासाठी तिला ऑपरेटिंग-रूममध्ये नेऊन तिच्या छातीतल्या ट्यूब्ज काढाव्या लागल्या, भोके शिवावी लागली आणि छातीचा पिंजरा पूर्ववत् बंद करावा लागला.

पुढच्या दोन दिवसांत त्या मुलीची सारी इंद्रिये काम करू लागली. तिचे लिव्हर (यकृत), किडनी (मूत्रपिंड), आतडी ही सारी इंद्रिये काम करू लागली. फक्त तिचा मेंदू अजून काम करत नव्हता. CT स्कॅनवर पूर्ण मेंदूला सूज आलेली दिसली. याचाच अर्थ असा होता की, सर्वत्र थोडी इजा झालेली असली, तरी प्रत्यक्षात मेंदूचे कोणतेही भाग मृत झालेले नव्हते. हे पाहिल्यावर तिच्यावर इलाज करणाऱ्या टीमने आणखी एक गोष्ट केली. त्यांनी त्या मुलीच्या कवटीला गिरमिटने एक भोक पाडले आणि त्यातून मेंदूत एक प्रोब (माहिती मिळवण्यासाठीची तार) घुसवली आणि त्याच्या मदतीने ते मेंदूवरील दाबाची नोंद ठेवून तो दाब नियंत्रणाखाली ठेवू लागले. यासाठी ते तिला दिली जाणारी औषधे आणि द्रवपदार्थ यांवर नियंत्रण ठेवून, त्यात आवश्यक ते फेरबदल करू लागले. एक आठवडाभर ती बेशुद्धावस्थेत होती. मग हळूहळू ती शुद्धीवर येऊ लागली.

सर्वप्रथम तिच्या डोळ्यांच्या बाहुल्या उजेडाला प्रतिसाद देऊ लागल्या. त्यानंतर ती स्वत:हून श्वासोच्छ्वास करू लागली आणि एके दिवशी ती जागी झाली. अपघातानंतर दोन आठवड्यांत ती आपल्या घरी परत गेली. तिचा उजवा पाय आणि डावा हात यांना अजून पक्षाघाताचा थोडा त्रास होत होता. तिची जीभ जड झालेली होती आणि शब्द नीट उमटत नव्हते. पण तिने हॉस्पिटलमध्ये दररोज येऊन खूप उपचार घेतले. पाच वर्षांची झाल्यावर ती पूर्णपणे बरी झाली. तिच्या शारीरिक आणि मज्जासंस्थेच्या चाचणीनंतर ती पूर्ण बरी झाल्याचा निर्वाळा दिला गेला. ती आता इतर सर्वसामान्य लहान मुलींसारखीच तंदुरुस्त झालेली होती.

ही मुलगी बरी झाली, हे अत्यंत आश्चर्यजनक वाटते, त्यामागचे कारण केवळ ती मृतावस्थेत गेल्यासारख्या अवस्थेत दोन तास असूनही त्यातून बाहेर पडली, एवढेच नाही. खरे आश्चर्य वाटते, ते कुठल्या तरी हॉस्पिटलमधील लोकांना एवढ्या गुंतागुंतीचे उपचार करून तिला बरी करता आली, या त्यांच्या कर्तृत्वाचे! बुडालेल्या माणसाला वाचवताना दूरचित्रवाणीवरील कार्यक्रमांत दाखवतात, तेवढे काही ते सोपे काम नाही. अशा कार्यक्रमांमध्ये दाखवले जाते की, फुप्फुसात पाणी भरून हृदय बंद पडलेल्या माणसाच्या छातीवर काहीसा दाब दिला आणि उपचार करणाऱ्याने त्याला तोंडाद्वारे कृत्रिम श्वासोच्छ्वास दिला (Mouth-to-Mouth Resuscitation) की, तो माणूस खोकत उठून बसतो. प्रत्यक्षात हे काही एवढे सोपे नसते. या एका मुलीला वाचवण्यासाठी अनेक लोकांना हजारो प्रक्रिया योग्य प्रकारे कराव्या लागल्या होत्या. त्यांनी हार्टलंग बायपास मशीनच्या ट्यूब्ज तिच्या रक्तवाहिन्यांत घालताना त्यात हवेचा बुडबुडा जाऊ दिला नव्हता, त्या ट्यूब्ज त्यांनी निर्जंतुक ठेवल्या होत्या, तिची छाती आणि मेंदू यांचा उघडा भाग यांना त्यांनी जंतुसंसर्ग होऊ दिला नव्हता, ही सर्व यंत्रे सुरळीतपणे चालू राहतील अशी दक्षता त्यांनी घेतलेली होती. यातली कोणतीही गोष्ट करणे, हे खूपच अवघड काम असते. याखेरीज या सर्व गोष्टी योग्य क्रमाने करत जाणे, हेसुद्धा सोपे काम नाही. त्यांनी यातली एकही पायरी वगळली नाही.

बुडून, नाडी लागत नाही अशा अवस्थेत गेलेल्या मुलांपैकी अनेक जण हाती लागत नाहीत, यामागचे कारण केवळ त्यांचे देह बरे होण्यापलीकडच्या अवस्थेत गेलेले असतात, एवढेच नसते. बऱ्याचदा मशीन्स जोडतात, पण वाचवणाऱ्या गटातले लोक पुरेशा त्वरेने इलाज करू शकत नाहीत. कुणी तरी उपचार करण्यापूर्वी हात धुऊन निर्जंतुक करायलाच विसरते आणि त्यामुळे रुग्णाला जंतुसंसर्ग होतो. अशा घटना Annals of Thorasic Surgery मध्ये नमूद केल्या जात नाहीत, परंतु त्या सर्रास घडत असतात. कधी लोकांना त्याची जाणीवसुद्धा नसते.

वैद्यकशास्त्राकडून काय अपेक्षा ठेवाव्यात याबद्दल आपली दिशाभूल झालेली आहे, असे मला वाटते. ही दिशाभूल झालेली आहे पेनिसिलिनमुळे! ॲलेक्झांडर फ्लेमिंगला १९२८मध्ये लागलेल्या पेनिसिलिनच्या शोधानंतर भविष्यात आजार किंवा अपघात यांवर कसे उपचार करता येतील, याबद्दल आपल्या मनात फारच आशावादी, आकर्षक चित्र उभे राहिले. एक साधीशी गोळी किंवा इंजेक्शन, एकाच नव्हे तर अनेक रोगांना बरे करू शकेल, अशी आपली समजूत होऊन बसली. पूर्वी असाध्य असलेले अनेक संसर्गजन्य रोग पेनिसिलिनमुळे बरे होताना आपल्याला दिसतच होते ना! पेनिसिलिनसारखीच अन्य औषधे वेगवेगळ्या प्रकारचे कॅन्सर का बरे करू शकणार नाहीत? भाजल्याच्या जखमा बऱ्या करणारे रामबाण औषध का

बरे निर्माण केले जाणार नाही? हृद्रोग आणि पक्षाघाताचे झटके आले की, रुग्ण त्यातून पूर्णपणे बरा होईल असे रामबाण औषध बनवणे का बरे शक्य होणार नाही? आपल्या अपेक्षा भलत्याच वाढल्या.

परंतु वैद्यकशास्त्रात असे चमत्कार घडून आले नाहीत. पेनिसिलिनचा शोध लागून शतक होत असले, तरी अजूनही बरेचसे रोग बरे करणे शक्य झालेले नाही. सर्व रोगांवर एकच रामबाण औषध काढता आलेले नाही. ज्या रोगांवर पूर्वी पेनिसिलिन लागू पडत असे, ते रोगसुद्धा आता पेनिसिलिनला दाद देईनासे झालेले आहेत. सर्व प्रकारच्या सूक्ष्म रोगजंतूंवर पेनिसिलिन लागू पडत नसेच, परंतु ज्या सूक्ष्म जंतूंना पेनिसिलिन पूर्वी मारत असे, ते सूक्ष्म जंतुसुद्धा आता पेनिसिलिनमुळे मरत नाहीत. जंतुसंसर्ग झाला की, आजकाल त्या जंतूंच्या प्रकारानुरूप औषध द्यावे लागते. कधी कधी तर एकाच प्रकारच्या सूक्ष्म जंतूंवर वेगवेगळ्या औषधांचा मारा करणे भाग पडते. सूक्ष्म जंतूंचा वेगवेगळ्या औषधांना होणारा प्रतिकार, रुग्णाची स्थिती आणि रुग्णाच्या कोणत्या इंद्रियांना जंतुसंसर्ग झालेला आहे, या सर्व गोष्टी लक्षात घेऊन मग वेगवेगळी औषधे द्यावी लागतात. पूर्वी 'सब रोग - एक इलाज' अशी आपली पेनिसिलिनमुळे जी धारणा झालेली होती, ती परिस्थिती आता बदललेली आहे. त्या बुडलेल्या लहानगीवर जसे विविध उपचार करावे लागले होते, तीच परिस्थिती जंतुसंसर्गावरील इलाजांबाबत झालेली आहे. वैद्यकशास्त्रात पराकोटीच्या गुंतागुंतीवर काबू ठेवणे गरजेचे बनले आहे आणि इतकी पराकोटीची गुंतागुंत आटोक्यात ठेवणे माणसाला शक्य होणार आहे की नाही, हा एक प्रश्नच आहे.

WHO च्या – वर्ल्ड हेल्थ ऑर्गनायझेशनच्या – रोगांच्या आंतरराष्ट्रीय वर्गवारीच्या नवव्या आवृत्तीत विविध प्रकारचे तेरा हजार रोग नमूद करण्यात आले आहेत. याचाच अर्थ असा की, तेरा हजार प्रकारे आपले शरीर निकामी होऊ शकते. यातील जवळजवळ सर्व समस्यांच्या निराकरणासाठी विज्ञानाने आपल्याला उपाय दिलेले आहेत. आपल्याला जरी रोग बरे करता आले नाहीत, तरी त्यांच्यापासून होणारी इजा आणि वेदना कमी करता येते. परंतु वेगवेगळ्या रोगांवर इलाज करण्याच्या पद्धती वेगवेगळ्या आहेत आणि त्या फारच क्वचित वेळा सरळ-साध्या असतात. बऱ्याचदा उपचारपद्धत गुंतागुंतीचीच असते. उपचार करणाऱ्यांच्या हाती आता वेगवेगळी सहा हजार औषधे आणि वेगवेगळ्या औषधोपचारांच्या आणि शस्त्रक्रियेच्या चार हजार प्रणाली आहेत. यांपैकी प्रत्येक गोष्टीसाठी वेगवेगळ्या आवश्यकता असतात आणि प्रत्येक गोष्टीचे वेगवेगळे धोके असतात. अनेक गोष्टी योग्य प्रकारे करण्याची कसरत करणे आवश्यक असते!

बोस्टनमधील केनगोआर स्क्वेअरमध्ये माझ्या हॉस्पिटलचे सदस्यत्व असलेले एक

कम्युनिटी क्लिनिक आहे. 'क्लिनिक' हा शब्द छोटीशी जागा ध्वनित करत असला, तरी ही जागा अजिबात चिमुकली नाही. या क्लिनिकची स्थापना १९६९मध्ये करण्यात आली आणि आता ते 'हार्वर्ड व्हॅन्गार्ड' या नावाने ओळखले जाते. रुग्णांना आयुष्यभरासाठी सर्व प्रकारची आउटपेशंट (हॉस्पिटलमध्ये दाखल न होता) सेवा पुरवणे, हा या क्लिनिकमागचा हेतू होता. या हेतूनुसार, सुविधा पुरवण्याचा प्रयत्न हे क्लिनिक सातत्याने करत आलेले असले, तरी ही गोष्ट सोपी नाही. वैद्यकशास्त्रात झालेल्या पराकोटीच्या विस्तारामुळे या क्लिनिकमध्ये वेगवेगळ्या वीस सुविधा पुरवण्याची सोय करावी लागली असून, त्यात सहाशे पगारी डॉक्टर्स आणि अन्य हजार वैद्यकीय मदतनीस तैनात आहेत. त्यात एकूण साठ प्रकारच्या विशेष सेवा पुरवल्या जात आहेत. क्लिनिकची स्थापना झाली, तेव्हा यातील अनेक विशेष सेवा अस्तित्वातसुद्धा नव्हत्या. लिफ्टमधून पाचव्या मजल्यावर बाहेर पडले, तरी जनरल सर्जरी डिपार्टमेंटमध्ये पोहोचायला मला मोजून पन्नास पावले चालावे लागते. पन्नास पावलांचे हे अंतर चालून जाताना मला जनरल इंटर्नल मेडिसिन (शरीराच्या अंतर्भागाबद्दलचे सर्वसाधारण वैद्यकशास्त्र), एन्डोक्रिनॉलॉजी (एन्डोक्रिन या स्रावक ग्रंथींबद्दलचे वैद्यकशास्त्र), जेनेटिक्स (मानववंशशास्त्र), हँड सर्जरी, लॅबोरेटरी टेस्टिंग, नेफ्रॉलॉजी (मूत्रपिंडांबाबतचे वैद्यकशास्त्र), ऑप्थॅल्मॉलॉजी (नेत्रचिकित्सा), ऑर्थोपेडिक्स (हाडवैद्यक), रेडिऑलॉजी (एक्स-रे), युरॉलॉजी (मूत्राशयाबाबतचे वैद्यकशास्त्र) इतक्या साऱ्या सुविधांची दालने ओलांडून जावे लागते आणि केवळ पन्नास पावले भरतील एवढ्या वाटेच्या दुतर्फा एवढी दालने आहेत.

आधुनिक वैद्यकशास्त्रातील गुंतागुंत सुलभ करण्यासाठी आम्ही त्याची विभागणी अनेक विशेष शास्त्रांमध्ये केली आहे. परंतु असे असूनही पुढे उभे राहणारे काम दडपण आणेल, एवढ्या गुंतागुंतीचे असते. हॉस्पिटलमध्ये, जनरल सर्जरीच्या कॉलवर केवळ एकाच दिवसात मला किती वेगवेगळ्या गोष्टी कराव्या लागल्या, ते वानगीदाखल उद्धृत करतो आहे.

प्रसूतिकक्षात पंचवीस वर्षांच्या स्त्रीला ओटीपोटात उजवीकडे तीव्र वेदना होत होत्या. तिला ताप आलेला होता आणि मळमळत होते. त्यामुळे ॲपेंडिसायटिसची शंका येत होती. परंतु ती गर्भार असल्यामुळे गर्भाला इजा पोहोचेल, या भीतीपायी तिचा CT SCAN करून ॲपेंडिक्सबद्दल खातरजमा करून घेणे शक्य नव्हते. या स्त्रीची तपासणी करण्यासाठी मला प्रसूतिकक्षात बोलावले गेले. त्यानंतर स्त्रीरोगाच्या कर्करोगतज्ज्ञाने मला ऑपरेटिंग-रूममध्ये बोलावून घेतले. या स्त्रीच्या ओव्हरीवरची (बीजांडकोषावरची) मांसल गाठ काढून टाकल्यावर शंका उपस्थित झाली होती की, तो स्वादुपिंडाच्या कर्करोगाचा विस्तार असेल की काय? माझ्या सहकाऱ्याने मला तिचे स्वादुपिंड तपासून बायॉप्सी (त्याचा तुकडा काढून कर्करोगाच्या परीक्षणासाठी

पाठवणे) करण्याची गरज आहे का, याबद्दल सल्ला देण्याची विनंती केली होती. जवळपासच्या एका हॉस्पिटलमधील डॉक्टरने त्यांच्या ICU (इंटेसिव्ह केअर युनिट) मधील रुग्णाला आमच्याकडे हलवण्याबाबत विनंती केली होती. या रुग्णाच्या कर्करोगाची मोठी गाठ तिच्या मूत्रपिंडाला आणि मोठ्या आतड्याला अडथळा आणून रक्तस्राव घडवत होती आणि तो रक्तस्राव त्यांना आटोक्यात आणता येत नव्हता. शरीरांतर्गत वैद्यकीय उपचार करणाऱ्या कक्षाकडून मला एकसष्ट वर्षांच्या रुग्णाला तपासण्यासाठी विनंती करण्यात आली. या माणसाला एम्फीसीमा हा विकार झाल्यामुळे त्याची फुप्फुसे अकार्यक्षम झालेली होती. सतत धाप लागत असल्यामुळे त्याच्या पृष्ठभागाच्या हाडांवर शस्त्रक्रिया करणे शक्य झालेले नव्हते. आता त्याच्या मोठ्या आतड्याला भरपूर जंतुसंसर्ग झालेला होता. तीव्र डायव्हर्टिक्युलायटीसमुळे (मोठ्या आतड्याच्या भित्तिकांना सूज येणे) तो बेजार झालेला होता. तीन दिवस अँटिबायोटिक्स देऊनसुद्धा त्याची स्थिती खालावत चाललेली होती आणि त्यावर शस्त्रक्रिया हा एकच उपाय उरलेला होता. आणखी वेगळी वैद्यकीय सुविधा पुरवणाऱ्या कक्षाने मला एका बावन्न वर्षीय रुग्णाबाबत सल्ला विचारण्यासाठी बोलावले. या माणसाला मधुमेह, कॉरोनरी आर्टरी डिसीज (हृदयातील रोहिणीचा विकार), उच्च रक्तदाब, मूत्रपिंड दीर्घकाळ निकामी असणे, अत्यंत लठ्ठपणा, स्ट्रोक (मेंदूच्या कुठल्या तरी भागाचा रक्तपुरवठा बंद झाल्यामुळे मेंदूचा तो भाग अकार्यक्षम बनणे) आणि पीळ पडलेला जांघेतला हर्निया इतक्या व्याधींचा त्रास होत होता. त्यानंतर एका इंटर्निस्टने, एका तरुण वयाच्या, एरवी निरोगी असलेल्या परंतु गुदद्वारात पू झालेले गळू छाटण्याची गरज असलेल्या एका रुग्ण स्त्रीबद्दल माझा सल्ला विचारला.

इतक्या विविध प्रकारचे आणि गुंतागुंतीचे रोग असलेले रुग्ण मला एकाच दिवशी तपासावे लागले होते. या सहा रुग्णांच्या अगदी वेगवेगळ्या सहा वैद्यकीय समस्या होत्या आणि त्यांच्याबाबत याखेरीज आणखी सव्वीस इतर निदाने करणे गरजेचे ठरले होते. माझ्याखेरीज इतर कुणाचेही काम इतके गुंतागुंतीला सामोरे जाणारे नसेल, असे म्हणायचा मोह मला होणे स्वाभाविक होते; पण आजकाल प्रत्येक व्यवसायातच अशा गुंतागुंतीला सामोरे जावे लागते. हार्वर्ड व्हॅनगार्ड क्लिनिकच्या वैद्यकीय अहवाल राखणाऱ्या खात्याला मी विचारले की, सर्वसाधारणतः एका डॉक्टरला वर्षभरात किती प्रकारच्या वैद्यकीय समस्यांचे निराकरण करावे लागते, ही माहिती ते कम्प्युटरवरून शोधू शकतील का? त्यांच्याकडून आलेले उत्तर ऐकून मी चक्रावून गेलो. वर्षभरात एका डॉक्टरने स्वतःच्या ऑफिसात तपासलेले रुग्ण (यात हॉस्पिटलमध्ये तपासलेल्या रुग्णांचा समावेश नाही) २५० वेगवेगळ्या व्याधी आणि लक्षणे घेऊन आलेले असतात. या रुग्णांना नऊशेहून

जास्त अन्य वैद्यकीय समस्या असतात आणि त्यासुद्धा विचारात घ्याव्या लागतात. प्रत्येक डॉक्टर वेगवेगळी तीनशे औषधे लिहून देतो, शंभराहून जास्त लॅबोरेटरी टेस्ट करून घेतो आणि सरासरी चाळीस वेगवेगळे इलाज करतो. त्यात लसीकरणापासून अस्थिभंग सांधणे, अशा विविध गोष्टींचा अंतर्भाव असतो.

ऑफिसात तपासलेल्या रुग्णांचे अहवाल पाहता सर्व प्रकारच्या रोगाचे निदान डेटाबेसमध्ये घालणे शक्य झाले नव्हते. बरीच निदाने करताना 'अन्य रोग' एवढाच शेरा दिलेला आढळला. घाईगर्दीच्या दिवशी तुम्हाला नेहमीपेक्षा दोन तास उशीर झालेला असताना आणि प्रतीक्षा करणारे रुग्ण क्रुद्ध झालेले असताना तुम्ही कम्प्युटरमधील अहवालामध्ये निदानाची सविस्तर नोंद करत बसत नाही. परंतु सविस्तर नोंद करण्याएवढा वेळ तुमच्या हाताशी असतानासुद्धा बऱ्याचदा तुमच्या लक्षात येते की, तुमच्या रुग्णाला झालेल्या रोगाचा कम्प्युटर डेटाबेसमध्ये समावेश करण्याची सोयच केली गेलेली नाही.

कम्प्युटरवर अहवालांची नोंद करण्यासाठी अमेरिकेत जे सॉफ्टवेअर वापरले जाते, त्यात अलीकडे शोध लागलेल्या विविध रोगांचा समावेशच केला गेलेला नाही. मला एकदा गँग्लिओन्यूरोब्लास्टोमा (अॅड्रिनल ग्रंथींना येणारी वेगळ्या प्रकारची गाठ) झालेला रुग्ण तपासावा लागला आणि एकदा 'ली फ्राऊमेनी सिन्ड्रोम' नावाची आनुवंशिक व्याधी असलेला रुग्ण तपासावा लागला. ली फ्राऊमेनी सिन्ड्रोम असलेल्या व्यक्तीच्या मुलांच्या शरीरातील सर्व इंद्रियांमध्ये कर्करोगाचा प्रादुर्भाव होतो. कम्प्युटरवर या दोन्ही रोगांची नोंद करण्याची सोय करण्यात आलेली नव्हती. अहवालात मी या रोगांचा उल्लेख फक्त 'अन्य रोग' एवढाच करू शकलो. शास्त्रज्ञ नवनवीन आनुवंशिक रोग आणि कर्करोगाचे नवे उपप्रकार शोधून काढत आहेत आणि इतर नवी निदाने व नवे इलाजसुद्धा आठवड्यागणिक शोधले जात आहेत. गुंतागुंतीची माहिती इतक्या झपाट्याने वाढते आहे की, कम्प्युटर्सचा विकाससुद्धा अपुरा पडतो आहे.

केवळ ज्ञानाच्या अफाट विस्तारामुळेच वैद्यकशास्त्र गहन गुंतागुंतीचे बनलेले नाही; तर ते वापरून इलाज करणे, ही गोष्टसुद्धा बिकट बनत चाललेली आहे. हे काम किती भयावह आहे याचे दर्शन हॉस्पिटलमध्ये स्पष्टपणे घडते. बुडलेली ती चिमुरडी बरी होत असताना, जिथे तिचे वास्तव्य होते, त्या इन्टेन्सिव्ह केअर युनिटमध्ये हे चित्र स्पष्टपणे दिसते.

इन्टेन्सिव्ह केअर किंवा 'अतिदक्षता' हा फार ढोबळ शब्द झालाय. त्या-त्या शाखेचे विशेषज्ञ त्यांच्या कामाला 'क्रिटिकल केअर' – 'निर्णायक अतिदक्षता' म्हणणे पसंत करतात. परंतु या शब्दानेसुद्धा पुरेसा बोध होत नाही. वैद्यकीय परिभाषेत समाविष्ट नसलेली 'लाईफ सपोर्ट (जगण्यासाठी आधारभूत)' ही संज्ञा

अधिक अर्थवाही आहे. मानवी देह आजकाल कोणकोणत्या आघातांतून तरून जाऊ शकतो, याची यादी धक्कादायक आहे. चिरडून जाणे, भाजणे, बाँबहल्ल्यात सापडणे, मुख्य रोहिणी फुटणे, मोठे आतडे फाटणे, हृदयविकाराचा अत्यंत तीव्र झटका येणे, जोरदार जंतुसंसर्ग होणे या सर्व गोष्टी एके काळी नेहमीच जिवावर बेतत असत. आता त्यातून वाचणे, ही नित्याची गोष्ट झालेली आहे. याचे बरेचसे श्रेय जाते अतिदक्षता (ICU) विभागाकडे! निकामी झालेल्या इंद्रियांचे पर्यायी काम करणाऱ्या ज्या यंत्रणा अतिदक्षता विभागाने शोधून काढल्या आहेत, त्यामुळे जीवितहानीचे प्रमाण खूपच कमी झाले आहे. यासाठी विविध प्रकारचे तंत्रज्ञान आवश्यक असते. तुमची फुप्फुसे काम करत नसली, तर मेकॅनिकल व्हेंटिलेटर (हे यंत्र श्वासोच्छ्वासाच्या क्रियेला बळ देते किंवा श्वासोच्छ्वास पूर्णत: कृत्रिमरीत्या चालू ठेवते.) आणि कधी कधी ट्रॅकिओटॉमी ट्यूब (गळ्यावर आणि श्वसननलिकेवर छेद घेऊन त्यात बसवलेली नळी. तोंडाद्वारे किंवा नाकाद्वारे नीट श्वासोच्छ्वास घेता येत नसेल, तर हवा पुरवण्यासाठी ही नळी घालतात.) वापरली जातात. एऑर्टिक बलून पंप (हे यंत्र एओर्टा या प्रमुख रोहिणीवर बसवलेले असते. त्यामुळे हृदयाच्या स्नायूंना प्राणवायूचा जास्त पुरवठा होऊन हृदयाचे स्पंदन गतीने होऊ लागते. त्यामुळे शरीराला होणारा रक्तपुरवठा वाढतो.) हृदयविकारात वापरला जातो. मूत्रपिंडे काम करत नसली, तर डायलिसिस मशीन (निकामी झालेल्या मूत्रपिंडांचेच कार्य करणारे यंत्र) आवश्यक असते. तुम्ही बेशुद्ध अवस्थेत खाऊ शकत नसलात, तर शस्त्रक्रियेद्वारा सिलिकॉनची नळी तुमच्या जठरात किंवा आतड्यांमध्ये घालून तुम्हाला द्रवरूपी अन्न पोहोचवण्याची सोय करता येते. तुमच्या आतड्यांना प्रमाणाबाहेर इजा झाली असली, तर ॲमिनो ॲसिड्स, फॅटी ॲसिड्स आणि ग्लुकोजचे मिश्रण थेट तुमच्या रक्तप्रवाहात सोडता येते.

एकट्या अमेरिकेतच दर दिवशी अतिदक्षता विभागात नव्वद हजार लोक दाखल केले जातात. वर्षभरात अंदाजे पन्नास लाख लोकांना अतिदक्षता विभागात जाण्याची वेळ येते आणि सर्वसाधारण आयुर्मर्यादा गाठलेल्यांपैकी जवळजवळ प्रत्येकावरच ती वेळ केव्हा ना केव्हा येते. अतिदक्षता विभागातील या विविध यंत्रांशी अनेक प्रकारच्या औषधांचा वापर निगडित असतो. अपुऱ्या दिवसांची जन्मलेली बालके, अपघातामुळे स्ट्रोक आलेले किंवा हृदयविकाराचा झटका आलेले रुग्ण; ज्या रुग्णांच्या मेंदूवर, हृदयावर, फुप्फुसांवर किंवा मुख्य रक्तवाहिन्यांवर शस्त्रक्रिया करण्यात आलेली आहे, अशा रुग्णांसाठी अतिदक्षता विभाग पुरवत असलेली सेवा हा रुग्णसेवेचा रुग्णालयातला प्रमुख भाग बनत चाललेला आहे. पन्नास वर्षांपूर्वी अतिदक्षता विभाग जवळजवळ अस्तित्वातच नव्हता. आज कोणत्याही दिवशी, मी काम करत असलेल्या हॉस्पिटलमध्ये सातशेपैकी एकशेपंचावन्न रुग्ण अतिदक्षता विभागात असतात. अतिदक्षता

विभागातील रुग्ण तेथे सरासरी चार दिवस वास्तव्य करतो आणि तेथे दाखल झालेल्या रुग्णांपैकी ८६% रुग्ण बचावतात. अतिदक्षता विभागात दाखल होऊन मेकॅनिकल व्हेंटिलेटरवर टाकले जाणे, तुमच्या देहात नळ्या आणि तारा घुसवल्या जाणे म्हणजे मृत्युदंडाची शिक्षा नसते. परंतु या काळात तुमची स्थिती वाचण्याच्या दृष्टीने दोलायमान मात्र नक्कीच असते.

पंधरा वर्षांपूर्वी इस्त्राईलमधील शास्त्रज्ञांनी एक शोधनिबंध प्रकाशित केला. त्यात अतिदक्षता विभागात दिल्या जाणाऱ्या रुग्णसेवेची पाहणी इंजिनिअर्सनी चोवीस तास एवढ्या कालावधीसाठी अनेकदा केली होती. त्यांना त्यांच्या पाहणीत आढळले होते की, प्रत्येक रुग्णावर दर दिवशी सरासरी १७८ वेळा प्रक्रिया कराव्या लागतात. त्यात औषध पाजण्यापासून फुप्फुसातील घाण वर खेचून घेण्यापर्यंतच्या सर्व प्रकारच्या प्रक्रियांचा समावेश होता. यातील प्रत्येक प्रक्रिया करताना काही तरी धोका उद्‌भवण्याची शक्यता असते. आश्चर्याची गोष्ट म्हणजे, यातील प्रक्रिया करताना डॉक्टर्स किंवा परिचारिकांकडून चुका घडण्याचे प्रमाण फक्त १% इतके अत्यल्प होते, पण तरीसुद्धा १% चुकीचे प्रमाण म्हणजे दिवसागणिक प्रत्येक रुग्णावर प्रक्रिया करताना दोन चुका घडत होत्या. अतिदक्षता विभागातील उपचार यशस्वी होण्यासाठी अशा प्रकारच्या चुकांमुळे होणारे नुकसान कमीत कमी असणे गरजेचे असते. ही गोष्ट साध्य करणे अवघड काम आहे. फक्त काही दिवस अंथरुणावर बेशुद्धाअवस्थेत पडून राहण्यातसुद्धा अनेक धोके असतात. स्नायूंची झीज आणि ऱ्हास होऊ लागतो. हाडांची घनता कमी होऊ लागते. दाब आल्यामुळे कातडीला क्षते पडू लागतात. रक्तवाहिन्यांमध्ये रक्ताच्या गुठळ्या होऊ लागतात. रुग्णाचे शिथिल झालेले अवयव आखडून जाऊ नयेत, म्हणून दररोज त्यांना ताणून व्यायाम द्यावा लागतो. दिवसातून निदान दोनदा तरी कातडीखाली रक्त पातळ करणाऱ्या औषधांची इंजेक्शन्स द्यावी लागतात. बिछान्यात पडून असलेल्या रुग्णाची दर काही तासांनी कूस बदलावी लागते. त्याच्या देहातली नळी किंवा तार यांना धक्का न लावता रुग्णाला अंघोळ घालून त्यांचे पलंगपोस बदलावे लागतात. रुग्णाच्या तोंडात सूक्ष्म जंतूंचा प्रादुर्भाव होऊन त्याला न्यूमोनिआ होऊ नये म्हणून, त्यांचे दात दिवसातून दोनदा घासावे लागतात. त्यातच रुग्ण जर मेकॅनिकल व्हेंटिलेटर किंवा डायलिसिस मशीनवर असेल किंवा त्याच्या उघड्या जखमेची काळजी घ्यायची असेल, तर ही कामे आणखीच अवघड होऊन बसतात.

माझ्या रुग्णांपैकी एकाचे उदाहरण सांगितले, तर ही गोष्ट व्यवस्थितपणे स्पष्ट होईल. अँथनी डी फिलिपो हा एव्हरेस्ट, मॅसॅच्युसेट्स येथे राहणारा अठ्ठेचाळीस वर्षांचा गृहस्थ लिमोझीनचा ड्रायव्हर म्हणून काम करत होता. हर्निया आणि गॉलस्टोन (पित्ताश्‍नरी– पित्ताशियात असलेले खडे) यांच्यावरील शस्त्रक्रियेच्या

वेळी त्याला रक्तस्राव सुरू झाला. शल्यविशारद रक्तस्राव थोपवू शकला, परंतु डी फिलिपोच्या यकृताची (लिव्हर) खूपच हानी झाली आणि त्यानंतरच्या काही दिवसांत त्याची स्थिती इतकी खालावली की, त्या कम्युनिटी हॉस्पिटलमध्ये (जनता रुग्णालयात) त्याच्यावर योग्य ते उपचार करणे अशक्य झाले. त्याची स्थिती नियंत्रणाखाली आणून पुढे काय करणे आवश्यक आहे, हा निर्णय घेण्यासाठी मी त्याला आमच्या हॉस्पिटलमध्ये हलवण्यासाठी संमती दिली. रविवारी पहाटेस दीड वाजता तो आमच्या अतिदक्षता विभागात दाखल झाला, तेव्हा त्याचे राठ काळे केस घामाने थबथबलेल्या कपाळाला चिकटून बसलेले होते. त्याचे शरीर लटलट कापत होते आणि त्याच्या हृदयाचे ठोके मिनिटागणिक ११४ एवढ्या जलद गतीने पडत होते. ताप, शरीराला बसलेला हादरा (ट्रॉमा) आणि रक्तातले प्राणवायूचे घटलेले प्रमाण यामुळे त्याला बुद्धिभ्रम झालेला होता.

''मला इथून बाहेर पडू द्या! बाहेर पडू द्या मला!'' तो बरळत होता. तो त्याचा गाऊन, ऑक्सिजन मास्क, पोटावरील जखमेवरचे बँडेज या साऱ्या गोष्टी ओरबाडून बाजूला करू पाहत होता.

''टोनी, काळजी करू नकोस! तू बरा होशील. तू हॉस्पिटलमध्ये आहेस!'' एक परिचारिका त्याला चुचकारत म्हणाली.

त्याने तिला बाजूला ढकलले. तो चांगलाच आडदांड माणूस होता. त्याने आपले पाय जोरात हलवून अंथरुणाबाहेर काढायचा प्रयत्न केला. आम्ही त्याला दिले जाणारे प्राणवायूचे प्रमाण वाढवले. त्याची मनगटे कापडी पट्टीने बांधून ठेवली आणि सुसंगत युक्तिवाद करून त्याला शांत करण्याचा प्रयत्न केला. अखेरीस तो थकून गेला आणि त्याने तपासणीसाठी त्याचे रक्त काढू दिले. त्याला जैवप्रतिरोधके (अँटिबायोटिक्स) देण्यात आम्हाला यश आले.

रक्ततपासणीनंतर आलेल्या अहवालावरून यकृत (लिव्हर) निकामी झाल्याचे दिसले आणि रक्तातील पांढऱ्या पेशींचे प्रमाणसुद्धा खूप वाढलेले होते. त्यावरून जंतुसंसर्ग झाल्याचे स्पष्ट झाले. त्याच्या कॅथेटरला जोडलेली, मूत्र जमा करण्यासाठीची पिशवी पूर्णपणे रिकामी होती. त्यावरून त्याची मूत्रपिंडे निकामी झाल्याचे स्पष्ट झाले. पुढच्या काही तासांत त्याचा रक्तदाब कमी-कमी होत गेला, त्याचा श्वसनवेग वाढला आणि तो बुद्धिभ्रमाकडून बेशुद्धावस्थेकडे जाऊ लागला. मेंदूसकट त्याची सर्व इंद्रिये काम करेनाशी झाली होती.

त्याच्या सर्वांत जवळच्या आप्त व्यक्तीला, त्याच्या बहिणीला, मी बोलावून घेतले आणि तिला सत्य परिस्थितीची कल्पना दिली. ती म्हणाली, ''शक्य असतील ते सारे प्रयत्न करा.'' त्यामुळे आम्ही शक्य तेवढे प्रयत्न केले. आम्ही त्याला भूल देण्यासाठी इंजेक्शन दिले आणि निवासी डॉक्टरने त्याच्या श्वसननलिकेत

श्वसनासाठी नळी घातली. दुसऱ्या एका निवासी डॉक्टरने त्याच्या उताण्या उजव्या मनगटातून त्याच्या रेडिअल आर्टरीत (कोपरापासून मनगटाकडे जाणारी रोहिणी) दोन इंच लांबीची पातळ सुई आणि कॅथेटर (लांब, कमी व्यासाची लवचीक नळी) घुसवला आणि तो कॅथेटर त्याच्या मनगटाला रेशमी धाग्याने शिवून टाकला. त्यानंतर याच निवासी डॉक्टरने त्याच्या मानेच्या डाव्या बाजूकडील ज्युग्युलर व्हेनमध्ये (डोक्याकडून हृदयाकडे दूषित रक्त आणणाऱ्या दोन नीला. या व्हीना-केव्हा या प्रमुख नीलेला जाऊन मिळतात.) बारा इंची कॅथेटर घुसवला. हा कॅथेटर तिने जागेवर शिवून टाकला. एक्स-रे काढल्यानंतर या कॅथेटरचे टोक व्हीना-केव्हामध्ये (अशुद्ध रक्त हृदयाकडे आणणारी प्रमुख नीला. हिचा व्यास खूप मोठा असतो), हृदयाच्या प्रवेशद्वारापाशी पोहोचल्याचे पाहिल्यावर या निवासी डॉक्टरने एक आणखी जाड अशी तिसरी नळी त्याच्या छातीच्या उजवीकडल्या वरच्या भागातून सर्वांत वरच्या बरगडीखाली खोलवर असलेल्या सबक्लेव्हिअन व्हेनमध्ये (डाव्या आणि उजव्या हातातून येऊन व्हीना-केव्हाला मिळणाऱ्या नीला) घातली. ही नळी डायलिसिससाठी (निकामी मूत्रपिंडांचे काम करण्यासाठी मशीनचा वापर करणे) घालण्यात आलेली होती.

आम्ही श्वसनासाठी घातलेली नळी व्हेंटिलेटरच्या पाईपला जोडली आणि दर मिनिटागणिक १००% प्राणवायू चौदा वेळा देण्याची सोय केली. रक्तातील प्राणवायूची पातळी आम्हाला हवी तेवढी होईपर्यंत आम्ही व्हेंटिलेटरचा दाब आणि प्राणवायूचा प्रवाह कमी-जास्त करत राहिलो. मुख्य रोहिणीत घातलेल्या नळीमुळे आम्हाला त्यातील रक्तदाबाची माहिती सातत्याने मिळत होती. रक्तदाब योग्य पातळीवर येईपर्यंत आम्ही त्यासाठीची औषधे कमी किंवा जास्त प्रमाणात देत गेलो. त्याच्या ज्युग्युलर व्हेनमध्ये घातलेल्या नळीमुळे त्यातील रक्तदाब आम्हाला कळत होता आणि तो योग्य पातळीवर ठेवण्यासाठी त्याला शिरेतून दिल्या जाणाऱ्या द्रावावर आम्ही नियंत्रण ठेवत होतो. त्याच्या सबक्लेव्हिअन व्हेनमध्ये घातलेली नळी आम्ही डायलिसिस मशीनमधील नळीला जोडून टाकली, त्यामुळे दर काही मिनिटांनी त्याच्या शरीरातील सर्व रक्त या कृत्रिम मूत्रपिंडातून शुद्ध केले जाऊन पुन्हा त्याच्या देहात भरले जाऊ लागले. इथे-तिथे थोडेसे बदल करून आम्ही त्याच्या रक्तातील पोटॅशिअम आणि सोडिअम योग्य पातळीवर ठेवू शकत होतो. तो जणू आमच्या हातातले एक साधेसुधे यंत्रच बनला होता!

पण अर्थातच हे काही खरे नव्हते. आमच्या हाती फक्त गाडीच्या इंजिनाचे नियंत्रण असताना, ती अठरा चाकांची गाडी पर्वतावरून गडगडत खाली येत असल्यासारखी ही परिस्थिती होती. या रुग्णाचा रक्तदाब आटोक्यात ठेवण्यासाठी त्याच्या शिरेतून अनेक गॅलन द्राव भरावा लागत होता आणि त्या द्रावातून ढिगावारी

औषधे द्यावी लागत होती. त्याला शक्य तेवढा व्हेंटिलेटरचा आधार दिला जात होता. त्याच्या देहाचे तापमान १०४°फॅ. पर्यंत चढले. इतकी इंद्रिये निकामी झालेली असताना ५% हून कमी रुग्ण बरे होऊन घरी जातात. एखादी साधीशी चूक त्यांच्या जिवावर बेतू शकते.

असे असले, तरी डी फिलिपोच्या प्रकृतीत दहा दिवस सुधारणा होत गेली. त्याच्या आधीच्या शस्त्रक्रियेदरम्यान त्याच्या यकृताला पोहोचलेली हानी, ही त्याची मुख्य समस्या होती. त्याच्या यकृतातून पित्त वाहून आणणारी मुख्य नलिकाच त्या शस्त्रक्रियेच्या वेळी कापली गेली होती आणि त्यातून पित्त बाहेर वाहत होते. ही गोष्ट अत्यंत घातक असते. हे पित्त त्याच्या अन्नातली आणि देहाच्या अंतर्भागातली चरबी वितळवून त्याचा देह आतून पोखरत होती. त्यामुळे त्याच्या प्रकृतीत थोडे संतुलन आणता आल्यावर आम्ही एक तात्पुरती उपाययोजना केली. CT (CT SCAN– अणूपासून उत्सर्जित झालेल्या प्रभावी किरणांचा वापर करून काढलेली शरीराची पारदर्शक प्रतिमाचित्रे व संगणकाच्या साह्याने या प्रतिमाचित्रांची केलेली मीमांसा) च्या मदतीने आम्ही रेडिओलॉजिस्टना (क्ष-किरणांचे तज्ज्ञ डॉक्टर) या रुग्णाचे वाहणारे पित्त जमा करण्यासाठी त्याच्या यकृताच्या कापल्या गेलेल्या नळीत एक प्लॅस्टिकची पिशवी घालायची विनंती केली. इतक्या प्रचंड प्रमाणावर पित्त वाहत होते की, त्यांना तिथे तीन पिशव्या ठेवाव्या लागल्या– एक कापल्या गेलेल्या नळीत आणि दोन त्याच्या आजूबाजूला; पण या पित्ताचा निचरा झाल्यावर त्याचा ताप खाली येऊ लागला. त्याला द्याव्या लागणाऱ्या प्राणवायूचे व द्रव पदार्थांचे प्रमाण खाली आले आणि त्याचा रक्तदाब योग्य पातळीवर आला. तो बरा होऊ लागला आणि त्यानंतर अकाराव्या दिवशी आम्ही त्याचा व्हेंटिलेटर बाजूला करण्याची तयारी करत असताना त्याला पुन्हा खूप ताप आला आणि तो वर वर चढतच गेला. त्याचा रक्तदाब कमी होऊ लागला आणि त्याच्या रक्तातली प्राणवायूची पातळी पुन्हा खाली आली. त्याला पुन्हा हुडहुडी भरली. त्याची कातडी थंड आणि चिकट होऊ लागली.

काय बिघडले, तेच आम्हाला कळेना. त्याला जंतुसंसर्ग झालेला दिसत होता. पण एक्स-रे आणि सीटी स्कॅन वापरूनही त्याचे मूळ आम्हाला सापडत नव्हते. त्याला चार वेगवेगळी जैवप्रतिरोधके देऊनही त्याचा चढलेला ताप उतरेना. एकदा त्याचा ताप चढलेला असताना वैद्यकीय परिभाषेत ज्याला फिब्रिलेशन (हृदयाच्या स्नायूंचे जलद व अनियमित आकुंचन) असे म्हणतात, ती समस्या उद्भवली. आणीबाणीच्या सूचना जाहीर केल्या गेल्या. डझनवारी डॉक्टर आणि परिचारिका त्याच्यापाशी धावत आले. त्यांनी त्याच्या छातीला विजेचे झटके द्यायला सुरुवात केली. त्याच्या हृदयाने या उपचारांना प्रतिसाद दिला आणि हृदयाचे ठोके पुन्हा नियमितपणे पडू लागले. कोणत्या गोष्टींमुळे त्याची तब्येत पुन्हा बिघडली याचा

छडा लावायला आम्हाला आणखी दोन दिवस लागले. त्याच्या शरीरातील विविध रोहिण्यांमध्ये आणि नीलेमध्ये आम्ही ज्या नळ्या घातल्या होत्या, त्यांना जंतुसंसर्ग झाला असण्याची शक्यता होती. त्यामुळे आम्ही त्या नळ्या काढून लॅबोरेटरीमध्ये तपासणीसाठी पाठवल्या आणि त्यांच्या जागी नव्या नळ्या घातल्या. तपासणीचा निकाल अठ्ठेचाळीस तासांनी मिळाला. त्याच्या शरीरात घातलेल्या सर्व नळ्यांमध्ये जंतुसंसर्ग झाल्याचे आढळले. बहुधा जंतुसंसर्ग एकाच नळीतून सुरू झाला असावा. ती नळी आत घालताच रक्तातून ते जंतू सर्वत्र पसरून इतर नळ्यांनासुद्धा जंतुसंसर्ग झाला असावा. मग त्या सर्वच नळ्या त्याच्या रक्तात सूक्ष्म जंतू फैलावू लागल्या आणि त्याला ताप यायला सुरुवात झाली. त्यानंतर त्याच्या प्रकृतीची घसरण सुरू झाली.

अतिदक्षता विभागातील परिस्थिती ही अशी असते; कधी कधी बरे करण्याऐवजी आम्ही हानीच घडवतो! शरीरात घातलेल्या विविध नळ्यांमार्फत जंतुसंसर्ग इतक्या वारंवार घडतो की, ती नेहमीचीच एक समस्या समजली जाते. अतिदक्षता विभागातील रुग्णांच्या शरीरात दर वर्षी पन्नास लाख नळ्या घातल्या जातात. राष्ट्रीय आकडेवारी पाहता, दहा दिवसांनी यातील ४% नळ्यांना जंतुसंसर्ग झालेला असतो. युनायटेड स्टेट्समधील ऐंशी हजार रुग्णांना दर वर्षी या नळ्यांद्वारा जंतुसंसर्ग होतो. त्यांतले ५% ते २८% लोक दगावतात. प्रारंभीच त्यांची प्रकृती किती खालावलेली आहे, यावर ते अवलंबून असते. नळ्यांद्वारा झालेल्या जंतुसंसर्गातून जे लोक बचावतात, त्यांना अतिदक्षता विभागात आणखी एक आठवडा राहावे लागते आणि तेथे वाट्याला येऊ शकणाऱ्या अनेक धोक्यांपैकी हा केवळ एका प्रकारचा धोका आहे! युरिनरी कॅथेटर दहा दिवस ठेवल्यानंतर, अमेरिकेतील अतिदक्षता विभागातील ४% रुग्णांना मूत्राशयात जंतुसंसर्ग होतो. दहा दिवस व्हेंटिलेटरवर ठेवल्यानंतर ६% लोकांना जंतुसंसर्गामुळे न्यूमोनिआ होतो आणि अशांपैकी ४०% ते ४५% लोक दगावतात. अतिदक्षता विभागातील सरासरी निम्म्या रुग्णांच्या बाबतीत अशा प्रकारची गंभीर गुंतागुंत होते. अशा प्रकारचा जंतुसंसर्ग झाला की, जगण्याची शक्यता खूपच कमी होते.

डी फिलिपो या जंतुसंसर्गातून बरा होऊन त्याचा व्हेंटिलेटर काढण्याजोगी परिस्थिती निर्माण होण्यासाठी आणखी एका आठवड्याचा काळ जावा लागला आणि त्यानंतर दोन महिन्यांनी तो घरी जाण्याइतका बरा झाला. अत्यंत अशक्त आणि कमकुवत झाल्यामुळे त्याला त्याच्या लिमोझीनच्या व्यवसायाला मुकावे लागले. त्याचे घरसुद्धा त्याला विकावे लागले आणि आपल्या बहिणीबरोबर तिच्या घरात राहणे त्याला भाग पडले. त्याचे पित्त जमा करणारी पिशवी अजूनही त्याच्या पोटाबाहेर लटकत होती. त्याच्या अंगात आणखी थोडी शक्ती आल्यानंतर– त्याच्या यकृतातील पित्त वाहून आणणाऱ्या मुख्य नलिकेवर शस्त्रक्रिया करून मला

ती पूर्ववत् ठीकठाक करावी लागणार होती. पण सुदैवाने तो बचावला होता. त्याच्यासारख्या परिस्थितीतले अनेक लोक बचावत नाहीत.

आधुनिक वैद्यकीय सुविधा पुरवणाऱ्यांपुढे हे असे आव्हान असते. तुमच्याकडे अत्यवस्थ रुग्ण येतो आणि त्याला वाचवण्यासाठी तुम्ही योग्य निदान करून योग्य उपचार तर करायलाच हवेत, परंतु त्याखेरीज अतिदक्षता विभागात दररोज १७८ वेगवेगळी रुग्णसेवेची कामे करताना ती अगदी बिनचूक रीतीने पार पाडायला हवीत. हे सारे पार पाडत असताना एकीकडे कुठल्या तरी यंत्राची धोक्याची घंटा मधेच वाजू लागते, शेजारच्या पलंगावरचा रुग्ण एकाएकी अत्यवस्थ होतो, एखादी परिचारिका तुमचे काम चाललेले असताना पडद्यातून डोकावून कसली तरी मदत मागत येते. अशा तऱ्हेने एकाच वेळी सर्वत्र लक्ष पुरवत तुम्हाला बिनचूकपणे सारी कामे पार पाडायची अरातात. सर्व कामांची विशेष कौशल्ये असलेल्या डॉक्टरांमध्ये विभागणी करूनही कामाचा ताण कमी होत नाहीये. मग तुम्ही करावे तरी काय?

वैद्यकीय व्यवसायासाठी शोधलेला उपाय आहे— स्पेशलायझेशनकडून सुपरस्पेशलायझेशनकडे जाणे; म्हणजेच वैद्यकीय व्यवसायाचे आणखी उप-उप विभाग पाडून त्या प्रत्येकासाठी वेगळे तज्ज्ञ डॉक्टर तयार करणे. अतिदक्षता विभागात आलेल्या डी फिलिपोची मी सांगितलेली कथा ऐकून कुणाची समजूत होईल की, मी एकटाच चोवीस तास त्याची काळजी घेत होतो. खरे पाहता, त्याची ही जबाबदारी अतिदक्षता विभागातील तज्ज्ञांवर होती. हे तज्ज्ञ स्वत:ला 'इन्टेन्सिव्हिस्ट' असे म्हणवून घेतात. मी सर्व प्रकारच्या शस्त्रक्रिया करणारा शल्यविशारद– जनरल सर्जन– असल्यामुळे बऱ्याच प्रकारच्या रुग्णांकडे मला लक्ष पुरवता येते, असे समजायचा मला मोह होतो. पण वस्तुत: अतिदक्षता विभागातील सेवा अधिक गुंतागुंतीची बनत गेल्यामुळे, तेथील रुग्णांची जबाबदारी अनेक प्रकारच्या विशेषज्ञांवर पडू लागली आहे. गेल्या दशकात युरोप व अमेरिकेतील जवळजवळ साऱ्या प्रमुख शहरांमध्ये अतिदक्षता विभागात लागणाऱ्या कौशल्यांचे प्रशिक्षण देणारे कार्यक्रम आखले जाऊ लागले आहेत. अमेरिकेतले अर्धेअधिक अतिदक्षता विभाग आता अशा विशेषज्ञांवर भिस्त ठेवू लागले आहेत.

आधुनिक वैद्यकशास्त्रात विशेष कौशल्य (expertise) हा परवलीचा शब्द बनला आहे. विसाव्या शतकाच्या सुरुवातीच्या काळात तुम्हाला हायस्कूल-डिप्लोमानंतर, एका वर्षाचा वैद्यकीय अभ्यासक्रम पूर्ण केल्यानंतर वैद्यकीय व्यवसायाला सुरुवात करता येत असे. विसावे शतक संपण्याच्या सुमारास, डॉक्टरांनी कॉलेजची पदवी आणि त्यानंतर निवडीच्या विशेष विभागात तीन ते सात वर्षे निवासी डॉक्टर म्हणून प्रशिक्षण घेणे आवश्यक बनले होते. हे निवडीच्या विशेष विभागातले विशेष

प्रशिक्षण बालरोग, शल्यचिकित्सा, मज्जासंस्था अशा कोणत्या तरी विषयात घ्यावे लागते. अलीकडच्या काही वर्षांमध्ये, वैद्यकीय व्यवसायातली गुंतागुंत आणखीच वाढली आहे आणि एवढे प्रशिक्षणसुद्धा पुरेनासे झाले आहे. निवासी डॉक्टरी पूर्ण केल्यावर बरेच डॉक्टर फेलोशिप्स मिळवून आणखी एक ते तीन वर्षांचे प्रशिक्षण घेतात. ते आपल्या विषयातील आणखी उपप्रकारांचे विशेषज्ञ बनतात. उदाहरणार्थ– लॅपरॉस्कोपिक सर्जरी (पोटाला अतिशय छोटा छेद घेऊन, व्हिडिओ कॅमेऱ्याच्या साह्याने केली जाणारी शस्त्रक्रिया) किंवा पीडियाट्रिक मेटॅबॉलिक डिसॉर्डर्स (बालकांमधले चयापचायाचे आनुवंशिक दोष, एन्झाइम बनवणाऱ्या जनुकांतील दोषामुळे, त्या एन्झाइमवर अवलंबून असलेले घटक शरीरात वाढतात आणि त्यातून वेगवेगळे दोष निर्माण होतात) किंवा ब्रेस्ट रेडिऑलॉजी (एक्सरे, अल्ट्रासाउंड, CT, PET, PIRI, वापरून काढलेले स्तनांचे फोटो) अथवा क्रिटिकल केअर (अतिदक्षता विभागात पुरवली जाणारी अनिवार्य सेवा). तरुण डॉक्टर व्यवसायाला प्रारंभ करतो, तोवर तो आजकाल तेवढासा तरुण नसतोच. तिशीच्या मध्याला पोहोचेपर्यंत बरेच जण स्वत:चा व्यवसाय थाटू शकत नाहीत.

आपण विशेषज्ञांच्या जमान्यात जगतोय. हे विशेषज्ञ एका उप-उप वैद्यकीय शाखेचा आणखी, आणखी अनुभव घेत जातात आणि त्यात इतर कुणापेक्षाही अधिक नैपुण्य मिळवतात. सर्वसाधारण विशेषज्ञांपेक्षा ते दोन बाबतींत अधिक सरस असतात. एक म्हणजे, त्या शाखेचे इतर कुणापेक्षाही अधिक सखोल ज्ञान त्याला असते आणि दुसरी गोष्ट म्हणजे, त्या विशिष्ट शाखेत उद्‌भवणाऱ्या अनेक गुंतागुंतींवर इलाज करण्याचा त्याचा अनुभव इतर कुणाहीपेक्षा खूपच जास्त असतो. परंतु गुंतागुंतीच्या विविध पातळ्या असतात आणि वैद्यकशास्त्र व त्यासारख्या अन्य व्यवसायांत नवनवीन शोधांमध्ये आणि उपायांमध्ये एवढी प्रचंड वाढ झालेली आहे, तरी चुका टाळणे विशेषज्ञांनासुद्धा कठीण जाऊ लागले आहे.

विशेष कौशल्यांची विविध उपप्रकारांत केली गेलेली विभागणी, ही सर्व वैद्यकीय शाखांपैकी शल्यचिकित्सेत सर्वांत जास्त दिसून येते. ऑपरेटिंग-रूम हा अत्यंत महत्त्वाचा अतिदक्षता विभागच समजायला हरकत नाही. रुग्णाला यातना होऊ नयेत आणि त्याचे शारीरिक संतुलन राखले जावे, यासाठी इथे भूलतज्ज्ञ हजर असतात. परंतु त्यांचेसुद्धा उपप्रकार पडले आहेत. पीडियाट्रिक अनेस्थेसिऑलॉजिस्ट्स (बालकांचे भूलतज्ज्ञ), कार्डिॲक ॲनेस्थेसिऑलॉजिस्ट्स (हृदयविकारांचे रुग्ण हाताळणारे भूलतज्ज्ञ), ऑब्स्टेट्रिक ॲनेस्थेसिऑलॉजिस्ट्स (प्रसूतीच्या वेळी सेवा पुरवणारे भूलतज्ज्ञ), न्यूरोसर्जिकल ॲनेस्थेसिऑलॉजिस्ट्स (मज्जासंस्थेशी निगडित शस्त्रक्रियांच्या वेळी सेवा पुरवणारे भूलतज्ज्ञ) असे त्यांचे अनेक उपप्रकार पडलेले आहेत. त्याचप्रमाणे ऑपरेटिंग-रूममध्ये काम करणाऱ्या परिचारिकांचेसुद्धा

त्या-त्या वैद्यकीय उपशाखांमध्ये वर्गीकरण झालेले असते.

त्याखेरीज ऑपरेटिंग-रूममध्ये उपस्थित असतात, शल्यविशारद. त्यांची तर विविध उपशाखांमध्ये इतकी विभागणी झालेली आहे की, आम्ही थट्टेने म्हणतो की, उद्या उजव्या कानावर आणि डाव्या कानावर शस्त्रक्रिया करण्यासाठी वेगवेगळे लोक प्रशिक्षित होतील! कदाचित असे वेगळे प्रशिक्षण सुरूसुद्धा झालेले असेल. मी सर्व प्रकारच्या शस्त्रक्रिया करण्याचे प्रशिक्षण घेतलेले आहे, परंतु खेडोपाडी सोडून असे आजकाल क्वचितच आढळते. आजकाल सर्व प्रकारच्या शस्त्रक्रिया करणे एकाच माणसाच्या आवाक्याबाहेरचे काम बनत चाललेले आहे. शल्यविशारद म्हणून व्यवसाय सुरू करताना, कर्करोगावरील शस्त्रक्रिया ही शाखा मी निवडली होती. पण ही शाखासुद्धा फार ढोबळ गणली जाऊ लागली आहे. म्हणून, जरी मी सर्व प्रकारच्या शस्त्रक्रिया करण्याचा अनुभव घेत गेलो, तरी मी एन्डोक्रीन या स्रावक ग्रंथींना झालेल्या कर्करोगावर शस्त्रक्रिया करण्याचे विशेष कौशल्य संपादन केलेले आहे.

गेल्या दशकात, शल्यचिकित्सेच्या अनेक उपशाखांत शल्यविशारद विशेष प्रशिक्षण घेत गेले असल्यामुळे विशेष कौशल्ये संपादन करून ते खूप यश खेचून आणत असत. एके काळी कोणत्याही शस्त्रक्रियेत दगावणे किंवा त्यानंतर बरे होण्यासाठी खूप वेळ लागणे आणि अपंगत्व येणे, ही नेहमीचीच गोष्ट होती. आज शस्त्रक्रिया केल्या दिवशीच रुग्ण आपल्या घरी परत जाऊ शकतो, इतके ते तंत्र विकसित झाले आहे.

परंतु आज अमेरिकेत इतक्या प्रचंड प्रमाणावर शस्त्रक्रिया केल्या जात आहेत... अमेरिकन माणूस आयुष्यभरात सरासरी सात शस्त्रक्रियांना सामोरा जात असतो आणि वर्षभरात हे शल्यविशारद पाच कोटी शस्त्रक्रिया करत असतात... त्यामुळे इजासुद्धा प्रचंड प्रमाणात होऊ लागली आहे. दर वर्षी शस्त्रक्रियेनंतर दीड लाख रुग्ण आयुष्याला मुकत आहेत. रस्त्यावरील अपघातांमुळे येणाऱ्या मृत्यूंपेक्षा हा आकडा तिपटीने जास्त आहे. नुसते एवढेच नव्हे, तर संशोधनानंतर सिद्ध झालेले आहे की, शस्त्रक्रियेमुळे येणारे निदान अर्धे मृत्यू किंवा त्याने उद्‌भवणाऱ्या समस्या टाळता येण्याजोग्या असतात. ज्ञान आपल्या सेवेला उपलब्ध असते, पण कितीही उपशाखा पाडून विशेष प्रकारची कौशल्ये आणि अनुभव गोळा केले, तरी कोणती तरी गोष्ट विसरली जाते, चुका अजूनही घडतात.

वैद्यकशास्त्रात देदीप्यमान यशाएवढेच अपयशही अनेकदा वाट्याला येत असते. या वस्तुस्थितीमुळे आपल्यापुढे एक मोठेच आव्हान उभे ठाकले आहे. विशेषज्ञसुद्धा अपयशी ठरतात, तेव्हा तुम्हाला काय करता येईल? याचे उत्तर दृष्टिपथात येऊ लागलेले आहे, पण ते उत्तर वैद्यकशास्त्राकडून मिळालेले नाही; ते अनपेक्षितपणे दुसरीकडूनच दृष्टिपथात आले आहे.

२. खातरजमा करून घ्यायच्या गोष्टींची यादी : चेकलिस्ट

लष्करासाठी नव्या प्रकारची, लांब पल्ल्याची बॉंबर विमाने बनवण्याची तीव्र इच्छा असलेल्या विमान कंपन्यांसाठी, अमेरिकेच्या हवाईदलाने ३० ऑक्टोबर, १९३५ रोजी ओहिओ राज्यातील डेटन गावातल्या विमानतळावर विमानोड्डाणाची एक स्पर्धा आयोजित केली होती. त्याला स्पर्धा म्हणणे योग्य ठरले नसते. प्राथमिक परीक्षणानंतर, बोइंग कंपनीने ॲल्युमिनिअमच्या मिश्रधातूपासून बनवलेले 'मॉडेल २९९' हे चकचकीत विमान मार्टिन आणि डग्लसनी बनवलेल्या विमानाच्या नमुन्यापेक्षा खूपच सरस ठरवले गेले होते. बोइंग कंपनीने बनवलेल्या या विमानातून लष्कराच्या मागणीपेक्षा पाच पट जास्त बॉंब नेता येत होते, आधीच्या बॉंबर विमानापेक्षा त्याचा वेग खूपच जास्त होता आणि त्याचा पल्ला आधीच्या बॉंबर विमानाहून दुप्पट होता. परीक्षणासाठीच्या उड्डाणासाठी हे विमान सिॲटलवरून उडताना सिॲटलमधील एका पत्रकाराच्या नजरेस पडले होते. 'उडता किल्ला' या शब्दात त्याने या विमानाचे वर्णन केले होते आणि तेच नाव लोकप्रिय झाले. लष्करी अहवालांची नोंद ठेवणारे इतिहासकार फिलिप मेलिंजर यांच्या मते, विमानोड्डाणाची ही स्पर्धा म्हणजे निवळ एक उपचारच होता. लष्कराकडून किमान पासष्ट विमानांसाठी मागणी नोंदवली जाणार होती.

वरिष्ठ लष्करी अधिकारी आणि विमान कंपनीचे उत्पादन-अधिकारी यांचा

छोटासा गट 'मॉडेल २९९' धावपट्टीवरून आकाशाकडे झेप घेत असताना पाहत उभा होता. विमान छाप पडेल असे आकर्षक दिसत होते. त्याच्या पंखांचा विस्तार १०३ फूट होता आणि नेहमीच्या दोन इंजिनांऐवजी या विमानाच्या पंखाखालून चार इंजिने नजरेला पडत होती. हे विमान धावपट्टीवरून गर्जना करत पुढे जाऊन अलगदपणे आकाशात झेपावले आणि झपाट्याने तीनशे फूट उंचीवर पोहोचले. त्यानंतर त्याची इंजिने बंद पडली. ते एका बाजूला कलले आणि खाली आदळले, तेव्हा मोठा स्फोट होऊन आगीचे लोळ उठले. विमानातील पाच कर्मचाऱ्यांपैकी दोघे जण मरण पावले, त्यांत वैमानिक मेजर प्लॉयर पी. हिल यांचा समावेश होता.

तपासानंतर आढळले की, हा अपघात विमानातील यंत्रणेच्या दोषामुळे नव्हे, तर वैमानिकाच्या चुकीमुळेच घडला होता. पूर्वीच्या विमानांपेक्षा या विमानातील यंत्रणा खूपच जास्त गुंतागुंतीची आणि किचकट होती. हे विमान चालवताना वैमानिकाला चार इंजिनांकडे आणि त्यातील प्रत्येक इंजिनासाठीच्या वेगवेगळ्या तेल व इंधनाच्या मिश्रणाकडे लक्ष ठेवणे गरजेचे होते. त्याखेरीज विमानाची चाके आत-बाहेर नेण्याची यंत्रणा, पंखांच्या झडपा, विमानाचा वेग बदलत असताना ते समतोल राखण्यासाठीची यंत्रणा, विमान वर-खाली नेण्यासाठी आवश्यक असलेले विमानाच्या पंख्यांचे नियमन या गोष्टींकडेसुद्धा वैमानिकाला लक्ष पुरवावे लागत होते. या साऱ्या गोष्टींकडे लक्ष देत असताना विमान वर-खाली करण्याची यंत्रणा आणि सुकाणू यांना एकाच स्थितीत स्थिर केलेले आहे, हे वैमानिक मेजर हिल विसरले. एका वर्तमानपत्राने बातमी दिली की, बोइंग कंपनीचे हे विमान एकाच वैमानिकाला ताब्यात ठेवण्याच्या दृष्टीने अति किचकट आहे. अमेरिकी वायुदलाने डग्लस कंपनीचे छोटे विमान पसंत केले. बोइंग कंपनीचे दिवाळे निघायची वेळ आली.

असे असूनही लष्कराने परीक्षणासाठी म्हणून, बोइंग कंपनीकडून अशी थोडीशी विमाने विकत घेतली. लष्करातील आतल्या गोटातल्या काही लोकांना अजूनही खातरी वाटत होती की, हे विमान उडवण्यात काहीही धोका नाही. त्यामुळे विमानाचे परीक्षण करणारे काही वैमानिक एकत्र आले आणि त्यांनी याबाबत काय करावे, याची चर्चा केली. कोणत्या गोष्टी करायची गरज नाही, ते त्यांनी एकमताने ठरवले आणि कोणत्या गोष्टी प्रत्यक्षात केल्या, हे दोन्हीही समजून घेणे मोठे उद्बोधक ठरेल. त्यांनी ठरवले की, 'मॉडेल २९९' हे बॉंबर विमान चालवणाऱ्या वैमानिकांना आणखी प्रशिक्षण देणे गरजेचे नाही. मेजर हिल यांना इतका प्रदीर्घ अनुभव होता आणि ते इतके निष्णात वैमानिक होते की, त्यांच्याहून कोणी अधिक सरस असणे ही अशक्य कोटीतली गोष्ट होती. मेजर हिल हे वायुदलाचे प्रमुख विमान-परीक्षक होते. त्या वैमानिकांनी एक वेगळीच साधी संकल्पना मांडली.

त्यांनी वैमानिकासाठी चेकलिस्ट म्हणजेच खातरजमा करून घ्यायच्या गोष्टींची यादी बनवली. अशी यादी बनवणे गरजेचे ठरावे इतकी विलक्षण प्रगती विमानशास्त्रात झाली होती, हे उघडच होते! सुरुवातीच्या काळात विमान आकाशात नेणे भीतिदायक वाटत असेल, पण त्यात किचकट असे काहीच नव्हते. त्या काळात विमान हवेत नेणे हे गॅरेजमधून गाडी बाहेर काढण्याइतके सोपे होते आणि त्यासाठी अशी 'चेकलिस्ट' बनवण्याची काहीही गरज नव्हती. परंतु हे नवे विमान उडवणे इतके क्लिष्ट काम होते की, ते एका वैमानिकाच्या स्मरणशक्तीवर सोडून देणे योग्य ठरले नसते– मग तो वैमानिक कितीही अनुभवी का असेना!

या परीक्षण घेणाऱ्या वैमानिकांनी– टेस्ट पायलट्सनी– त्यांची यादी सोपी, सुटसुटीत आणि नेमके मुद्दे लक्षात घेऊन बनवली होती. छोट्याशा लायब्ररी कार्डवर मावेल इतकी ती लहानशी होती. विमान हवेत नेताना, ते हवेत उडत असताना, ते उतरवताना आणि धावपट्टीवरून ते धावत असताना क्रमाने कोणत्या गोष्टी केल्या आहेत याची खातरजमा करायची, याची ती क्रमवार यादी होती. अशा गोष्टी करायची सवय सर्व वैमानिकांनाच असते. ब्रेक सोडलेले आहेत, सारी यंत्रे चालू केली आहेत, खिडक्या-दरवाजे बंद केले आहेत, विमान वर उडवण्याची यंत्रणा खुली केलेली आहे– या साऱ्या गोष्टींची खातरजमा सर्व वैमानिक करतच असतात. त्यामुळे कुणाला वाटू शकेल की, या चेकलिस्टमुळे काय मोठासा फरक पडणार आहे? परंतु हातात अशी चेकलिस्ट ठेवून, वैमानिक 'मॉडेल २९९' हे विमान एकही अपघात न करता अठरा लाख मैल उड्डाण करू शकले. अखेरीस, लष्कराने अशी जवळजवळ तेरा हजार विमाने विकत घेतली. त्यांनी या विमानाला B-17 असे नाव दिले. हे प्रचंड विमान त्यांना चालवता आल्यामुळे दुसऱ्या महायुद्धात अमेरिकी वायुदलाला चांगलाच फायदा झाला. ते नाझी जर्मनीवर जोरदार बॉंबहल्ले करू शकले.

त्या वेळी B-17 बॉंबर विमानाच्या बाबतीत जशी चेकलिस्ट बनवावी लागली, त्या प्रकारची चेकलिस्ट आजकाल बऱ्याचशा व्यवसायांत गरजेची झाली आहे. सॉफ्टवेअर तंत्रज्ञ, वीजनियोजक, अग्निशमन दलातील कर्मचारी, पोलीस अधिकारी, वकील आणि डॉक्टर्स या सर्वांना अशा चेकलिस्टची खूपच गरज आहे. हे लोक ज्या क्लिष्ट गोष्टी करत असतात, त्या केवळ स्मरणशक्तीवर सोपवून चालणे शक्य नसते. अनेक व्यवसायांतील क्लिष्टता एका माणसाच्या आवाक्यातली राहिलेली नाही.

असे असले, तरी चेकलिस्टसारखी साधीशी गोष्ट इतकी उपयुक्त ठरेल, यावर सहजी विश्वास बसत नाही. आपल्या हातून चुका घडतात आणि आपण काही गोष्टी विसरतो, हे आपण कदाचित कबूल करू. अशा गोष्टींचे परिणामसुद्धा घातक होऊ

शकतात. पण तरीसुद्धा आपली समजूत असते की, आपण करत असलेली कामे इतक्या पराकोटीच्या गुंतागुंतीची आहेत की, त्यासाठी छोटीशी चेकलिस्ट अपुरी ठरेल. विमानापेक्षा आजारी माणसांच्या व्याधींमध्ये खूप अधिक प्रमाणात वैविध्य असते. पेनसिल्व्हेनिया राज्यातील फक्त ट्रॉमा रुग्णांचे सर्वेक्षण केले असता आढळले की, ४१००० ट्रॉमा रुग्णांच्या दुखापतीबाबत १२२४ एवढ्या संख्येची वेगवेगळी निदाने करण्यात आलेली होती. त्यांत ३२२६१ इतके वेगवेगळे उपप्रकार होते. हे ३२२६१ प्रकारची विमाने चालवण्याजोगे झाले! प्रत्येक वेगळ्या प्रकारच्या रुग्णासाठी क्रमवार सूची बनवणे ही अशक्य गोष्ट आहे आणि एका कागदाच्या तुकड्यावरच्या यादीमुळे परिस्थितीत सुधारणा होईल, यावरही सहजी विश्वास बसत नाही.

परंतु काही बाबतीत तरी अशा चेकलिस्टचा फायदा होईल, असे आम्हाला वाटत होते. प्रत्येक हॉस्पिटलमध्ये रुग्णाच्या जगण्यासाठी अत्यावश्यक अशा इंद्रियांबद्दलचे उपचार-तपशील दररोज निदान चार वेळा नोंदवले जातात. उदाहरणार्थ— शरीराचे तापमान, नाडी, रक्तदाब आणि श्वसनवेग इत्यादी. ती एक प्रकारची चेकलिस्टच नसते का? रुग्ण किती आजारी आहे याचा ढोबळ अंदाज या चार गोष्टींच्या नोंदीमुळेच डॉक्टरला बांधता येतो. अनुभवाने आम्हाला ठाऊक झालेले आहे की, यातली एकही गोष्ट विसरणे धोक्याचे असते. यातल्या तीन गोष्टी ठीक दिसल्या व रुग्ण हुशारीत दिसला आणि तुम्हाला वाटले की, तो ठीक आहे आणि त्याला घरी जाऊ द्यायला हरकत नाही; तरी चौथी गोष्ट पाहून कदाचित तुम्हाला ताप, कमी रक्तदाब, नाडीचे जलद ठोके आढळतील आणि त्याकडे दुर्लक्ष करणे त्या रुग्णाच्या जिवावर बेतू शकेल.

विसाव्या शतकाच्या सुरुवातीपासूनच वैद्यकीय व्यवसाय करणाऱ्यांना या चार गोष्टींचे मापन करणे शक्य झालेले आहे. त्या वेळी देहाचे तापमान मोजण्यासाठी तापमापकाचा (थर्मामीटर) शोध लागला होता आणि रशियन डॉक्टर निकोलस कोरोट्कॉफ याने स्टेथोस्कोप आणि हवा भरण्याजोगी हाताला गुंडाळायची पट्टी याच्या साह्याने रक्तदाब कसा मोजायचा, हे शोधून काढले होते. परंतु या चारही गोष्टींची एकत्रित नोंद करून रुग्णाच्या प्रकृतीचे निदान जास्त नीटपणे करता येत असले, तरी डॉक्टर नेहमीच त्याची नोंद नीटपणे करत नसत.

सध्याच्या क्लिष्ट व्यावसायिक वातावरणात तज्ज्ञ लोकांना दोन समस्यांचा सामना करावा लागत आहे. पहिली गोष्ट म्हणजे, महत्त्वाच्या गोष्टींच्या ताणाखाली असताना नेहमीच्या साध्या गोष्टी करण्याबाबत विस्मरण होणे नित्याचे झाले आहे (जेव्हा तुमच्याकडे आलेल्या रुग्णाला उलट्या होत असतात आणि काळजीने प्रक्षुब्ध झालेले त्या रुग्णाचे आप्त तुम्हाला प्रश्न विचारून भंडावून सोडत असतात,

तेव्हा तुम्ही त्याची नाडी बघितली नसल्याचे तुम्हाला विस्मरण होऊ शकते). ज्यात एकही गोष्ट विसरून चालण्याजोगे नसते, अशा बाबतीत एखादी गोष्ट विसरून खेळखंडोबा होतो— मग ती गोष्ट म्हणजे केक बनवणे असो, उड्डाणासाठी विमान तयार ठेवणे असो, की आजारी रुग्णाची हॉस्पिटलमध्ये तपासणी करणे असो!

दुसरी समस्या अशी आहे की, सर्व गोष्टी करायची आठवण असूनही– एखादी गोष्ट गाळून चालेल, अशी स्वत:ची गोड गैरसमजूत आपण करून घेतो. गुंतागुंतीच्या प्रक्रियांमध्ये काही पायऱ्या वगळल्या, तरी चालून जाते. विमानाची वर-खाली होतानाची यंत्रणा बहुधा एकाच अवस्थेत स्थिर केलेली असते. अशा वेळी दर वेळी त्याबद्दल खातरजमा केली नाही तरी चालेल, असे वाटू शकते. रुग्णाच्या चारही गोष्टींची नोंद ठेवल्यावर एखादी गंभीर बाब कधी कधी पन्नासांपैकी एका रुग्णाच्या बाबतीतच लक्षात येते. मग या चारही गोष्टींची नोंद ठेवणे कशासाठी आवश्यक आहे, असा प्रश्न पडू शकतो! परंतु कधी कधी अशा गोष्टी करण्याला फाटा देणे घातक ठरू शकते.

चेकलिस्ट ठेवून खातरजमा केली, तर अशा धोक्यांपासून आपण सुरक्षित राहतो. चेकलिस्ट पाहून आपण आवश्यक त्या साऱ्या गोष्टी करतो. त्यामुळे खातरीने साऱ्या गोष्टी केल्या जातातच, पण त्यामुळे जास्त कार्यक्षमतेसाठी आवश्यक अशी शिस्तसुद्धा अंगी बाणवता येते. रुग्णांच्या चार गोष्टींची नोंद केल्यामुळे असाच फायदा झाला. परंतु या चार गोष्टींची नोंद ठेवण्याची सुरुवात करण्याचे श्रेय डॉक्टरांकडे जात नाही.

या चार गोष्टींची नोंद करण्याची पहिली सुरुवात १९६०च्या दशकात केली परिचारिकांनी! या चार गोष्टींची नोंद करण्याजोगे तक्ते तयार करून त्यांनी वापरात आणले आणि एका प्रकारे त्यांनी रुग्णांसाठीची चेकलिस्टच तयार केली! दिवसभरात किंवा रात्री परिचारिकांना त्यांच्या रुग्णासाठी जे-जे करावे लागत होते; उदाहरणार्थ– त्यांना औषध देणे, त्यांच्या जखमांवर मलमपट्टी करणे, उद्‌भवलेल्या समस्यांचे निराकारण करणे इ.; ते-ते करताना या तक्त्यामुळे आपसूकच दर सहा तासांनी किंवा त्याहूनही अधिक वेळा त्या रुग्णाची नाडी, रक्तदाब, ताप आणि श्वसनवेग यांची न विसरता नोंद ठेवू लागल्या आणि त्यावरून त्यांना रुग्णाच्या एकूण शारीरिक स्थितीचा अंदाज येऊ लागला.

बऱ्याचशा हॉस्पिटल्समध्ये परिचारिकांनी अशा तक्त्यांमध्ये आणखी एका पाचव्या गोष्टीची नोंद ठेवायला प्रारंभ केला आहे. ती गोष्ट म्हणजे, रुग्णाला जाणवणाऱ्या वेदना. या वेदनांची तीव्रता एक ते दहा अशा मोजपट्टीवर, रुग्णाच्या सांगण्यानुसार नोंदवली जाते. परिचारिकांनी रुग्णसेवेबद्दल आणखी कल्पक क्लृप्त्या शोधून काढल्या आहेत. कोणती औषधे केव्हा द्यायची आणि प्रत्येक रुग्णाची

कोणती विशेष काळजी घ्यायची याबद्दलचे तक्तेसुद्धा त्या रुग्णाच्या खाटेजवळ ठेवू लागल्या आहेत. या तक्त्यांना कुणीही चेकलिस्ट म्हणत नसले, तरी प्रत्यक्षात ती चेकलिस्टच आहे. परिचारिकांनी अशा तक्त्यांचे मन:पूर्वक स्वागत केले असले, तरी डॉक्टरांच्या जगात अद्याप अशा तक्त्यांचा शिरकाव झालेला नाही.

'तक्ते आणि खातरजमा करायच्या गोष्टींची यादी : चेकलिस्ट' हा परिचारिकांचा प्रांत आहे. ती कंटाळवाणी गोष्ट आहे. अशा गोष्टींची आम्हा डॉक्टरांना काय गरज? आम्ही तर अनेक वर्षांचे प्रशिक्षण घेऊन तज्ज्ञ बनलो आहोत. आम्हाला अशा गोष्टी वापरण्याची काय गरज? अशी सर्वसाधारणपणे डॉक्टरांची मनोभूमिका असते.

परंतु २००१मध्ये, जॉन्स हॉपकिन्स हॉस्पिटलमधील अतिदक्षता विभागातील पीटर प्रोनोव्होस्त नावाच्या तज्ज्ञ डॉक्टरने डॉक्टरांसाठीची चेकलिस्ट बनवायचे ठरवले. संपूर्ण दिवसभरात अतिदक्षता विभागातील डॉक्टरांना कराव्या लागणाऱ्या सर्व गोष्टींचा समावेश त्याने चेकलिस्टमध्ये करून पाहिला नाही; त्याने अनेक कामांपैकी फक्त एकाच कामावर लक्ष केंद्रित करायचे ठरवले. ज्या गोष्टींमुळे डी फिलिपो जवळजवळ प्राणाला मुकणार होता, त्या शरीरात घातलेल्या नळ्यांना होणाऱ्या जंतुसंसर्गावर त्याने लक्ष केंद्रित केले आणि त्या संदर्भातली चेकलिस्ट त्याने बनवली.

अशी नलिका म्हणजेच सेंट्रल लाईन– रुग्णाच्या शरीरात घालताना, जंतुसंसर्ग टाळण्यासाठी कोणकोणत्या गोष्टी क्रमवार करण्याची गरज आहे, याची साधी यादी त्याने एका कागदावर लिहून काढली. सेंट्रल लाईन घालताना डॉक्टरांनी– १) त्यांचे हात साबणाने स्वच्छ धुतले पाहिजेत, २) रुग्णाची त्वचा (छेद घेण्यापूर्वी) क्लोरहेक्सिडीन या जंतुनाशकाने निर्जंतुक केली पाहिजे, ३) रुग्णाच्या संपूर्ण शरीरावर निर्जंतुक केलेले आवरण घातले पाहिजे, ४) डॉक्टरने निर्जंतुक केलेला मास्क, हॅट, गाऊन आणि हातमोजे घातले पाहिजेत, ५) रुग्णाच्या शरीराच्या ज्या भागातून नलिका आत घातली असेल, त्या भागावर निर्जंतुक केलेली पट्टी बांधली पाहिजे. या पाच गोष्टींची खातरजमा केली पाहिजे! या पाच गोष्टी म्हणजे काही अक्कलहुशारी लढवून लावलेले नवे शोध नव्हेत. या गोष्टी अनेक वर्षे सर्वांना माहीत आहेत आणि त्या वर्षानुवर्षे शिकवल्या जात आहेत. ज्या गोष्टी करण्याची आवश्यकता अगदी स्पष्टपणे दिसत आहे, त्यांची चेकलिस्ट करणे हा वेडपटपणा समजला गेला असता. असे असूनही प्रोनोव्होस्तने त्याच्या अतिदक्षता विभागातील परिचारिकांना सूचना दिली की, रुग्णाच्या शरीरात 'सेंट्रल लाईन' टाकत असताना, डॉक्टर्स यातली प्रत्येक गोष्ट करत आहेत का, यावर लक्ष ठेवून परिचारिकांनी त्याची नोंद ठेवावी. या सर्वेक्षणानंतर लक्षात आले की, तीनपैकी एका रुग्णामागे

डॉक्टर यातली एक तरी गोष्ट करायला विसरत होते.

त्याने आणि त्याच्या गटातील लोकांनी जॉन्स हॉपकिन्स हॉस्पिटलच्या व्यवस्थापनाचे मन पुढल्या महिन्यात, वळवले आणि या चेकलिस्टमधील एखादी गोष्ट करायला विसरलेल्या डॉक्टरांना थोपवण्याची परवानगी परिचारिकांना मिळवून दिली. त्याचप्रमाणे गरज नसताना रुग्णाच्या शरीरात एखादी नळी जास्त वेळ राहू नये, म्हणून त्याने परिचारिकांना सांगितले की, त्यांनी डॉक्टर्सना दररोज विचारावे की, एखादी नळी रुग्णाच्या शरीरातून बाहेर काढायची वेळ झालेली आहे का? ही प्रथा क्रांतिकारकच होती. डॉक्टर एखादी गोष्ट करायला विसरले, तर परिचारिका पूर्वापार कोणत्या तरी प्रकारे त्यांना त्याबाबत आठवण करून देत असत. पण आता कधी कधी त्या मृदूपणे 'डॉक्टर, तुम्ही मास्क घालायला विसरला आहात का?' असे म्हणत, तर कधी कधी त्या अधिक कडक पद्धतीचासुद्धा अवलंब करत. (मी रुग्णाच्या अंगावर निर्जंतुक केलेली पुरेशी आवरणे घातलेली नाहीत असे वाटले, तर एक परिचारिका चक्क माझी वाट अडवून उभी राहत असे!)

परंतु बऱ्याच परिचारिकांना अशी आठवण करून देणे, हा लहान तोंडी मोठा घास वाटू शकत होता किंवा विसरलेली गोष्ट आठवण करून देण्याएवढी महत्त्वाची वाटत नव्हती. (रुग्णाच्या छातीत नळी घालताना त्याच्या पायावर निर्जंतुक केलेले आच्छादन घालायची खरेच गरज आहे का, असा प्रश्न पडू शकतो.) नवा नियम परिचारिकांना अगदी स्पष्टपणे सांगत होता— डॉक्टर्सनी या पाचही गोष्टी केल्या नाहीत, तर परिचारिकांनी त्यांना आठवण करून द्यावी आणि त्याबाबत त्यांना व्यवस्थापनाचा पाठिंबा असेल.

प्रोनोव्होस्तने त्याच्या आणखी सहकाऱ्यांना या कामात सहभागी करून घेतले आणि त्यांनी जॉन्स हॉपकिन्स हॉस्पिटलमधील अतिदक्षता विभागात आणखी काही प्रकारच्या चेकलिस्टचा प्रयोग करून पाहिला. एका चेकलिस्टद्वारे निदान दर चार तासांमागे एकदा रुग्णांना होणाऱ्या वेदनांकडे परिचारिका लक्ष पुरवत होत्या आणि रुग्णांना वेळेवर वेदनाशामक औषधे देत होत्या. या चेकलिस्टमुळे रुग्णांच्या वेदनांवर इलाज न केला जाण्याची शक्यता ४१% वरून ३% पर्यंत खाली आली. कृत्रिम श्वसनावर (मेकॅनिकल व्हेंटिलेशन) असलेल्या रुग्णांवर त्यांनी चेकलिस्टचा वापर करून पाहिला. अशा रुग्णांच्या पायात अल्सर्स (जखमा) होऊ नयेत म्हणून डॉक्टर्स त्यांना अँटॅसिड (पित्तशामक) औषधे देत आहेत आणि अशा रुग्णांच्या पलंगाची पाठीकडली बाजू निदान ३०°वर उचललेली आहे (त्यायोगे लाळ श्वसननलिकेत जाण्याचा धोका टळतो) याची खातरजमा करणारी ही चेकलिस्ट होती. या दोन बाबतींत हलगर्जीपणा होण्याचे प्रमाण ७०% वरून ४% वर आले, न्यूमोनिआ होण्याचे प्रमाण २४% घटले आणि आदल्या वर्षाहून या वर्षी मरण

पावलेल्या रुग्णांची संख्या एकविसाने कमी झाली. सर्वेक्षण करणाऱ्या संशोधकांना आढळले की, अतिदक्षता विभागातील डॉक्टर्स आणि परिचारिकांनी त्यांच्या मते दररोज करणे गरजेच्या असलेल्या गोष्टींची अशी चेकलिस्ट बनवली, तर रुग्णाला मिळणाऱ्या सेवेत सातत्य येऊन इतकी सुधारणा होते की, रुग्णाला अतिदक्षता विभागात पूर्वीपेक्षा निम्मा वेळच राहावे लागते.

इतर चेकलिस्टमुळे सर्वत्र जे फायदे दिसून येतात, तसेच फायदे या चेकलिस्टमुळेसुद्धा घडले, असे प्रोनोव्होस्तने नमूद केले आहे. या चेकलिस्टमुळे गोष्टी न विसरता केल्या जाऊ लागल्या आणि प्रत्येक कामातील आवश्यक महत्त्वाच्या पायऱ्या क्रमाने केल्या जाऊ लागल्या. काही-काही प्रकारची काळजी घेणे किती आवश्यक आहे, याचे महत्त्व अनुभवी व्यावसायिकालासुद्धा कळत नाही, हे पाहून प्रोनोव्होस्त आश्चर्यचकित झाला. व्हेंटिलेटरवर असलेल्या रुग्णांसाठीची चेकलिस्ट बनवण्यापूर्वी अतिदक्षता विभागातील कर्मचाऱ्यांचे सर्वेक्षण केले असता प्रोनोव्होस्तला आढळले की, त्यांतील अर्ध्या कर्मचाऱ्यांच्या लक्षातच आलेले नव्हते की, व्हेंटिलेटरवरील रुग्णाला अँटॅसिड (पित्तशामक) औषध देणे गरजेचे असल्याचे सिद्ध झालेले आहे. चेकलिस्टमुळे रुग्णसेवेबाबतची कार्यक्षमता वाढते, असेही प्रोनोव्होस्तला आढळले.

एखाद्याला या अगदी सर्वसामान्य गोष्टी वाटू शकतील. 'अतिशय हुशार', 'संप्रेरक', 'अलौकिक बुद्धिमत्ता असलेला' असे प्रोनोव्होस्तचे वर्णन त्याचे सहकारी करतात. त्याने एम.डी. आणि सामाजिक आरोग्य (पब्लिक हेल्थ) या विषयांत पीएच.डी. या पदव्या मिळवल्या आहेत. त्याने या पदव्या जॉन्स हॉपकिन्स युनिव्हर्सिटीतून मिळवल्या आहेत. त्याने आपत्कालीन रुग्णसेवा (इमर्जन्सी मेडिसिन), भूलशास्त्र (ॲनेस्थेसिऑलॉजी) आणि अतिदक्षता विभागातील वैद्यकशास्त्र (क्रिटिकल केअर मेडिसिन) यांत विशेष प्रशिक्षण घेतलेले आहे. परंतु कोणत्या गोष्टी क्रमवार करायच्या याची खातरजमा करून घेण्यासाठी यादी बनवण्यासाठी एवढ्या साऱ्या प्रशिक्षणाची गरज असते? अशी यादी तर लोक पूर्वापार बनवतच आले नाहीत का? परंतु गरज असते, असे दिसतेय खरे!

प्रोनोव्होस्तने बनवलेल्या चेकलिस्टमुळे इतके फायदे झालेले दिसूनही, या संकल्पनेचा स्वीकार करणारे फार जण ताबडतोब पुढे आले नाहीत. डॉक्टर्स, परिचारिका, विमा कंपन्यांचे अधिकारी, उद्योजक अशा लोकांना त्याने बनवलेल्या चेकलिस्ट दाखवत प्रोनोव्होस्त देशभर फिरला. ऐकायला तयार असलेल्या प्रत्येक व्यक्तीला त्याने आपली संकल्पना समजावून सांगितली. महिन्यागणिक सरासरी सात शहरांमध्ये त्याने या विषयावर व्याख्याने दिली. परंतु फारच थोड्या लोकांनी या संकल्पनेचा स्वीकार केला.

यामागची कारणे अनेक प्रकारची होती. आपल्याला चेकलिस्टची गरज आहे, ही कल्पनाच काही डॉक्टर्सना अवमानकारक वाटली. इतरांना प्रोनोव्होस्तच्या चेकलिस्टच्या उपयुक्ततेच्या पुराव्याबाबत रास्त शंका होत्या. तोपर्यंत त्याने चेकलिस्टची उपयुक्तता फक्त एकाच हॉस्पिटलमध्ये– जॉन्स हॉपकिन्स हॉस्पिटलमध्ये– पडताळून पाहिली होती. तेथील अतिदक्षता विभागाकडे भरपूर पैसा व कर्मचारी होते आणि आपल्या संकल्पनेची अंमलबजावणी केली जातेय की नाही, यावर खुद्द प्रोनोव्होस्तचे लक्ष होते. परंतु जगात इतरत्र जेथे अतिदक्षता विभागात पुरेसे डॉक्टर्स आणि परिचारिका तैनात नाहीत, ज्यांच्या हाती पुरेसा वेळ नाही आणि ज्यांच्यावर कामाचे प्रचंड ओझे आहे; तेथे चेकलिस्टचा आणखी एक तक्ता करायला ते राजी का होतील?

असे असूनही, २००३मध्ये मिशिगन राज्यातील आरोग्य व रुग्णालय संघटनेने (मिशिगन हेल्थ अॅन्ड हॉस्पिटल असोसिएशन) सेंट्रल लाईनबद्दलची प्रोनोव्होस्तची चेकलिस्ट राज्यभरातील अतिदक्षता विभागात वापरून पाहण्यासाठी त्याची भेट घेतली. हा खूपच मोठा प्रकल्प असणार होता. बाहेरच्या खऱ्याखुऱ्या जगात आपल्या चेकलिस्टची उपयुक्तता पडताळून पाहण्याची प्रोनोव्होस्तला मिळालेली ही सुवर्णसंधीच होती.

हा प्रकल्प सुरू झाल्यानंतर काही वर्षांनी मी सायनाय ग्रेस हॉस्पिटलला भेट दिली. डेट्रॉइट शहराच्या मध्यवस्तीत हे हॉस्पिटल आहे. तेथे गेल्यावर प्रोनोव्होस्त कशाचा सामना करून पाहत आहे, हे मला स्पष्टपणे कळले. माणसांनी सोडून दिलेली, मोडकळीला आलेली घरे, चेक वटवणारी दुकाने, केसांच्या टोपांची दुकाने (Wig Shops) अशा बकाल परिसरातील लाल विटांच्या इमारतीमधले शहराच्या पश्चिमेच्या विभागात, 'एट माइलरोड'च्या दक्षिणेला असलेले सायनाय ग्रेस हॉस्पिटल हे प्रातिनिधिक स्वरूपाचे शहरी हॉस्पिटल आहे. दर वेळी तेथे आठशे डॉक्टर्स, सातशे परिचारिका, दोन हजार अन्य वैद्यकीय कर्मचारी तैनात असतात. देशभरातील इतर कोणत्याही शहरापेक्षा न्यूनतम सरासरी उत्पन्न असलेल्या जनतेला हे हॉस्पिटल वैद्यकीय सेवा पुरवत होते. त्या विभागातील अडीच लाख लोकांनी वैद्यकीय विमा उतरवलेला नव्हता. तीन लाख लोक राज्याने दिलेल्या आर्थिक मदतीवर जगत होते. त्यामुळे तेथील जनतेला पैशांची प्रचंड चणचण भासत होती. सायनाय ग्रेस हे डेट्रॉइट शहरातले सर्वांत दरिद्री हॉस्पिटल नव्हे. तिथले सर्वांत दरिद्री हॉस्पिटल आहे डेट्रॉइट रिसीव्हिंग हॉस्पिटल. तेथे येणाऱ्या एक-पंचमांश लोकांपाशी बिले भरायला पैसाच नसतो. परंतु २००० आणि २००३ दरम्यान सायनाय ग्रेस आणि आठ अन्य डेट्रॉइट हॉस्पिटल्सना त्यांचे एक-तृतीयांश कर्मचारी काढून टाकावे लागले आणि या हॉस्पिटल्सचे दिवाळे निघू नये

म्हणून राज्य सरकारला त्यांना पाच कोटी डॉलर्सचे साह्य करावे लागले.

सायनाय ग्रेस हॉस्पिटलमध्ये प्रौढ रुग्णांसाठी पाच अतिदक्षता विभाग आहेत आणि बालकांसाठी वेगळा अतिदक्षता विभाग आहे. २००४मध्ये प्रोनोव्होस्त आणि हॉस्पिटल संघटनेने सायनाय ग्रेस हॉस्पिटलमध्ये सेंट्रल लाईनसाठी आणि व्हेंटिलेटरवर असलेल्या रुग्णांसाठी चेकलिस्टचा वापर सुरू करून देण्यासाठी अनेक पत्रे पाठवायला आणि कॉन्फरन्स कॉल करायला सुरुवात केली. हसन मक्की हा अतिदक्षता विभागाचा संचालक त्या काळाचे वर्णन करताना मला म्हणाला, ''त्या वेळी लोकांची उमेद खचलेली होती. आमचे खूप कर्मचारी कमी करण्यात गेले होते आणि शिल्लक राहिलेल्या परिचारिकांना त्यांच्या नोकरीची शाश्वती वाटत नव्हती. त्या वेळी खूप डॉक्टर्ससुद्धा सोडून जाण्याच्या विचारात होते. निवासी डॉक्टर्सनी एका पाळीत सतत किती तास काम करायचे, याबाबतच्या नव्या कायद्यांमुळे कर्मचाऱ्यांवरचा कामाचा ताण आणखीच वाढलेला होता आणि भरीत भर म्हणून चेकलिस्टचे दैनिक तक्ते भरायला प्रोनोव्होस्त सांगत होता!''

अतिदक्षता विभागात काम करणाऱ्या टॉम पिस्कोरोवस्की या डॉक्टरने यावरची त्याची प्रतिक्रिया मला सांगितली, ''तक्ते भरणे सोडा; आधी रुग्णांची काळजी घ्या!''

शल्यचिकित्सेच्या अतिदक्षता विभागात सकाळी सातची फेरी मारणाऱ्या एका गटासमवेत मी गेलो. तिथे अकरा रुग्ण होते. चौघांना बंदुकीच्या गोळ्यांमुळे जखमा झाल्या होत्या (एकाला छातीत गोळी लागलेली होती; एकावर झाडलेली गोळी त्याचे आतडे, मूत्रपिंड आणि यकृत भेदून गेलेली होती. दोघांवर झाडलेल्या गोळ्या त्यांच्या मानेतून गेलेल्या होत्या आणि त्यामुळे त्यांच्या दोन्ही हाता-पायांना पक्षाघात झाला होता), पाच रुग्णांच्या मेंदूत रक्तस्राव होत होता (त्यातले तिघे जण एकोणऐंशी किंवा त्याहून जास्त वयाचे होते आणि जिन्यावरून पडून त्यांना दुखापत झालेली होती. एक मध्यमवयाचा माणूस होता. बोथट शस्त्राचा मार बसून त्याची कवटी आणि श्रवण, दृष्टी आणि वाचा ही कार्य करणारा डाव्या कानावरचा मेंदूचा भाग यांना इजा झाली होती. आणखी एक जण मजूर होता आणि पंचवीस फुटांवरून शिडीवरून पडल्यामुळे त्याच्या मानेपासूनच्या खालच्या भागाला पक्षाघात झालेला होता), फुप्फुसाचा कर्करोगग्रस्त भाग काढून टाकलेला एक रुग्ण शस्त्रक्रियेनंतर बरा होत होता; तर आणखी एका रुग्णाला सेरेब्रल अन्युरिझममुळे (मेंदूतील रक्तवाहिनीच्या भित्तिका कमकुवत झाल्यामुळे रक्तप्रवाहाला अडथळा येतो आणि त्या रक्तवाहिन्यांना फुगवटा येतो.) झालेल्या इजेवर शस्त्रक्रिया करण्यात आली होती.

हॉस्पिटलमध्ये फेरी मारणारे डॉक्टर्स व परिचारिका एका खोलीतून दुसऱ्या

खोलीत जाण्याचा पद्धतशीरपणे प्रयत्न करत असत; परंतु त्यांना सतत थांबवून व्यत्यय आणला जात असे. ज्या रुग्णाची परिस्थिती नियंत्रणाखाली आली आहे अशी त्यांची समजूत असे, त्याच रुग्णाला पुन्हा रक्तस्राव होऊ लागत असे किंवा ज्या रुग्णाचा व्हेंटिलेटर (कृत्रिम श्वसनासाठीचे यंत्र) बाजूला काढण्यात आलेले असे, त्यालाच पुन्हा श्वसनाला त्रास होऊन त्याला व्हेंटिलेटरवर ठेवणे गरजेचे बनत असे. रोजच्या कामाचा आणि आपत्कालीन समस्यांचा सामना करताना त्यांना कोणत्या तरी चेकलिस्टच्या किचकट तपशिलाकडे लक्ष पुरवता येईल, याची फारशी शक्यता वाटत नव्हती.

परंतु असे असले, तरीसुद्धा ते चेकलिस्टच्या तक्त्यांवर नोंदी करताहेत, असे मला दिसून आले. बहुतांशी, परिचारिकांमुळे हे काम नीटपणे पार पाडले जाऊ लागले. वरिष्ठ परिचारिका दररोज सकाळी हातात तक्त्याचे कागद घेऊन कक्षात फेरी मारत असे आणि व्हेंटिलेटरवर ठेवलेल्या प्रत्येक रुग्णाच्या पलंगाची पाठ योग्य अंशात वर उचललेली आहे, त्याला योग्य ती औषधे देण्यात आलेली आहेत आणि त्याच्या योग्य त्या चाचण्या केल्या गेल्या आहेत, याची खातरी करून घेत असे. जेव्हा जेव्हा डॉक्टर रुग्णाच्या छातीत 'सेंट्रल लाईन' नामक नलिका टाकत असत, तेव्हा सेंट्रल लाईनबद्दलचा तक्ता नीटपणे भरून रुग्णाच्या अन्य नोंदींच्या तक्त्याला जोडलेला आहे, याची खातरी तेथील परिचारिका करून घेत असे. हॉस्पिटलमधील नोंदींची कागदपत्रे तपासल्यावर माझ्या लक्षात आले की, तीन वर्षांहून अधिक काळ ते या गोष्टी इमाने-इतबारे करत आलेले होते.

हे काम सुरू करून देताना प्रोनोव्होस्तने अक्कलहुशारी वापरली. सर्वप्रथम त्याने हॉस्पिटलच्या व्यवस्थापनाशी संवाद साधला, तेव्हा त्याने सेंट्रल लाईन चेकलिस्ट वापरण्याचे फर्मान सोडले नाही. त्याऐवजी त्याने त्यांना फक्त विनंती केली की, त्यांच्याकडे सेंट्रल लाईनमध्ये किती वेळा जंतुसंसर्ग होतो, याची माहिती फक्त त्यांनी एकत्रित करावी. सन २००४च्या सुरुवातीला त्यांच्या लक्षात आले की, मिशिगन राज्यातील हॉस्पिटल्समधील अतिदक्षता विभागातील रुग्णांना जंतुसंसर्ग होण्याचे प्रमाण राष्ट्रीय सरासरीपेक्षा जास्त होते आणि काही-काही हॉस्पिटल्समध्ये तर ते राष्ट्रीय सरासरीहून खूपच जास्त होते. सायनाय ग्रेस हॉस्पिटलमध्ये 'सेंट्रल लाईन'ला जंतुसंसर्ग होण्याचे प्रमाण देशभरातील ७५% हॉस्पिटलपेक्षा जास्त होते. दरम्यान, मिशिगन राज्यातील ब्लू क्रॉस, ब्लू शिल्ड या वैद्यकीय विमा उतरवणाऱ्या कंपनीने मिशिगन राज्यातील हॉस्पिटल्सनी प्रोनोव्होस्तच्या उपक्रमात भाग घेतल्यास त्यांना लहानसा बोनस देण्याचे कबूल केले. त्यानंतर साहजिकच अशी चेकलिस्ट वापरणे अचानक सोपे आणि तर्कशुद्ध वाटू लागले.

जो प्रकल्प 'कीस्टोन' या नावाने ओळखला जाऊ लागला, त्या प्रकल्पांतर्गत

प्रत्येक हॉस्पिटलने एक अधिकारी नेमला. हॉस्पिटलमध्ये या चेकलिस्ट वापरायला लावणे आणि त्यात उद्‌भवलेल्या समस्यांचे निराकरण करण्यासाठी दर पंधरा दिवसांनी प्रोनोव्होस्तशी कॉन्फरन्स कॉलद्वारा संपर्क साधणे, या जबाबदाऱ्या या अधिकाऱ्यावर सोपवण्यात आल्या होत्या. या प्रकल्पात भाग घेणाऱ्या प्रत्येक हॉस्पिटलने आपल्या प्रत्येक कक्षासाठी एक वरिष्ठ अधिकारी नियुक्त करावा आणि त्या अधिकाऱ्याने कर्मचाऱ्यांच्या समस्या ऐकून त्या समस्यांचे निराकारण करण्यासाठी निदान महिन्यातून एकदा तेथे जावे, असा आग्रह प्रोनोव्होस्तने धरला.

हॉस्पिटलमधील वरिष्ठ अधिकारी हे काम करायला फारसे उत्सुक नव्हते. सर्वसाधारणत: चर्चेच्या बैठका, धोरणे ठरवणे आणि अंदाजपत्रके तयार करणे, हेच त्यांचे कार्यक्षेत्र असे. रुग्णांच्या जगतात वावरण्याची फारशी वेळ त्यांच्यावर येतही नसे आणि त्यामुळे तिथे त्यांना उपऱ्यासारखे वाटत असे. त्यांनी तेथे प्रवेश केल्यावर काही वेळा त्यांना नाराजी अनुभवावी लागली, परंतु त्यांचा तेथील सहभाग अत्यंत महत्त्वाचा ठरला. पहिल्या महिन्यातच या अधिकाऱ्यांच्या लक्षात आले की, नळ्यांमधील जंतुसंसर्ग कमी करण्याच्या दृष्टीने अत्यावश्यक असलेला क्लोरहेक्सिडीन हा जंतुनाशक साबण फक्त एक-तृतीयांश अतिदक्षता विभागांमध्येच उपलब्ध करून दिला जातो. या समस्येचे निराकारण फक्त हे अधिकारीच करू शकत होते. मिशिगन राज्यातील प्रत्येक अतिदक्षता विभागात काही आठवड्यांमध्येच हा साबण नेहमीच उपलब्ध करून दिला जाऊ लागला. अतिदक्षता विभागातील कर्मचाऱ्यांनी या अधिकाऱ्यांपाशी तक्रार केली की, जरी चेकलिस्टच्या अंमलबजावणीसाठी प्रत्येक रुग्णाच्या छातीत नलिका घालताना त्याच्या संपूर्ण देहावर निर्जंतुक केलेले आच्छादन घालणे अपेक्षित होते, तरी अशी मोठी आच्छादने बऱ्याचदा उपलब्धच नसत. ही तक्रार ऐकून, या अधिकाऱ्यांनी ही त्रुटी त्वरित दूर केली. त्यानंतर 'सेंट्रल लाईन' या नळ्यांचे सर्वांत मोठे उत्पादक असलेल्या 'ॲरो इंटरनॅशनल' या कंपनीला या अधिकाऱ्यांनी विनंती केली की, त्यांनी सेंट्रल लाईनच्या सामग्रीत क्लोरहेक्सिडीन साबण व संपूर्ण देहावर घालण्याजोग्या निर्जंतुक आवरणाचासुद्धा समावेश करावा.

'न्यू इंग्लंड जर्नल ऑफ मेडिसिन'मध्ये २००६च्या डिसेंबर महिन्यात कीस्टोन प्रकल्पाने सर्वेक्षणात त्यांना आढळलेल्या गोष्टींबद्दल एक अत्यंत महत्त्वपूर्ण शोधनिबंध प्रकाशित केला. हा प्रकल्प मिशिगन राज्यात सुरू केल्यानंतर पहिल्या तीन महिन्यांतच सेंट्रल लाईनद्वारे होणारा जंतुसंसर्ग ६६% नी घटला. सायनाय ग्रेस हॉस्पिटलसकट जवळजवळ सर्व हॉस्पिटल्समधील अतिदक्षता विभागांत दर तीन महिन्यांनी मापले जाणारे जंतुसंसर्गाचे प्रमाण शून्यावर आले. मिशिगन राज्यातले जंतुसंसर्गाचे प्रमाण इतके घटले की, सर्व देशांतील ९०% अतिदक्षता विभागांहून

तेथील सर्वसामान्य अतिदक्षता विभाग सरस ठरले. कीस्टोन प्रकल्पाच्या प्रारंभीच्या अठरा महिन्यांमध्ये हॉस्पिटल्सचा खर्च अंदाजे साडेसतरा कोटी डॉलर्सनी घटला. अशी कार्यक्षमता अनेक वर्षे जारी ठेवता आली आहे आणि हे सारे एका साध्याशा चेकलिस्टमुळे साध्य झालेले आहे.

हे अपवादात्मक उदाहरण आहे, असे कुणी म्हणू शकेल. कदाचित सेंट्रल लाईनला होणारा जंतुसंसर्ग टाळण्यासाठी आवश्यक असलेले धोरण काही वेगळ्या, विशिष्ट प्रकारचे असू शकेल. सेंट्रल लाईन टाकताना जे फूटभर लांबीचे कॅथेटर्स रुग्णाच्या छातीत खुपसले जातात, त्यामुळे उद्‌भवणाऱ्या अन्य समस्या मात्र रोखता आलेल्या नाहीत. उदाहरणार्थ– सुई फार खोलवर गेली, तर फुप्फुस निकामी होणे; किंवा रक्तवाहिनीला इजा झाली, तर रक्तस्राव सुरू होणे इत्यादी. या चेकलिस्टमुळे फक्त जंतुसंसर्ग टाळता आलेला आहे. या एका बाबतीत डॉक्टर्स काही साध्या-साध्या गोष्टी नीटपणे करत नव्हते. जंतुनाशक साबणाने आपले हात धुणे, निर्जंतुक केलेला गाऊन व हातमोजे वगैरे चढवणे अशा साध्या गोष्टींकडे त्यांचे दुर्लक्ष होत होते आणि या संदर्भात चेकलिस्ट अतिशय उपयुक्त ठरली; परंतु रुग्णांसाठी डॉक्टर्स ज्या अनेक गोष्टी करत असतात, त्यांतील ही गोष्ट अपवादात्मकसुद्धा असू शकेल!

परंतु मला तसे खातरीने म्हणता येत नव्हते. मी विचारात पडलो. प्रोनोव्होस्तला लाभलेल्या यशाबद्दलची बातमी जेव्हा माझ्या कानावर आली, त्याच सुमारास मी मार्क्स थॅलमन या हृदयाच्या शल्यविशारदाशीसुद्धा बोललो. त्यानेच त्या तीन वर्षांच्या बुडून गेलेल्या मुलीला वाचवण्यासंदर्भातील अहवाल प्रकाशित केला होता. या अहवालाचा मुख्य लेखक तोच होता. त्या मुलीला वाचवण्यात आलेल्या यशाबद्दलची माहिती वाचताना काही गोष्टी मला ठळकपणे जाणवल्या होत्या आणि त्याबद्दल मला आश्चर्यही वाटले होते. त्या मुलीला वाचवणारे हॉस्पिटल ही काही प्रशिक्षण देणारी आघाडीवरची वैद्यकीय संस्था नव्हती. ते एक सर्वसामान्य असे जनता हॉस्पिटल होते. हे ऑस्ट्रियातील आल्प्स पर्वतातल्या एका छोट्याशा प्रांतीय गावात होते. हे क्लागेनफुर्ट नावाचे गाव, ती मुलगी जिथे तळ्यात पडली होती, तिथून सर्वांत जवळ होते. इतक्या गुंतागुंतीची समस्या असलेल्या रुग्णाला हे हॉस्पिटल कसे वाचवू शकले, असे मी थॅलमनला विचारले.

ही चिमुकली मुलगी तळ्यात पडून या हॉस्पिटलमध्ये आली, तेव्हा थॅलमन क्लागेनफुर्टमधील ह्या हॉस्पिटलमध्ये सहा वर्षं काम करत होता. गुदमरलेली आणि देहाचे तापमान अतिशय खाली गेलेली ही काही पहिलीच रुग्ण व्यक्ती तेथे आलेली नव्हती. यापूर्वीसुद्धा त्यांनी अशा काही रुग्णांच्या बंद पडलेल्या हृदयांना

नवचेतना देण्याचा प्रयत्न केलेला होता. त्याच्या हॉस्पिटलमध्ये दर वर्षी असे सरासरी तीन ते पाच रुग्ण येत असत. त्यांतले बरेच रुग्ण हिमप्रपातात (avalanche) सापडून गोठलेले असत. काही जण बुडालेले असत, तर काही जण जीव देण्यासाठी प्रमाणाबाहेर मादक पदार्थांचे सेवन करून आल्प्स पर्वतातील बर्फाच्छादित वनराईत भटकताना बेशुद्ध पडलेले असत. हॉस्पिटलच्या कर्मचाऱ्यांनी अनेक वर्षे कितीही प्रयत्न केले, तरी यांपैकी कुणालाही वाचवण्यात त्यांना यश लाभलेले नव्हते. बरेचसे रुग्ण येत, तेव्हा त्यांना प्राणवायूशिवाय खूप काळ राहावे लागलेले असे आणि त्यांच्या नाडीचे ठोके थांबलेले असत. काही जणांच्या अंगात थोडी धुगधुगी असल्याची खातरी थॅलमनला जरी वाटत असली, तरी अशा रुग्णांना नवचेतना देण्यात त्याला आणि त्याच्या सहकाऱ्यांना कधीच यश लाभलेले नव्हते.

त्याने अशा सर्व रुग्णांचे अहवाल काळजीपूर्वक वाचले. अशा रुग्णांवर त्वरित उपचार करण्याची यंत्रणा जय्यत तयार ठेवता येणे, हे त्याच्या मते सर्वांत अत्यावश्यक कार्य होते. अनेक लोक व उपचारासाठीची सर्व यंत्रणा त्वरित उपलब्ध असणे, हे या रुग्णांना वाचवण्याच्या दृष्टीने अत्यंत महत्त्वाचे होते. ट्रॉमा विभागातले शल्यविशारद, हृदयासाठीचे भूलतज्ज्ञ, हृदयाचे शल्यविशारद, इतर यंत्रणा (व्हेंटिलेटर, हार्ट-लंग बायपास मशीन, डायलिसिस मशीन इत्यादी) चालू ठेवणारे तंत्रज्ञ, कार्डिॲक पर्फ्युशनिस्ट (हार्ट-लंग बायपास मशीनचा तंत्रज्ञ), ऑपरेटिंग-रूममधील व अतिदक्षता विभागातील तज्ज्ञ परिचारिका, अतिदक्षता विभागातील तज्ज्ञ डॉक्टर– असे सारे लोक व सारी यंत्रे त्वरित उपलब्ध होणे, ही यशाची गुरुकिल्ली होती. यांतील कोणी तरी किंवा काही तरी जवळजवळ नेहमीच उपलब्ध नसे.

त्याने ही बाब सुधारण्यासाठी शल्यविशारदाचे नेहमीचे तंत्र वापरून पाहिले. सर्व पटापट तयार ठेवण्यासाठी त्याने सर्वांवर ओरडून, सर्वांना तंबी देऊन पाहिले. तरीसुद्धा त्यांना कुणालाही वाचवता आले नाही. त्यानंतर त्याने आणि त्याच्या काही सहकाऱ्यांनी एक नवा प्रयोग करून पाहिला. त्यांनी चेकलिस्ट तयार केली.

या सर्व कामगिरीत ज्यांच्या हाती सर्वांत कमी सत्ता होती, अशा लोकांजवळ त्यांनी ही चेकलिस्ट दिली. हे लोक होते रेस्क्यू स्क्वाड (आपत्कालीन त्वरित सेवा पुरवणारा गट) आणि हॉस्पिटलचा टेलिफोन ऑपरेटर. या लोकांना त्यांनी चेकलिस्टनुसार क्रमवार करायची प्रत्येक गोष्ट समजावून सांगितली. अशा रुग्णांच्या बाबतीत चेकलिस्टमधील पहिली कामगिरी होती की, रेस्क्यू स्क्वाडने हॉस्पिटलला फोन करून कार्डिॲक बायपास व देहाला ऊब आणणाऱ्या यंत्रणा जय्यत तयार ठेवायची सूचना देणे. शक्य असेल, तेव्हा रुग्णापाशी पोहोचण्यापूर्वीच त्यांनी हॉस्पिटलला अशी सूचना द्यावी, असे त्यांना सांगण्यात आले होते. कारण या गोष्टी स्थिर ठेवणे

हे वेळखाऊ काम असते. हॉस्पिटलकडे अशी सूचना आल्यानंतर टेलिफोन ऑपरेटरवर जबाबदारी होती की, या गोष्टी तयार ठेवाव्यात, असे त्याने फोन करून सर्व संबंधित कर्मचाऱ्यांना आणि डॉक्टर्सना कळवणे.

ही चेकलिस्ट तयार झाल्यावर या गटाला पहिले यश लाभले. त्या तीन वर्षांच्या मुलीला वाचवण्यात त्यांना यश आले. यानंतर थोड्याच दिवसांत थॅलमन तेथून बाहेर पडला व त्याने व्हिएन्ना शहरात नवी नोकरी धरली. परंतु तेथील गटाने त्यानंतर निदान आणखी दोन रुग्णांना वाचवण्यात यश मिळवले आहे, असे थॅलमनने मला सांगितले. आत्महत्येच्या प्रयत्नानंतर नाडी लागत नसलेल्या आणि गोठलेल्या अवस्थेत असलेल्या एका माणसाला त्यांनी वाचवले होते. दुसऱ्या एका घटनेत एक आई आणि तिची सोळा वर्षांची मुलगी अशा दोघी जणी अपघातात सापडल्या होत्या. त्यांची गाडी अपघातानंतर रस्त्याच्या कडेचा कठडा तोडून खालच्या दरीत कोसळली होती आणि खालच्या नदीत पडली होती. त्या धक्क्याने आई मरण पावली. गाडीत नदीचे बर्फाळ पाणी भराभरा भरू लागल्यामुळे ती मुलगी गाडीतच अडकून राहिली होती. तिला वाचवणारे लोक तिथे पोहोचले, तोवर तिचे हृदय व फुप्फुसे बंद पडून खूप वेळ झालेला होता.

परंतु त्यानंतर मात्र साऱ्या गोष्टी घड्याळाच्या काट्यानुसार भराभर व सुसूत्रपणे घडत गेल्या. आपत्कालीन सेवा पुरवणारा गट तिच्यापाशी पोहोचून तिच्यावर CPR (कार्डिॲक पल्मनरी रीसस्किटेशन– हृदय व फुप्फुसांना नवचेतना देण्याची प्रक्रिया) हा उपचार सुरू होण्यापूर्वीच हॉस्पिटलला जय्यत तयारी ठेवण्याची पूर्वसूचना मिळालेली होती. वाहनचालकांनी त्या मुलीला केवळ काही मिनिटांमध्येच हॉस्पिटलमध्ये पोहोचवले. शल्यविशारदांनी तिला थेट ऑपरेटिंग-रूममध्ये नेले आणि हार्ट-लंग बायपास मशीन चालू करून दिले. सर्व गोष्टी एकापाठोपाठ एक अशा क्रमाने, सुसूत्रपणे व त्वरित होत गेल्या आणि त्यामुळे तिला वाचवण्यात यश आले.

त्या मुलीच्या देहाचे तापमान जसजसे हळूहळू वाढत होते, तसतसे तिच्या हृदयाचे ठोके पुन्हा पडू लागले. अतिदक्षता विभागातील व्हेंटिलेटर, आय.व्ही. द्राव, शिरेतून देण्याजोगी औषधे यांमुळे तिची इतर इंद्रिये काम करू लागेपर्यंत तिला कृत्रिम साधनांमुळे जगवता आले. दुसऱ्याच दिवशी डॉक्टर्स तिच्या देहातल्या नळ्या आणि तारा काढून टाकू शकले. त्यानंतर आणखी एका दिवसात ती अंथरुणात उठून बसू शकली आणि तिला घरी पाठवण्यात आले.

३. वास्तुशिल्पकारांच्या युगाचा अंत

विमानोड्डाणाच्या संदर्भातल्या चेकलिस्टचा वापर सुरू झाल्यापासून चार पिढ्या उलटल्या आहेत. त्यापासून आपण एक नवाच बोध घेतला आहे की, चेकलिस्टचा वापर अत्यंत अनुभवी लोकांनासुद्धा उपयुक्त ठरत असून, आपल्या अपेक्षेपेक्षा आणखी विविध प्रकारच्या कामांमधले अपयश चेकलिस्टमुळे टाळता येत आहे. चेकलिस्टमुळे आपण कोणतीही गोष्ट करायला विसरण्याची शक्यता उरत नाही. विस्मरण होणे, दुर्लक्ष होणे आणि एखादी बारीकसारीक गोष्ट विसरणे असे आपल्या सर्वांच्या हातून कधी ना कधी घडत असते. चेकलिस्टमुळे अशी शक्यता कमी होते. अशा चुका टाळता आल्या की, कल्पनेपलीकडचे यश लाभते.

परंतु या यशालासुद्धा मर्यादा असू शकते, म्हणून कोणत्या बाबतीत चेकलिस्ट उपयुक्त ठरेल आणि कोणत्या बाबतीत तिचा फारसा उपयोग होणार नाही, हे आपण सुज्ञपणे ठरवायला हवे.

'गहन गुंतागुंतीबद्दलचे विज्ञान' या विषयात संशोधन करणाऱ्या न्यूयॉर्क युनिव्हर्सिटीतील ब्रेंडा झिमरमन आणि टोरॉंटो युनिव्हर्सिटीतील शोलोन ग्लूबरमन या दोन प्राध्यापकांनी जगातील विविध समस्यांचे वर्गीकरण तीन विभागांत केलेले आहे : सरळ-साध्या समस्या, गुंतागुंतीच्या समस्या आणि गहन गुंतागुंतीच्या समस्या (Simple, Complicated, Complex). तयार स्वरूपात उपलब्ध केल्या

गेलेल्या मिश्रणाचा वापर करून केक बनवणे हे सरळ-साध्या प्रश्नाचे उदाहरण आहे. याची एक ठरावीक कृती असते, कधी कधी काही प्राथमिक स्वरूपाची तंत्रे शिकून घ्यावी लागतात. परंतु या दोन्ही गोष्टींवर प्रभुत्व मिळवता आले की, ही कृती वापरल्यानंतर बऱ्याचदा केक चांगलाच बनतो.

गुंतागुंतीच्या प्रश्नाचे उदाहरण आहे, चंद्रावर रॉकेट पाठवणे. यासाठी गुंतागुंतीच्या विविध गोष्टी कराव्या लागत असल्या, तरी सोप्या-सोप्या उपभागांमध्ये त्यांची विभागणी करता येते. पण यासाठी एक सरळसोट कृती वापरात आणता येत नाही. प्रकल्प यशस्वीरीत्या तडीला नेण्यासाठी अनेक लोक, बऱ्याचदा अनेक लोक असलेले अनेक गट आणि विशेष तंत्रज्ञान यांची आवश्यकता असते. अनेकदा अनपेक्षित समस्यांचा सामना करावा लागतो. सर्व गोष्टी वेळेत आणि विविध गटांकडून सुसूत्रपणे घडणे अत्यंत महत्त्वाचे असते.

अति किचकट अशा गुंतागुंतीच्या प्रश्नाचे उदाहरण आहे शिशु-संगोपन. तुम्हाला एकदा चंद्रावर रॉकेट पाठवण्यात यश मिळाले की, तेच तंत्रज्ञान इतर रॉकेट्स पाठवताना वापरून तुम्ही त्या तंत्रज्ञानात परिपूर्णता आणू शकता. एक रॉकेट दुसऱ्या रॉकेटसारखेच असते; परंतु मूल वाढवणे तसे नसते, असे हे प्राध्यापक निदर्शनाला आणून देतात. प्रत्येक मूल अद्वितीय असते. कोणतेही एक मूल दुसऱ्यासारखे नसते. एक मूल वाढवल्यानंतर जरी गाठीला अनुभव जमा होत असला, तरी दुसरे मूल वाढवताना त्या अनुभवाच्या जोरावर खातरीलायक यश मिळण्याची हमी देता येत नाही. अनुभव मोलाचा असतो, परंतु फक्त अनुभवाच्या जोरावर भागत नाही. आधीचे मूल वाढवताना वापरलेली पद्धत पुढचे मूल वाढवताना उपयोगी ठरणार नाही. त्याच्याबाबतीत आणखी कुठली तरी सर्वस्वी वेगळीच पद्धत वापरावी लागेल, अशी खूप शक्यता असते. अति किचकट अशा गुंतागुंतीच्या प्रश्नांबाबत ही अनिश्चितता जाचक वाटते. तरीसुद्धा आपण सर्व जण जाणून असतो की, मूल नीटपणे वाढवणे शक्य असते. ते खूप गुंतागुंतीचे असते, एवढेच!

विमानांचे अपघात टाळण्याची १९३५मधील समस्या, २००३मधील 'सेंट्रल लाईन'मधला जंतुसंसर्ग टाळण्याची समस्या किंवा बुडणाऱ्या लोकांना वाचवण्याची आजची समस्या— या समस्यांबाबत विचार करताना माझ्या लक्षात आले की, या प्रत्येक समस्येत कोणती तरी एकच गोष्ट खूप महत्त्वाची होती आणि ती तशी सोपीशीच गोष्ट होती. विमान अपघातांच्या बाबतीत सुकाणू आणि विमान वर-खाली घेण्यासाठीची यंत्रणा यांवरच लक्ष केंद्रित करणे आवश्यक होते. जंतुसंसर्ग टाळण्यासाठी निर्जंतुकीकरणाचे विस्मरण होऊ न देणे ही गुरुकिल्ली होती, तर बुडलेल्या व्यक्तींना वाचवताना कार्डिॲक बायपास मशीन त्वरित उपलब्ध असणे सर्वांत महत्त्वाचे होते. त्यामुळे या सर्व समस्यांचे निराकरण करण्यासाठी महत्त्वाच्या

गोष्टी करण्याची सक्ती करून भागत होते. चेकलिस्टमुळे या गोष्टी सक्तीने, सुसूत्रपणे केल्या जात होत्या.

आपल्यासमोर अनेक साध्या-साध्या समस्या येत असतात. वैद्यकशास्त्रातली उदाहरणे द्यायची, तर 'सेंट्रल लाईन' घालताना निर्जंतुक केलेला मास्क घालायला विसरणे किंवा हृदय अचानक बंद पडण्यामागच्या दहा वेगवेगळ्या कारणांपैकी एक कारण असते पोटॅशिअम प्रमाणाबाहेर दिले जाणे, याचे विस्मरण घडणे. वकील म्हणून खटले लढवताना अशा साध्या समस्यांची उदाहरणे आहेत : कराबाबतच्या फसवणुकीचा खटला चालवत असताना प्रतिवादी कोणकोणत्या प्रकारे बचाव करू शकेल, हे नीटपणे लक्षात न ठेवणे किंवा कोर्टाच्या विविध कालमर्यादांचे विस्मरण होणे. पोलिसांच्या कामकाजासंदर्भातली काही उदाहरणे आहेत : अनेक माणसांमधून गुन्हेगार कोणता हे ओळखण्यासाठी, तो गुन्हा घडताना ज्यांनी प्रत्यक्ष पाहिला आहे; अशा साक्षीदारांची नीटपणे साक्ष घेण्यात गडबड करणे, प्रत्यक्ष गुन्हेगार ओळखण्यासाठी उभ्या केलेल्या माणसांमध्ये प्रत्यक्ष गुन्हेगार नसण्याचासुद्धा संभव आहे याची साक्षीदारांना सूचना देणे किंवा गुन्हेगार असण्याची शंका कुणाबाबत आहे हे ठाऊक असलेल्या व्यक्तीला त्या वेळी उपस्थित राहू देणे, अशा प्राथमिक स्वरूपाच्या चुका घडू नयेत म्हणून चेकलिस्ट खूपच उपयुक्त ठरते.

परंतु ज्यावर रुग्णाचे जीवन-मरण अवलंबून आहे, अशी कामे अशा सोप्या स्वरूपाची नसतात. रुग्णाच्या शरीरात 'सेंट्रल लाईन' ही नळी घालण्याचे काम हे अतिदक्षता विभागात केल्या जाणाऱ्या १७८ कामांपैकी केवळ एक आहे. अतिदक्षता विभागातील कर्मचाऱ्यांना रुग्णाच्या बाबतीत रोज १७८ वेगवेगळी कामे सुसूत्रपणे पार पाडायची असतात. अतिदक्षता विभागातली ही सर्व कामे खूपच गुंतागुंतीची असतात. त्यांतील प्रत्येक कामाबाबत आपल्याला चेकलिस्ट तयार करून त्याचा अवलंब करता येईल का? याची सुतराम तरी शक्यता वाटते का? अतिदक्षता विभागातील रुग्णांची काळजी घेण्याबाबत एक सरळसोट सूची बनवता येणे शक्यच नाही! रुग्णाच्या वेगवेगळ्या व्याधींसाठी, वेगवेगळ्या तज्ज्ञांना वेगवेगळ्या वेळी किंवा एकत्रितपणे, गरजेनुसार वेगवेगळ्या गोष्टी कराव्या लागतात. सक्तीने एकाच गोष्टीची अंमलबजावणी करायला लावणे इथे शक्यच नसते.

शिवाय एक रॉकेट दुसऱ्यासारखेच असते, तसे माणसांबाबत नसते. व्यक्ती तितक्या प्रकृती असतात! न्यूमोनिया झालेले कोणतेही दोन रुग्ण तंतोतंत एकसारखे नसतात. त्यांना एकाच प्रकारचा जंतुसंसर्ग होऊन तसाच खोकला झालेला असला, तशीच धाप लागत असली, रक्तातले प्राणवायूचे प्रमाण सारखेच घटलेले असले, त्यांना सारखीच अँटिबायोटिक्स दिली गेली; तरी दोघांतला एकच रुग्ण कधी कधी

बरा होतो आणि दुसरा होत नाही. अशा रुग्णांच्या प्रकृतीत अनपेक्षित चढ-उतार होऊ शकतात आणि अशा समस्येसाठी चेकलिस्टचा वापर करणे शक्य होत नाही. वैद्यकशास्त्रात विविध प्रकारच्या समस्यांचा सामना करावा लागतो. त्यात साध्या, अवघड व अति किचकट अशा सर्व प्रकारच्या समस्यांचा समावेश असतो आणि कधी कधी डॉक्टरला गरज पडेल, त्याप्रमाणे गोष्टी कराव्या लागतात. अशा वेळी अहवालात नोंदी करणे बाजूला ठेवून, प्रथम रुग्णावर त्वरित उपचार करणे गरजेचे असते.

मी या प्रश्नांबाबत दीर्घकाळ विचार करतो आहे. माझ्या रुग्णांच्या दृष्टीने एक चांगला डॉक्टर म्हणून काम करायची माझी मनापासून इच्छा आहे. त्यासाठी आपल्या मतानुसार केव्हा वागायचे आणि रूढीबद्ध चाकोरीतले नियम केव्हा पाळायचे– याबाबत योग्य रीतीने निर्णय घेता आला, तरच डॉक्टरला आपले काम नीटपणे पार पाडता येते. याहून वेगळे अवघड असे काही तरी केव्हा करायचे, याचा निर्णयसुद्धा कधी कधी घ्यावा लागतो. डॉक्टरांनी नित्याची कामे चुका न करता पार पाडणे गरजेचे असतेच; परंतु तसे करतानासुद्धा, आयत्या वेळी गरजेनुसार काही निर्णय घेता येण्याची मोकळीक डॉक्टरला मिळायला हवी आणि अनपेक्षितपणे उभ्या राहिलेल्या समस्यांवर ऐन वेळी तोडगे शोधता येण्याची क्षमता त्याच्या ठायी असायलाच हवी. साध्या-सरळ समस्यांचा सामना चेकलिस्ट वापरून करता येतो, हे उघड आहे. परंतु जेव्हा साधे, अवघड आणि गहन प्रश्न एकाच वेळी उभे राहतात; तेव्हा अशा सर्व प्रश्नांचे निराकारण करून अपयश टाळायला चेकलिस्ट उपयोगी पडेल का?

या प्रश्नाचे उत्तर मला अगदी अनपेक्षित ठिकाणी मिळाले. रस्त्यावरून मी चालत होतो, तेव्हा अचानक मला हे कोडे उलगडले.

तो २००७मधील जानेवारीतला दिवस होता. लख्ख सूर्यप्रकाश पडलेला होता. मी कामावर चाललो होतो. पार्किंग लॉटमधून माझ्या हॉस्पिटलच्या मुख्य प्रवेशद्वारापाशी जाताना मला आमच्या मेडिकल सेंटरच्या नव्या इमारतीचे बांधकाम सुरू असलेले दिसले. सध्या तरी तो केवळ एक पोलादी खांबांचा सांगाडा होता; परंतु तो अकरा मजली उंच होता, त्याने शहरातला एक पूर्ण चौक व्यापलेला होता आणि एका रिकाम्या मैदानातून तो रातोरात वर निघाल्यासारखा दिसत होता. मी एका कोपऱ्यात उभा राहून चौथ्या मजल्यावर धातूच्या दोन तुकड्यांना सांधून, सांधा बनवणाऱ्या एका बांधणी कामगाराचे काम न्याहाळू लागलो.

एका तुळईवर उभा राहून तोल सांभाळत त्याचे हे काम चालू होते. मग माझ्या मनात प्रश्न उभा राहिला : त्याला आणि त्याच्या सर्व सहकाऱ्यांना हे काम योग्य प्रकारे चालले आहे, हे कसे कळत असेल? ही इमारत खाली पडणार नाही याची

खातरी त्यांना कशी वाटत असेल?

ही इमारत प्रमाणाबाहेर मोठी नव्हती. त्या इमारतीत आम्हाला हॉस्पिटलच्या दीडशे खासगी खाटा बसवता आल्या असत्या. त्यानंतर आम्हाला आमच्या मुख्य हॉस्पिटलमधल्या जुन्या सामाईक खोल्या खासगी खोल्यांमध्ये परावर्तित करता आल्या असत्या. या नव्या इमारतीत आम्हाला उत्कृष्ट दर्जाच्या नव्या सोळा ऑपरेटिंग-रूम्ससुद्धा मिळाल्या असत्या– ज्यांची मी आतुरतेने वाट पाहत होतो. ही काही फार प्रचंड इमारत नव्हती. गेल्या वर्षात संपूर्ण देशभरात याहून मोठ्या आकाराच्या डझनावारी इमारती बांधल्या गेल्या असणार याची मला खातरी वाटत होती.

परंतु हॉस्पिटलच्या स्थावर-व्यवस्थापकाच्या (real estate manager) म्हणण्यानुसार हा प्रकल्प काही लहान नव्हता! या इमारतीचे क्षेत्रफळ ३,५०,००० चौ. फूट असणार होते. या इमारतीचे तीन मजले जमिनीखाली आणि अकरा मजले जमिनीवर असणार होते. त्याला ३६ कोटी डॉलर्स खर्च होणार होता. बांधकामासाठी ३८८५ टन पोलाद, १३००० घनयार्ड काँक्रीट, हवेचे नियमन करणाऱ्या एकोणीस यंत्रणा, सोळा लिफ्ट्स, एक कूलिंग टॉवर, एक बॅकअप इमर्जन्सी जनरेटर एवढ्या गोष्टी लागणार होत्या. बांधकाम करणाऱ्या मजुरांना एक लाख घनयार्ड माती खणून बाहेर काढावी लागणार होती. ६४,००० फूट लांबीचे तांब्याचे नळ घालावे लागणार होते. सत्तेचाळीस मैल लांबीचे पाण्याचे नळ, पंचाव्वन मैल लांबीच्या विजेच्या तारा घालाव्या लागणार होत्या. हॉस्पिटलपासून 'मेन' या राज्यापर्यंतचे जेवढे अंतर आहे, तेवढीच या विजेच्या तारांची लांबी असणार होती.

मी स्वत:शीच म्हणालो की, ही इमारत कोसळून चालणार नाही!

मी अकरा वर्षांचा होतो. ओहिओ राज्यातील ॲथेन्स गावात लहानाचा मोठा होत होतो, तेव्हा मी स्वत:साठी एक बुककेस तयार करायचे ठरवले. माझ्या आईने मला दहा डॉलर्स दिले आणि ते घेऊन मी सायकलवरून सी ॲन्ड ई हार्डवेअर स्टोअरमध्ये गेलो. हे दुकान रिचलंड ॲव्हेन्यूवर होते. कानातून केस डोकावत असलेला एक भला माणूस गल्ल्यावर बसलेला होता. त्याच्याकडून मी आठ इंच रुंदीच्या, पाऊण इंच जाडीच्या, चार फूट लांबीच्या देवदाराच्या लाकडाच्या चार पट्ट्या विकत घेतल्या. त्याच्याकडून मी प्रायमर, रंग, लाकूड गुळगुळीत करण्यासाठीचा खरखरीत कागद आणि पेटीभर खिळेही विकत घेतले. हे सामान मी आमच्या गॅरेजमध्ये ठेवले. मी काळजीपूर्वक माप घेतले. त्यानंतर मी दोन उभ्या फळ्यांच्या मधोमध दोन आडव्या फळ्या खिळ्यांनी ठोकल्या आणि माझी नवी बुककेस उभी केली. मी त्याचा पृष्ठभाग खरखरीत कागदाने घासून गुळगुळीत केला. त्याला प्रायमर आणि रंग लावला. मी ही बुककेस माझ्या बेडरूममध्ये नेली आणि त्यावर अर्धा डझन पुस्तके ठेवली. त्यानंतर बघता-बघता ती बुककेस एका बाजूला कलली

आणि कोसळली. एखादा झिंगलेला माणूस कोसळावा, तसेच ते दृश्य होते. बुककेसच्या मधल्या दोन फळ्या निसटू लागल्या. मी त्यात आणखी खिळे ठोकले आणि ती बुककेस उभी केली. या वेळी ती दुसऱ्या बाजूला कलली आणि कोसळली. मी त्यात आणखी काही खिळे तिरके ठोकले. मला वाटले की, आता तरी बुककेस उभी राहील, पण तसे झाले नाही. शेवटी मी वैतागलो आणि खिळे ठोकून मी ती बुककेस थेट भिंतीतच पक्की बसवली. अशा तऱ्हेने बळकटी आणण्याच्या तंत्राशी– bracing शी– माझी ओळख झाली.

जुनी आठवण आल्यावर मी या उंच इमारतीकडे पुन्हा पाहिले. ही इमारत, भूकंपाचा हादरा बसल्यानंतरसुद्धा कोसळून चालले नसते. मला पुन्हा एकदा प्रश्न पडला की, इमारत योग्य तऱ्हेने बांधली जातेय, याबद्दल या बांधकाम कामगारांना ठामपणे खातरी कशी काय वाटत असते? या प्रश्नात दोन उपप्रश्न दडलेले असतात : एक तर यासाठी आवश्यक ते ज्ञान आपल्याजवळ आहे याची खातरी त्यांना कशी वाटते? दुसरा प्रश्न उपलब्ध ज्ञानाचा योग्य प्रकारे वापर केला जात आहे, याबद्दल त्यांना खातरी कशी काय वाटते?

दोन्ही उपप्रश्न गहन स्वरूपाचेच आहेत. इमारतीचा आराखडा बनवताना तज्ज्ञांना असंख्य गोष्टी लक्षात घ्यायच्या असतात. स्थानिक मातीचा प्रकार, इमारतीची उंची, उपलब्ध बांधकाम सामग्रीचा दर्जा, भूमिती इत्यादी इत्यादी. त्यानंतर कागदावरला आराखडा प्रत्यक्षात उतरवताना त्यांच्यापुढे असंख्य कूटप्रश्न असतात. विविध क्षेत्रांतले कारागीर आणि यंत्रे योग्य प्रकारे काम करत असल्याची खातरजमा करून घेणे, ते लोक सुसूत्रपणे योग्य क्रमाने आपापली कामे करताहेत यावर लक्ष ठेवणे आणि अचानक उद्‌भवलेल्या अडचणी किंवा आराखड्यांमध्ये केलेले बदल यांची अंमलबजावणी करण्यासाठी आवश्यक ती परिवर्तनशीलता दाखवता येणे.

एवढे कूटप्रश्न असूनही बांधकाम व्यावसायिक निश्चितच यशस्वी होत असतात. ते जगभरात लाखो इमारतींचे बांधकाम उत्कृष्टरीत्या पार पाडतात. गेल्या अनेक दशकांमध्ये बांधकामाचे तंत्र खूपच किचकट झालेले असूनसुद्धा ते यशस्वी होतात. त्यांच्या हाताखालचे विविध तंत्रज्ञ– पक्का पाया घालण्यापासून ते अतिदक्षता विभागातील विद्युतीकरणाचे काम करणारे विविध विशेषज्ञ– स्वत:ला आपापल्या क्षेत्रातले सम्राट समजत असतात आणि त्यात कुणाचीही ढवळाढवळ ते खपवून घेत नाहीत. अशा लोकांकडून सुसूत्रपणे काम करून घेणे, हे काही येरागबाळ्याचे काम नव्हे. तरीसुद्धा मजबूत इमारती उभ्या करण्यात त्यांना यश मिळते. यामागची मेख कोणती?

आमच्या नव्या हॉस्पिटलच्या बांधकामासाठीच्या रचनातंत्रज्ञाला (structural engineer) मी भेटायला गेलो. त्याचे नाव आहे 'जो साल्व्हिया'. त्याच्या व्यवसायात काम कसे केले जाते हे जाणून घेण्यासाठी मी आलो आहे, असे मी त्याला सांगितले. मी अगदी योग्य माणसाकडे आलो होतो, अशी माझी लगेचच खातरी पटली. १९६०च्या दशकापासून बोस्टन परिसरात बांधल्या गेलेल्या बऱ्याचशा मोठ्या हॉस्पिटल्सच्या इमारतींचे बांधकाम हे त्याच्या मॅकनमारा-साल्व्हिया या कंपनीने पार पाडले होते. त्याखेरीज पुष्कळशी हॉटेल्स, ऑफिस टॉवर्स आणि काँडोमिनिअम्ससुद्धा त्याच्याच कंपनीने बांधली होती. फेनवे-पार्क या बोस्टन-रेडसॉक्स बेसबॉल टीमच्या छत्तीस हजार खुर्च्या असलेल्या प्रचंड स्टेडियमची पुनर्बांधणी व डागडुजी त्याच्या कंपनीने केली होती. या स्टेडियमच्या पश्चिमेकडची होम-रन्स (क्रिकेटमध्ये जसा षटकार (sixer) असतो, त्याचप्रमाणे बेसबॉलमध्ये होमरन असते. चेंडू मैदानाबाहेर गेला की त्याला होमरन म्हणतात.) काबीज करणारी, ग्रीन-मॉन्स्टर नावाने ओळखली जाणारी सुप्रसिद्ध सदतीस फुटी भिंतसुद्धा त्याच्याच कंपनीने पुन्हा नव्यासारखी करून दिली होती. खूप कठीण प्रकारच्या आणि बऱ्याचदा खूपच उंच असलेल्या इमारतीचा आराखडा बनवून त्यानुसार बांधकाम करून घेणे, ही साल्व्हियाच्या कंपनीची खासियत होती.

मायामी शहरातली ऐंशी मजली उत्तुंग इमारत ही साल्व्हियाने बांधलेली सर्वांत उंच इमारत आहे. प्रॉव्हिडन्स, ऱ्होड आयलंड येथे त्याच्या कंपनीने एक शॉपिंग मॉल बांधला. त्यासाठी त्यांनी पोलाद बनवणाऱ्या कंपनीकडे चोवीस हजार टन वजनाच्या पोलादाची मागणी केली. तो अमेरिकेच्या पूर्व किनाऱ्यावरच्या पोलादाच्या मागणीचा उच्चांक होता. न्यू जर्सी राज्यातील ईस्ट रूदरफोर्ड येथे त्याची कंपनी बांधत असलेला 'मेडोलँड्स-झानाडू एन्टरटेनमेंट अ‍ॅन्ड स्पोर्ट्स कॉम्प्लेक्स' हा बहुधा जगातील सर्वांत मोठा प्रकल्प ठरला असता. या कॉम्प्लेक्समध्ये न्यूयॉर्क जेट्स आणि न्यूयॉर्क जायंट्स या दोन फुटबॉल टीम्ससाठीचे स्टेडियम, तीन हजार लोक बसू शकतील एवढा म्युझिक हॉल, देशातले सर्वांत मोठे मूव्ही मल्टिप्लेक्स आणि स्नो-पार्क नावाचा देशातला पहिलाच बंदिस्त स्की-रिसॉर्ट या गोष्टींचा समावेश होता. गेली अनेक वर्षे मॅकनमारा-साल्व्हिया ही कंपनी दर वर्षी पन्नास ते साठ प्रकल्पांवर काम करत आलेली आहे. दर आठवड्यात सरासरी एका इमारतीचे बांधकाम त्यांच्याकडून पूर्ण होते आणि त्यांनी बांधलेल्या इमारतींपैकी एकही इमारत कोसळली अगर ढासळली नाही.

त्यामुळे मध्यवर्ती बोस्टनमधील जो साल्व्हियाच्या ऑफिसात त्याची भेट घेऊन मी त्याला प्रश्न विचारला की, त्याने हातात घेतलेल्या इमारतीचे आराखडे व बांधकाम योग्य तऱ्हेने होत असल्याची खातरी तो कोणत्या प्रकारे करून घेऊ

शकतो? जो साल्व्हिया एकसष्ट वर्षे वयाचा माणूस आहे. त्याच्या डोक्यावर जवळ-जवळ एकही केस शिल्लक नाही. तो पक्क्या बोस्टन ढंगाने शब्दांचे उच्चार करतो. तो मोठ्या आनंदी वृत्तीचा उमदा गडी वाटतो. 'सावकाश चालू द्या– थोडी कॉफी घेणार का?' अशा प्रकारची, आरामशीरपणे वागण्याची त्याची पद्धत मला एका इंजिनिअरकडून अजिबातच अपेक्षित नव्हती. त्याने ज्या प्रकल्पाचा आराखडा त्याच्या व्यवसायाच्या सुरुवातीला सर्वप्रथम बनवला, त्याबद्दल त्याने मला माहिती सांगितली. एका लहानशा शॉपिंग प्लाझाच्या छताचा आराखडा बनवण्याची कामगिरी त्याच्यावर सोपवण्यात आली होती.

त्याने तेव्हा अभियांत्रिकीची पदवी नुकतीच मिळवलेली होती. पूर्व केंब्रिजमध्ये राहणारा तो तेवीस वर्षांचा युवक होता. पूर्व केंब्रिज ही हार्वर्ड प्राध्यपकांसारखे उच्चभ्रू लोक राहत असलेली जागा नव्हे! त्याचे वडील इमारतीच्या देखरेखीचे व डागडुजीचे काम बघत असत आणि त्याची आई मांसावर प्रक्रिया करणाऱ्या कारखान्यात काम करत होती. परंतु शाळेत असताना जो साल्व्हिया चमकला आणि कॉलेजात गेला. कॉलेजशिक्षण घेणारा, त्याच्या कुटुंबातला तो पहिलाच माणूस होता. डॉक्टर बनण्याच्या इच्छेने, त्याने टफ्ट्स युनिव्हर्सिटीत नाव दाखल केले. मग त्याला ऑरगॅनिक केमिस्ट्री (सेंद्रिय रसायनशास्त्र) या विषयाला तोंड द्यावे लागले.

त्याने मला सांगितले, "ते मला म्हणत, 'ही सूत्रे तू घोकायलाच हवीस.' मी त्यांना म्हणत असे, 'पुस्तक कुठे आहे हे मला माहीत असले, तर मी ही सूत्रे कशासाठी घोकायची?' ते उत्तर देत, 'तुला डॉक्टर बनायचंय ना? मग वैद्यकशास्त्रात तेच करावं लागतं– प्रत्येक गोष्ट घोकून पाठ करावी लागते!' मला हा निवळ वेडगळपणा वाटला. मी घोकून लक्षात ठेवण्याच्या बाबतीत चांगला नव्हतोच, त्यामुळे मी डॉक्टर बनण्याचा नाद सोडून दिला."

परंतु गुंतागुंतीची गणिते सोडवण्यात त्याचा हातखंडा होता. तो वर्गसमीकरण (क्वाड्रॅटिक इक्वेशन्स) मनातल्या मनात सोडवत असे. त्याने मला त्याचे एक प्रात्यक्षिक करून दाखवले. 'क्वाड्रॅटिक इक्वेशन' हे शब्द बोस्टनच्या खास ढंगात मी प्रथमच ऐकत होतो. यापलीकडे मला त्यातला शब्दही समजला नव्हता! साल्व्हिया मला म्हणाला, "मला 'निर्मिती' ही संकल्पना अतिशय आवडली." त्यामुळे त्याने डॉक्टरकीऐवजी अभियांत्रिकीत नाव नोंदवले. हे क्षेत्र शास्त्रशुद्ध असले, तरी व्यवहारातले होते आणि त्यात तो रमला. त्याने स्थितिशास्त्र (statics) व गतिशास्त्र (dynamics) यांचा अभ्यास केला आणि समीकरणे सोडवली. पोलाद, काँक्रीट आणि मातीबद्दलचे रसायनशास्त्र व भौतिकशास्त्र त्याने आत्मसात केले.

परंतु अभियांत्रिकीची पदवी त्याने मिळवली, तेव्हा त्याने प्रत्यक्ष बांधकामाचा काहीही अनुभव मिळवलेला नव्हता. तो समनर शेन या वास्तुशास्त्र-अभियांत्रिकी कंपनीत (architectural engineering firm) काम करू लागला. शॉपिंग सेंटर्सचे वास्तुशास्त्र ही या कंपनीची विशेषता होती. टेक्सासमधील एका नव्या शॉपिंग मॉलचे काम या कंपनीने स्वीकारले होते. त्या शॉपिंग मॉलच्या छताचा आराखडा व बांधकाम करण्याची जबाबदारी जो साल्व्हियावर सोपवण्यात आली होती. त्याच्या अभ्यासक्रमातील पुस्तकांच्या आणि बांधकामांबद्दलच्या अलिखित नियम-निर्बंधांच्या आधारे मजबूत छत बांधता येईल, अशी जो साल्व्हियाला खातरी वाटत होती.

तो मला म्हणाला, ''बांधकामासाठीच्या पोलादापासून खांब व तुळया कशा बनवायच्या, याबाबत कॉलेजमध्ये मला पुरेसे प्रशिक्षण मिळालेले होते. पोलादाच्या मजबुतीसाठी, जमिनीतील मातीच्या घटकांच्या माहितीसाठी, बर्फाचे वजन सहन होईल अशी मजबुती आणण्यासाठी, जोरदार वाऱ्याला तोंड देता येईल अशी भक्कम बांधणी करण्यासाठी आणि भूकंपापासून बचाव करण्यासाठी कोणत्या गोष्टींची काळजी घ्यायला हवी, हे बांधकामासाठीच्या स्थानिक नियम-निर्बंधांवरून स्पष्ट होत होते. या सर्व गोष्टींचा वापर करून आराखडा बनवताना इमारतीचा आकार, मजल्यांची संख्या, दुकानांची नेमकी जागा, सामान चढण्या-उतरवण्यासाठीचा धक्का अशा गोष्टी लक्षात घेऊन काम भागेल, असे मला वाटत होते.'' आम्ही बोलत असताना एकीकडे तो कागदावर मला दाखवण्यासाठी बाह्य आराखडा रेखाटत होता. त्यानंतर त्याने दुकानाच्या भिंती, दरवाजे, लॉबी रेखाटली. साध्या आयताकृतीपासून सुरू झालेल्या आराखड्याला रूप येऊ लागले.

''छताचे वजन पेलण्यासाठी योग्य जागा तुम्ही आराखड्यात दाखवता.'' असे म्हणत त्याने खांबांच्या जागा फुलीने दर्शवल्या. तो म्हणाला, ''उरलेली सारी आकडेमोड हे निवळ बीजगणित असते. तुम्ही 'क्ष'ची किंमत शोधून काढता.'' छताच्या वजनाचे गणित त्याच्या आकारावरून आणि वाढीवरून मांडता येते. मग दर तीस फुटांवर खांब असतील असे गृहीत धरून, खांबांचा व्यास आणि मजबुती किती हवी याचा अंदाज बांधला जातो. सर्व गोष्टी लक्षात घेऊन मांडलेल्या गणिताची आकडेवारी तपासून पाहिली जाते.

हे सारे तो कॉलेजात शिकलेला होता, पण या पलीकडच्या अनेक गोष्टी कॉलेजात शिकवल्या गेलेल्या नाहीत, हे त्याच्या लवकरच लक्षात आले.

''काय सर्वोत्कृष्ट ठरेल, याबद्दलची भूमिती तुम्हाला ठाऊक असते; पण प्रत्यक्षात काय करणे शक्य होईल, हे तुम्हाला शिकवलं गेलेलं नसतं.'' तो म्हणाला. या साऱ्याला खर्च काय येईल याची त्याला अजिबातच कल्पना नव्हती.

त्याने ज्या प्रमाणात आणि ज्या दर्जाची बांधकाम सामग्री हिशेबात धरली होती, त्यामुळे या प्रकल्पाचा खर्च खूपच वाढला होता. याखेरीज सौंदर्यशास्त्र आणि ग्राहकांची निवड या गोष्टीसुद्धा लक्षात घेणे आवश्यक होते. एखाद्या ग्राहकाला त्याच्या दुकानात नजर अडवणारा, मधोमध उभा असलेला खांब नकोसा वाटला, तर त्याच्या इच्छेला मान देणे आवश्यक असते.

साल्व्हिया मला म्हणाला, ''जर फक्त इंजिनिअर्सच्या हातात निर्णय असते, तर प्रत्येक इमारत एक आयताकृती ठोकळा बनली असती.'' प्रत्यक्षात प्रत्येक इमारत अगदी वेगळ्या पद्धतीची आणि लहान-मोठ्या आकाराची असते. अशा विविध प्रकारच्या इमारतींचा आराखडा बनवणे हे क्लिष्ट काम असते आणि त्यात उद्भवणाऱ्या विविध प्रश्नांवर पाठ्यपुस्तकातली सरधोपट रीत कामाला येत नाही.'' कालांतराने जेव्हा जो साल्व्हियाने स्वतःची कंपनी चालू केली; तेव्हा बोस्टनमधील 'इंटरनॅशनल प्लेस' या आगळ्यावेगळ्या ४६ मजली, पोलाद आणि काचेपासून बनवलेल्या, वास्तुशास्त्रज्ञ फिलिप जॉन्सनने योजलेल्या इमारतीचे अभियांत्रिकीचे अंग साल्व्हियाच्या कंपनीने सांभाळले. ही इमारत अगदी आगळीवेगळी होती. यात उंच इमारतीमध्ये वृत्तचिती (सिलिंडर) आयताकृतीत बसवण्याचा प्रयत्न प्रथमच करण्यात आला होता. अभियांत्रिकीच्या दृष्टीने वृत्तचिती हा त्रासदायक आकार आहे. वर्तुळापेक्षा चौरस आकृतीची मजबुती ६०% नी जास्त असते. जोरदार वादळी वाऱ्यात किंवा भूकंपात इमारतीला पीळ पडण्याची किंवा ती वाकण्याची शक्यता असते. असे होऊ नये म्हणून आवश्यक ती सर्व योजना काळजीपूर्वक करावी लागते. जॉन्सनने सौंदर्यशास्त्रानुसार आयताकृती आणि वृत्तचिती एकत्र आणण्याचा जो प्रयोग केला होता, त्याचे भक्कम इमारतीत रूपांतर करण्यासाठी साल्व्हिया आणि त्याच्या सहायकांना अभियांत्रिकीचा कल्पक प्रयोग करावा लागणार होता.

साल्व्हियाने व्यावसायिक आयुष्यात सर्वप्रथम शॉपिंग मॉलच्या ज्या छताचा प्रकल्प हाती घेतला होता, ते साधे-सोपे काम वाटले असले, तरी प्रत्यक्षात ते चांगलेच अवघड काम ठरले. खर्च आणि सौंदर्यशास्त्र या दोन बाबींखेरीज त्याला अन्य व्यावसायिकांच्या गरजासुद्धा लक्षात घ्यायच्या होत्या. नळांबाबतचे तंत्रज्ञ (प्लंबिंग इंजिनिअर्स), विद्युत जोडणी करणारे तंत्रज्ञ (इलेक्ट्रिक इंजिनिअर्स), मेकॅनिकल इंजिनिअर्स या सर्वांना साल्व्हियाने आधारासाठीच्या खांबांच्या जागा जिथे ठरवल्या होत्या, तिथेच आपापल्या गोष्टी– नळ, वायर्स, HVAC (हेवीवेट एअर कंडिशनिंग) युनिट्स– ठेवायच्या होत्या!

साल्व्हिया म्हणाला, ''कोणतीही इमारत ही मानवी देहासारखीच असते. तिला त्वचा असते, अस्थिसांगाडा असतो. इमारतीच्या शिरा म्हणजे प्लंबिंगच्या नळांचं जाळं असतं! इमारतीची श्वसनसंस्था म्हणजे हवा खेळती ठेवण्याची यंत्रणा असते.

इमारतीची मज्जासंस्था म्हणजे विजेसाठीच्या तारा! आजच्या जगात इमारत बांधताना सोळा विशेषज्ञ व्यावसायिकांची मदत गरजेची असते.'' तो सध्या चारशे फूट उंचीची जी उत्तुंग इमारत बांधत होता, त्या इमारतीच्या बांधकामाचा आराखडा बाहेर काढून त्याने त्यातली अनुक्रमणिका मला दाखवली. प्रत्येक व्यवसायासाठी त्यात एक वेगळा भाग ठेवलेला होता. माणसांना आणि सामानाला वर-खाली नेणाऱ्या एलिव्हेटर्स आणि एस्कलेटर्ससाठी त्यात एक विभाग होता. इमारतीत उष्णता राखणे, हवा खेळवणे, नळ जोडणे, वातानुकूलता राखणे, आगीपासून सुरक्षितता राखणे अशा सर्व यंत्रणांचा एक विभाग होता. गवंडीकाम, काँक्रीटचे बांधकाम, धातूंचे बांधकाम, विद्युतजोडणी, खिडक्या-दरवाजे, तापमान आणि आर्द्रता यांचे नियंत्रण (पाणी आत झिरपून येऊ नये आणि उष्णता आतबाहेर जाऊ नये यासाठीची यंत्रणा), सुतारकाम, बांधकामाशी संबंधित कामे (खड्डे खणणे, दूषित पाणी गोळा करणे, पदपथ तयार करणे इत्यादी.) अशा विविध कामांसाठी वेगवेगळे विभाग होते. त्याखेरीज गालिचे घालणे, रंग देणे, इमारतीच्या बाहेरची जागा सुशोभित करणे, इमारत उंदीर-घुशींपासून सुरक्षित ठेवणे अशा गोष्टींसाठीसुद्धा वेगळे विभाग होते.

या वेगवेगळ्या गोष्टींचा अंतर्भाव करणे आवश्यक तर होतेच; पण त्यांची परस्परांशी नीट सांगड घालणेही तेवढेच आवश्यक आणि महत्त्वाचे काम होते. या सर्व गोष्टी अगदी काटेकोरपणे आणि एकमेकांशी समन्वय साधून पार पाडणे गरजेचे होते. वरवर पाहता हे काम दडपण येईल इतके गुंतागुंतीचे वाटत होते. अशा विविध कामांची सांगड घालता येण्यासाठी संपूर्ण बांधकाम व्यवसायातच उत्क्रांती घडून आली होती, असे साल्व्हियाने मला सांगितले.

मध्ययुगीन काळापासून अगदी अलीकडच्या काळापर्यंत, इमारत बांधून घेण्यासाठी लोक प्रमुख वास्तुशिल्पकाराची नेमणूक करत असत. हा एकच माणूस बांधकामातली अथपासून इतिपर्यंतची सर्व कामे करवून घेत असे. तो आराखडा बनवत असे, त्यासाठीची अभियांत्रिकी सांभाळत असे आणि संपूर्ण बांधकाम करवून घेत असे. द्वारमंडपापासून ते नळजोडणीपर्यंतची सारी कामे तो प्रत्यक्ष देखरेखीखाली करून घेत असे. अशा बांधकामतज्ज्ञांनी नॉटरडेम, सेंट पीटर्स बॅसिलिका व युनायटेड स्टेट्स कॅपिटॉल बिल्डिंग अशा कलाकृती निर्माण केल्या. पण विसाव्या शतकाच्या मध्यापर्यंत अशा लोकांचे युग संपत आले होते. बांधकामासाठीच्या प्रत्येक प्रक्रियेत इतके वैविध्य आणि विकास घडून आला होता की, एकाच माणसाला या सर्व गोष्टींवर प्रभुत्व मिळवणे शक्य नव्हते.

कामाची पहिली विभागणी झाली, त्यात वास्तुशास्त्रज्ञ आणि अभियांत्रिकी तज्ज्ञांनी आराखडा बनवायचा आणि त्यानुसार इतर तज्ज्ञांनी प्रत्यक्ष बांधकाम पार

पाडायचे, अशी वाटणी झाली. त्यानंतर यातील प्रत्येक कामासाठी वेगळे तज्ज्ञ नेमण्यात आले आणि एका मुख्य कामाची विभागणी अनेक उपांगांमध्ये झाली. त्यामुळे वास्तुशास्त्रज्ञ (आर्किटेक्ट्स), अभियंता (इंजिनिअर्स) आणि बांधकाम व्यावसायिक (बिल्डर्स) या तीन प्रमुख व्यावसायिकांचीही विभागणी विविध विशेषज्ञांमध्ये झाली. क्रेनचे कंत्राटदार, सफाईचा हात फिरवणारे सुतार अशा विविध कामांसाठी वेगवेगळे लोक तयार झाले.

बांधकाम व्यवसायात अशी उत्क्रांती घडून आली, तरी वैद्यक व्यवसायात मात्र आम्ही एकट्याने काम करणाऱ्या तज्ज्ञ वास्तुशिल्पकाराची (मास्टर बिल्डर) प्रथाच चालू ठेवलेली आहे. अशा प्रथेनुसार रुग्णांच्या व्याधीचे निदान करण्यापासून ते त्याच्यावर समग्र उपचार करण्याचे काम एकटाच तज्ज्ञ डॉक्टर पार पाडत असतो. आजकालच्या वस्तुस्थितीचे आकलन होण्याबाबत आम्ही फारच मागे राहिलो आहोत. आजकालच्या जगात एक-तृतीयांश रुग्णांना आयुष्यभरात निदान दहा विशेषज्ञ डॉक्टरांकडून सेवा घ्यावी लागते. त्याखेरीज परिचारिका, डॉक्टरांचे सहायक, फार्मसिस्ट (औषधे बनवणारा/विकणारा), घरी रुग्णसेवा पुरवणारे लोक अशांचीसुद्धा मदत त्यांना घ्यावी लागते. इतक्या विविध लोकांची मदत घेताना खूपदा त्यात पुनरावृत्ती होते, चुका होतात किंवा अजिबात सुसूत्रता राहत नाही, हे आम्हाला सहजी उमगलेले नव्हते.

साल्व्हिया मला म्हणाला की, असा ढिसाळपणा बांधकाम व्यवसायात अजिबात चालत नाही. त्यात थोडीशीही चूक होऊन चालण्याजोगे नसते. शॉपिंग मॉलच्या छताचा आराखडा त्याने त्याच्या व्यवसायाच्या सुरुवातीलाच बनवला होता, तेव्हासुद्धा ही गोष्ट त्याच्या लगेचच लक्षात आलेली होती. बर्फाच्या वजनाने ते छत कोसळले असते, तर त्याखाली चिरडून अनेक लोक मरण पावले असते. त्यानंतर भरल्या गेलेल्या खटल्यात करोडो डॉलर्सचे नुकसान झाले असते. जीवितहानी किंवा वित्तहानी– कारण काहीही असो— चुकीला अजिबात जागा नसते, हे बांधकाम व्यवसायातले सत्य आहे. त्यामुळे विसाव्या शतकाच्या मध्यापासूनच वास्तुशास्त्रज्ञ, अभियंता आणि प्रत्यक्ष बांधकाम करणारे या सर्वांनाच हा व्यवसाय एकाने पेलण्याजोगा नाही, हे स्पष्टपणे कळलेले होते. त्यामुळे त्यांनी कामे बिनचूक पार पाडण्यासाठी जुनी रीत सोडून वेगळा मार्ग शोधून काढला.

या व्यवसायात कशा प्रकारे काम केले जाते, हे प्रत्यक्ष पाहण्यासाठी साल्व्हियाने त्यांचे बांधकाम जिथे चालू होते, त्या जागी मला बोलवले. त्याच्या ऑफिसपासून अगदी पायी चालण्याजोग्या कमी अंतरावर बांधकामाची ही जागा होती. ही रशिया-व्हार्फ बिल्डिंग प्रचंड मोठी. बत्तीस मजली इमारत होती. तिच्यात सात लाख चौरस

फूट एवढी जागा उपलब्ध असणार होती. त्यात ऑफिसे आणि राहण्यासाठीचे फ्लॅट अशा दोहोंचा समावेश होता. या इमारतीच्या पायाचा विस्तार दोन एकरांचा होता.

ही वास्तू सौंदर्यपूर्ण घडवली गेली होती. जहाजे बांधण्यासाठी आवश्यक असलेले लोखंड, ज्यूट आणि कॅन्व्हास अशी सामग्री रशियातील सेंट पीटर्सबर्गहून बोस्टनला वाहून आणणारी जहाजे रशिया-व्हार्फ या धक्क्यापाशी एके काळी नांगरली जात असत. ऐतिहासिक 'बोस्टन टी पार्टी' जेथे घडली, ती जागा इथून अगदी जवळ होती. याच समुद्रकिनाऱ्यावर ही पोलाद आणि काचेपासून घडवली गेलेली नवी इमारत उभी राहणार होती. या इमारतीचा ॲट्रियम (atrium) म्हणजे मधला मोकळा विभाग दहा मजली उंचीचा होता. आधीच्या इमारतीचा, विटांनी बांधलेला 'क्लासिकल रिव्हायव्हल' धर्तीचा दर्शनी भाग जसाच्या तसा ठेवून नवी इमारत बांधण्यात येत होती.

मी बांधकामाच्या या जागेची पाहणी करण्यासाठी साल्व्हियाच्या ऑफिसात गेलो, तेव्हा माझ्या ब्रुक्स ब्रदर्समधून विकत घेतलेल्या निळ्या ब्लेझरकडे आणि पायातल्या 'ब्लॅक पेनी लोफर्स'कडे त्याने एक नजर टाकली आणि तो गालातल्या गालात हसला.

तो म्हणाला, "बांधकामाच्या जागांवर भेट दिलीत की, एक गोष्ट तुम्ही नक्कीच शिकता! ती म्हणजे, तिथे योग्य प्रकारचे बूट घालून जाणं आवश्यक असतं!"

जुन्या इमारतीचा आतला भाग पूर्वीच पाडून टाकण्यात आला होता आणि त्या जागेवर नव्या टॉवरचा पोलादी सांगाडा चौदाव्या मजल्यापर्यंत उभा राहिला होता. बांधकामापासून आणखी चार मजले उंचीवर एक उंच क्रेन लटकत होती. जमिनीवरच्या मुंग्यांप्रमाणे आम्ही हळूहळू वाट काढत पुढे जात होतो. कॉंक्रीटचे मिश्रण बनवणाऱ्या दोन ट्रक्सच्या बाजूने, रहदारीचे नियंत्रण करणाऱ्या पोलिसांच्या आणि करड्या रंगाच्या चिखलाच्या डबक्यांच्या बाजूने वाट काढत आम्ही 'जॉन मॉरिआर्टी ॲन्ड असोसिएट्स' यांच्या बांधकामाच्या जागेवरच्या ऑफिसात पोहोचलो. त्यांच्याकडे या प्रकल्पाचे एकूण कंत्राट होते. सिनेमात बांधकामाच्या जागा दाखवल्या जातात, त्याच्याशी याचे तिळमात्र साम्य नव्हते. सिनेमात दाखवल्या जाणाऱ्या जुन्या प्रकारच्या कॉफीच्या किटल्या, खरखरणारा स्वस्तातला रेडिओ, सिगार चावत फर्माने सोडणारा खडूस अधिकारी अशा दृश्यांसारखे इथे काहीही नव्हते. त्याऐवजी इथे अर्धा डझन ऑफिसे होती आणि त्यात बांधकामासाठीचे बूट, जीन्स आणि पिवळ्या रंगाची, दुरून स्पष्ट दिसतील अशी जाकिटं घातलेले स्त्री-पुरुष कर्मचारी कॉम्प्युटर टर्मिनलकडे पाहत होते किंवा कॉन्फरन्स टेबलापाशी बसून 'पॉवर पॉइंट प्रेझेंटेशन' पाहत होते.

मला निळ्या रंगाची कडक हॅट देण्यात आली आणि इन्शुरन्स फॉर्मवर माझी सही घेण्यात आली. त्यानंतर फीन ओ'सुलिव्हान या प्रकल्प अधिकाऱ्याशी माझी ओळख करून देण्यात आली. हा सहा फूट तीन इंच उंचीचा, आयरिश ढंगाने बोलणारा, हसरा माणूस होता. तो 'प्रोजेक्ट एक्झिक्युटिव्ह' होता. आजकाल कुणालाही 'फील्ड बॉस' म्हणत नाहीत, असे मला सांगण्यात आले होते. जो साल्व्हिया मला म्हणाला की, एका दिवशी त्याच्या हाताखाली बांधकामाच्या जागेवर दोनशे ते पाचशे कामगार काम करत असतात. यात साठ उप-कंत्राटदारांकडून आलेल्या कामगारांचासुद्धा समावेश असतो. त्याला जितके गहन प्रश्न हाताळावे लागत होते आणि जेवढ्या गोष्टींचे ज्ञान असणे आवश्यक होते, ते पाहून मला वैद्यकशास्त्राच्या गहनतेचीच आठवण होऊ लागली होती. तो आणि त्याचे सहायक इतरांचे काम नीट चाललेय की नाही याची खातरी कोणत्या प्रकारे करून घेतात, इमारतीचे बांधकाम योग्य प्रकारे चालण्याची काळजी कशा प्रकारे घेतात, हे त्याने मला समजावून सांगायचा प्रयत्न केला. हे सारे पार पाडताना त्याला अनेक गोष्टी लक्षात घ्याव्या लागत होत्या. यातील सर्वच कामांची त्याला पूर्णपणे माहिती असणे शक्यच नव्हते. असे असूनही इतरांचे काम नीट चालले आहे, याची खातरी करून घ्यायची जबाबदारी त्याला पार पाडावी लागत होती. त्याने मला मुख्य कॉन्फरन्स रूममध्ये नेले. तोवर तो मला काय सांगू पाहतोय, याचा मला बोध झाला नव्हता. तेथे ठेवलेल्या लंबवर्तुळाकार पांढऱ्या टेबलाच्या सभोवतीच्या सर्व भिंतींवर माहिती छापलेले मोठाले कागद लावलेले दिसत होते. त्या चेकलिस्ट होत्या, हे ऐकून मी थक्कच झालो!

आत शिरल्यावर, अलीकडच्या भिंतीवर बांधकामाचे वेळापत्रक होते. त्याकडे बारकाईने पाहिल्यावर मला प्रत्येक ओळीत दिवसागणिक पार पाडायच्या बांधकामाच्या प्रत्येक गोष्टीची यादी दिसली. या गोष्टी कोणत्या क्रमाने आणि केव्हा पार पाडायला हव्यात, हे त्या यादीवरून स्पष्ट होत होते. पंधराव्या मजल्याची स्लॅब महिन्याच्या तेरा तारखेला घालायची, पोलाद चौदा तारखेला आणायचे इत्यादी. या वेळापत्रकाने अनेक कागद व्यापले होते. या याद्यांमध्ये वेगवेगळ्या रंगांमध्ये नोंदी केलेल्या दिसत होत्या. ज्या महत्त्वाच्या गोष्टी इतर गोष्टींच्या आधी पूर्ण केल्या जाणे आवश्यक होते, त्या लाल रंगात दर्शवल्या होत्या. यातले प्रत्येक काम पूर्ण झाले की, त्या कामावरचा पर्यवेक्षक जो साल्व्हियाला तसे सांगत असे. त्यानंतर जो साल्व्हिया ते काम झाल्याची नोंद कॉम्प्युटरवरील वेळापत्रकात करत असे. झालेली कामे लक्षात घेऊन दर आठवड्याला तो कामाचे नवे वेळापत्रक भिंतीवर लावत असे. कामे झपाट्याने होऊ लागली, तर त्याहूनही जास्त वेळा तो नवे वेळापत्रक भिंतीवर लावत असे. बांधकामाचे वेळापत्रक म्हणजे एक प्रचंड मोठी चेकलिस्टच होती.

प्रत्येक इमारत वेगळीच असते. तिची स्वत:ची अशी एक वेगळीच चेकलिस्ट असते. बांधकामासाठी आवश्यक अशा सोळा व्यवसायांतील माणसे एकत्र येऊन ही चेकलिस्ट बनवतात. या इमारतीच्या बाबतीत बांधकामाच्या आवश्यक त्या तांत्रिक बाबी लक्षात घेतल्या गेल्या आहेत, याची खातरी करून घेण्यासाठी साल्व्हियाच्या ऑफिसमधील एक अधिकारीसुद्धा ही चेकलिस्ट बनवताना उपस्थित राहत असे. त्यानंतर ही चेकलिस्ट सर्व उपकंत्राटदारांकडे व स्वतंत्र तज्ज्ञांकडे पाठवली जात असे. सर्व गोष्टी बरोबर आहेत आणि कोणताही मुद्दा नजरेतून सुटलेला नाही याची ते पुन्हा खातरी करून घेत असत.

याचे फलित लक्षणीय असते. प्रत्येक दिवसागणिक चेकलिस्टमुळे इमारतीच्या बांधकामाबद्दल उत्तम मार्गदर्शन होणे आणि हजारो लोकांच्या ज्ञानाचा वापर योग्य जागी, योग्य वेळी आणि योग्य रीतीने होणे या गोष्टी पार पडतात.

मी पाहत असलेल्या रशिया-व्हार्फ प्रकल्पासाठी लावलेले बांधकामाचे वेळापत्रक हे बांधकाम टप्प्या-टप्प्याने पूर्णत्वाला नेणार होते. साल्व्हियाने या प्रकल्पासाठी नेमलेला स्थापत्य अभियंता बर्नी रूलार्ड याने मला प्रकल्पाची पाहणी करण्यासाठी नेले, तेव्हा मला हे विविध टप्पे प्रत्यक्ष पाहता आले. मी इथे स्पष्टपणे नमूद करतो की, खूप उंचावर जायला मला अजिबात आवडत नाही. तरीसुद्धा मी माझी हार्ड-हॅट चढवली आणि रूलार्डच्या मागोमाग गेलो. वाटेत 'धोक्याची सूचना : फक्त बांधकामावरील कामगारांनीच यावे' असे फलक लागलेले होते. अशा फलकांच्या बाजूने, टाकून दिलेल्या गंजलेल्या लोखंडी सळ्यांचा ढीग ओलांडून, इमारतीत शिरण्यासाठीच्या मार्गावर पसरलेल्या लाकडी फळकुटांवरून आम्ही आत शिरलो. त्यानंतर इमारतीच्या बाजूने खडखडत वर जाणाऱ्या, पिंजऱ्याच्या आकाराच्या नारिंगी रंगाच्या लिफ्टमधून आम्ही चौदाव्या मजल्यावर पोहोचलो. आम्ही प्रचंड मोठ्या, मोकळ्या, बिनभिंतीच्या स्लॅबवर पोहोचलो होतो. सभोवार फक्त उभ्या, बारा फुटी उंचीच्या स्टीलच्या खांबांची तटबंदी होती. मध्यभागी आयताकृती, काँक्रीटचा प्रचंड मोठा गाभा होता आणि आजूबाजूला शहराची वर्दळ दिसत होती.

रूलार्ड मला म्हणाला, "इथून तुम्हाला सारं काही दिसतं." त्याने मला खुणेने त्याच्यापाशी अगदी कडेला बोलावले. कडेपासून तीन फूट अंतरावर मी हळूहळू पोहोचलो. जोराचा वारा किंवा भोवळ येईल इतके जमिनीपासूनचे अंतर याचा विचार करणे मी कटाक्षाने टाळत होतो. समुद्राकाठच्या वेगवेगळ्या बांधकामाच्या जागा तो मला चांगुलपणाने दाखवत होता. त्यांवर मी लक्ष केंद्रित केले. या दृश्याकडे पाठ फिरवून, तो वरच्या मजल्यावरच्या स्लॅबला आधार देण्यासाठी उभ्या केलेल्या धातूच्या सळ्या मला दाखवू लागला, तेव्हा मी सुटकेचा नि:श्वास टाकला.

आगीपासून सुरक्षित ठेवण्याची प्रक्रिया करणारे लोक या सळ्यांवर प्रक्रिया

करायला लवकरच येणार आहेत, हे त्याच्याकडून ऐकल्यावर मला आश्चर्य वाटले.

"धातूवर अशी प्रक्रिया करावी लागते?" मी त्याला विचारले.

तो म्हणाला, "हो, लागते तर! आगीमुळे धातू चिकणमातीसारखा लवचीक बनतो. त्यामुळेच तर वर्ल्ड ट्रेड सेंटरची इमारत कोसळली!" त्याने जिन्याने मला खालच्या मजल्यावर नेले. इथे छताला आधार देणाऱ्या सळयांवर आगीपासून सुरक्षितता देणारे द्रव्य फवारण्यात आलेले दिसत होते. हे द्रव्य जिप्सम (कर्पूरशिलाजित धातू) पासून बनवण्यात आलेले होते. त्यामुळे त्या सळ्या लोकरीसारख्या आणि करड्या रंगाच्या दिसू लागल्या होत्या.

आम्ही आणखी दोन मजले खाली उतरलो आणि त्या मजल्यांवर इमारतीचे 'आवरण' बसवण्यात आले आहे, असे त्याने मला सांगितले. पोलादापासून आणि काचेपासून बनवलेला चकचकीत बाह्य भाग काँक्रीटच्या फरशीला, दर काही फुटांवर बेल्ट्सच्या मदतीने पक्का बसवलेला दिसत होता. आम्ही जेवढे मजले खाली उतरत होतो, तेवढे इमारतीचे आणखी बांधकाम पूर्ण झालेले दिसत होते. इथे इमारतीच्या बाह्य आवरणाखाली उप-कंत्राटदारांनी भिंती घातलेल्या दिसत होत्या. त्यानंतर नळजोडणी करणारे लोक पाण्याचे आणि सांडपाणी नेणारे मोठाले नळ बसवत होते. नळ बसवून झाल्यानंतर टिनच्या पत्र्यांचे काम करणारे लोक येऊन हवेच्या चलनवलनासाठी नलिका बसवण्याचे काम करत होते. आम्ही अगदी खालच्या मजल्यावर पोहोचलो, तेव्हा तिथले गवंडीकाम, विद्युतजोडणीच्या तारा, नळ जोडणी, जिन्याच्या कठड्यांसारख्या गोष्टी करून झालेल्या दिसल्या. कामकाजाची ही गहन पद्धती पाहून मी थक्क झालो.

वरच्या मजल्यावर मात्र माझ्या अननुभवी नजरेतूनसुद्धा एक गोष्ट सुटली नाही. नुकताच पाऊस पडून गेला होता आणि भिंती नसलेल्या उघड्या मजल्यांवर पावसाचे पाणी एका ठरावीक जागीच जमा झाले होते. मध्यावर असलेल्या काँक्रीटच्या गाभ्याच्या भिंतीजवळ पाणी जमा झालेले दिसत होते. जमिनीला मध्याकडे उतार असल्याप्रमाणे हे पाणी नेमके मध्यावरच जमा होत होते. मी रूलार्डला याचे कारण विचारले.

तो म्हणाला, "मालकांच्या ते नजरेला पडले आणि ते नाराज झाले." त्याच्या मते त्यामागचे जे कारण होते, ते त्याने मला सांगितले– इमारतीच्या मध्यावरचा काँक्रीटचा गाभा इतका वजनदार होता आणि खालच्या मातीचा प्रभार नेमका असा होता की, त्यामुळे हा मध्यावरला गाभा जास्त लवकर जमिनीत पक्का बसला. दरम्यान बाहेरच्या स्टीलच्या सांगाड्यावर अजून पुरेसे वजन आलेले नव्हते. अजून वरचे आणखी अठरा मजले बांधून व्हायचे होते. त्यामुळे मजल्यांच्या फरशीला

मध्याच्या बाजूने उतार निर्माण होऊ लागला होता. बाहेरच्या सांगाड्यावरही वजन आले की, मजल्याची जमीन सरळ होईल, असा त्याचा अंदाज होता.

त्याने दिलेले कारण बरोबर होते की चूक, याचा मला काहीही अंदाज नव्हता. त्यामुळे त्याच्या बोलण्याने मी प्रभावित झालो नव्हतो. परंतु बांधकामाच्या चेकलिस्टवर अपेक्षित नसलेली परिस्थिती उभी राहिली होती. वरच्या मजल्यांवरच्या जमिनीला मध्याच्या बाजूने उतार आलेला होता. यासाठी मध्यावर तुंबून जमा झालेले पाणी किमानपक्षी काढून टाकणे गरजेचे होते आणि त्यामुळे इतर कामे लांबणीवर पडण्याची शक्यता निर्माण झाली होती. त्याखेरीज असा फरशीचा उतार म्हणजे बांधकामातली सदोषता आहे की काय, याचे उत्तर शोधणे आवश्यक होते. या समस्येचा परामर्श ते कसा घेतील, याबद्दल माझ्या मनात कुतूहल होते. या प्रश्नाचे उत्तर शोधणे सोपे नव्हते. मधला गाभा जास्त लवकर खाली गेल्यामुळेच हा प्रश्न उद्भवला आहे, हे त्यांना खातरीपूर्वक कसे सांगता आले असते? बाहेरच्या स्टीलफ्रेमवर जास्त वजन आल्यावर जमीन खरोखरच नीट झाली असती? रूलार्डने कबूल केले की, अशा बाबतीत मतभेद होऊ शकतात. हा खरोखर एक गहन प्रश्न निर्माण झाला होता.

बांधकामाच्या जागेवरील ऑफिसात पोहोचल्यावर मी फिन ओ'सुलिव्हानला प्रश्न केला की, अशा समस्यांचे निराकरण त्याचे लोक कशा प्रकारे करू शकतात? उत्तुंग इमारतीचे बांधकाम हाती घेणाऱ्यांना अशा प्रकारच्या हजारो समस्यांना नक्कीच तोंड द्यावे लागत असणार. आधीपासून बनवलेल्या चेकलिस्टमध्ये अशा अनपेक्षित समस्यांचा अंतर्भाव केला जात नसणारच! वैद्यकीय व्यवसायात जेव्हा अशा समस्या येतात (आणि प्रत्येक रुग्णाच्या बाबतीत त्या वेगळ्या असतात), तेव्हा एकाच तज्ज्ञाच्या हाती अशा समस्यांचा निर्णय सोपवला जातो. निर्णयाचे संपूर्ण स्वातंत्र्य अशा तज्ज्ञाला दिले जाते. बांधकामाच्या या समस्येबाबत रूलार्ड हा विशेषज्ञ होता. वैद्यकीय व्यवसायात अशा समस्येचा निर्णय रूलार्डसारख्या विशेषज्ञाच्या हाती सोपवला गेला असता.

परंतु जो साल्व्हियाने माझ्या निदर्शनाला आणून दिले की, अशी पद्धत सदोष असते. रुग्णाप्रमाणेच इमारतीसाठीसुद्धा विविध विशेषज्ञांची गरज असते. सोळा विविध प्रकारच्या बांधकामांच्या उपांगांच्या विशेषज्ञांची त्यासाठी गरज असते. सद्य परिस्थितीत उपलब्ध असलेल्या संपूर्ण ज्ञानावर प्रभुत्व असलेला एकमेव विशेषज्ञ असूच शकत नाही. त्यामुळे एकावरच निर्णय सोपवणे धोक्याचे ठरते. त्याप्रमाणेच सोळा विशेषज्ञांवरसुद्धा त्यांच्या-त्यांच्या विभागाचे सर्व निर्णय सोपवून चालण्याजोगे नसते, कारण त्या-त्या विभागाने घेतलेल्या निर्णयांची सांगड इतर विभागांच्या निर्णयांशी घालून सुसूत्रता आणणे आवश्यक असते. नाही तर काही प्रकारच्या चुका

नजरेतून सुटण्याची शक्यता असते. तसे झाले, तर उंच इमारतीचा डोलारा कोसळण्याचाच संभव जास्त असतो. हे मला वैद्यकशास्त्रातील आत्यंतिक ढिसाळपणासदृश चित्र वाटले.

''तर मग तुम्ही काय करता?'' मी प्रश्न विचारला.

मी हा प्रश्न विचारल्यानंतर जो साल्व्हियाने त्याच्या कॉन्फरन्स-रूममध्ये लावलेला वेगळा कागद मला दाखवला. बांधकामाच्या वेळापत्रकाच्या समोरच्या डावीकडच्या भिंतीवर आणखी एक प्रचंड तक्ता लावलेला दिसत होता. या तक्त्याला 'सादरीकरणाचे वेळापत्रक' असे नाव दिले होते. तीसुद्धा एक चेकलिस्टच होती, पण त्यात बांधकामांच्या जबाबदाऱ्यांची यादी दिलेली नव्हती. त्यात विविध लोकांशी संपर्क व संवाद साधण्याच्या वेळापत्रकाची यादी दिली होती. अनपेक्षितपणे उद्भवलेल्या अपरिचित समस्यांवर तोडगे शोधताना तज्ज्ञांनी एकमेकांशी बोलून एकमेकांची मते घ्यावीत, असा तोडगा प्रकल्प अधिकाऱ्यांनी त्यावर शोधलेला होता. अमुक तारखेपर्यंत, तमुक प्रक्रियेबाबत एकमेकांशी संपर्क साधला जावा, अशा प्रकारचे हे वेळापत्रक होते. तज्ज्ञांचे स्वत:चे काहीही मत असले, तरी त्यांनी एकत्रितपणे एकमेकांची मते लक्षात घेऊन अनपेक्षित घटनांवर चर्चा करून, एकमताने निर्णय घ्यावा, अशी अपेक्षा होती. उद्भवू शकतील असे सर्वच प्रश्न आगाऊ गृहीत धरणे कुणालाच शक्य नसले, तरी ते कुठे उद्भवू शकतील याचा अंदाज एकत्रित चर्चेनंतर बांधणे सोपे जाते. कोणी कोणाशी, कोणत्या तारखेपर्यंत व बांधकामाच्या कोणत्या बाबतीत बोलायचे आणि पुढच्या कामाच्या कार्यवाहीपूर्वी कोणी विशिष्ट प्रकारची माहिती उपलब्ध करून द्यायची, ते या चेकलिस्टमध्ये नमूद करण्यात आले होते.

उदाहरणार्थ– सादरीकरणाच्या या वेळापत्रकात नमूद केलेले होते की, महिना-अखेरीपर्यंत कंत्राटदार, लिफ्टचे इंजिनिअर्स आणि लिफ्ट बसविणाऱ्या लोकांनी एकत्र येऊन दहाव्या मजल्यापर्यंत जाणाऱ्या लिफ्टच्या स्थितीची पाहणी करावी. ही लिफ्ट कारखान्यात बनवलेली होती. तिथे तिची चाचणी झालेली होती. तज्ज्ञांनी ती बसवलेली असूनही, तिचे काम उत्तम प्रकारे चालेल, असे गृहीत धरलेले नव्हते. कोणतीही समस्या उद्भवू शकेल, हे गृहीतच धरण्यात आले होते. कोणती समस्या? कुणी सांगावे? यालाच गहन समस्या म्हणतात. पण योग्य लोक एकत्र आले आणि त्यांनी एकत्रितपणे चर्चा केली, तर गंभीर प्रश्न लक्षात येऊन दुर्घटना टाळता येईल, असा विश्वास त्यांना वाटत होता.

त्यामुळे सादरीकरणाचे हे वेळापत्रक अशा तज्ज्ञांना एकमेकांशी बोलायला लावणारे होते. कंत्राटदारांनी लिफ्ट बसवणाऱ्यांशी आणि लिफ्ट इंजिनिअर्सशी महिन्याच्या एकतीस तारखेपर्यंत संवाद साधायचा होता. आगीपासून संरक्षणासाठी,

ते काम करणाऱ्या तज्ज्ञांशी त्यांनी महिन्याच्या पंचवीस तारखेपर्यंत बोलायचे होते. त्याच्या दोन आठवडे आधी त्यांनी गाभ्याच्या भिंतीची परिस्थिती आणि वरच्या मजल्यांवरच्या जमिनीची परिस्थिती याबद्दल चर्चा करायची होती. या वरच्या मजल्यावरच्या जमिनीवरच मध्यभागी पाणी जमा होत होते. त्यामुळे कंत्राटदारांनी ही चर्चा स्ट्रक्चरल इंजिनिअर्स, विशेष तज्ज्ञ, सल्लागार आणि इमारतीच्या मालकांबरोबर करायची होती.

मी सादरीकरणाच्या चेकलिस्टकडे बारकाईने नजर टाकली. हे काम झाल्याचे दिसत होते. मी रूलार्डला विचारले की, ही चर्चा कशी काय पार पडली?

तो म्हणाला की, ही चर्चा अगदी सुरळीतपणे पार पडली होती. सारे जण एकत्र जमले आणि ही समस्या कोणकोणत्या कारणांमुळे उद्‌भवणे शक्य आहे, याबद्दल त्यांनी चर्चा केली. इमारतीचे मालक आणि कंत्राटदार यांची समजूत पटवता आली की, वरचे मजले बांधले जाऊन बाह्य सांगाड्यावर वजन आले की, जमिनी पुन्हा पातळीवर येतील. साठलेले पाणी साफ करण्याची व्यवस्था करण्यात आली. त्यासाठी जो वेळ लागणार होता, तो लक्षात घेऊन नवे वेळापत्रक बनवण्यात आले आणि ते सर्वांनी मान्य केले.

जेव्हा समस्येचे मूळ कशात आहे याबद्दल शंका असते, तेव्हा गहन प्रश्न खरोखरच सुटतील की नाही, याबद्दल शाश्वती नसते. या वेळी चर्चेनंतर सर्वांनी मिळून घेतलेल्या निर्णयांवर बांधकाम व्यावसायिकांनी विश्वास ठेवला. त्यांनी फक्त एकाच तज्ज्ञाच्या सांगण्यावर विश्वास टाकला नाही. तो अत्यंत अनुभवी तज्ज्ञ असूनसुद्धा त्यांनी एकाचेच मत विचार घेतले नाही. तज्ज्ञांच्या समूहाने घेतलेल्या निर्णयावर त्यांनी विश्वास ठेवला. या समस्येबद्दल अनेकांनी सर्वंकष विचार केलेला आहे आणि त्यानंतर निर्णय घेण्यात आलेला आहे, ही गोष्ट त्यांना महत्त्वाची वाटली.

एक माणूस चूक करू शकेल; अनेक माणसांनी एकत्र येऊन विचार करून निर्णय घेतला की चूक होण्याची शक्यता नक्कीच कमी होते.

बांधकामाच्या जागेवरच्या ऑफिसात रायन वॉल्श हा तिशीचा तरुण बांधकामावरचे पिवळे जॅकेट घालून दोन मोठ्या फ्लॅट स्क्रीन कॉम्प्युटर्सपुढे बसलेला होता. सोळा विविध शाखांकडून बांधकामाबद्दल आलेले आराखडे एकत्र करून, प्रत्येक मजल्यासाठी त्रिमित परिमाणातले (three- dimenssional) चित्र बनवण्याचे काम तो कॉम्प्युटर्सवर करत असे. सर्वांत वरचे मजले कसे दिसत आहेत, हे त्याने मला कॉम्प्युटर्सवर दाखवले. त्याने तोपर्यंत नऊ शाखांकडून आलेले आराखडे कॉम्प्युटर्सवर टाकले होते. स्ट्रक्चरल इंजिनिअर्सकडून आलेला आराखडा, नळजोडीबाबतचा आराखडा वगैरे वगैरे. त्याने कॉम्प्युटर्सचा 'माऊस' वापरून मला संपूर्ण इमारतीचे आतून

दर्शन घडवले. स्क्रीनवरचे दृश्य पाहून जणू आपण प्रत्येक खोलीत फिरत आहोत, असे वाटत होते. भिंती, दरवाजे, सुरक्षिततेसाठीच्या झडपा (Safety valves) हे सारे काही दिसत होते. महत्त्वाची गोष्ट म्हणजे, कोणतीही समस्या असेल, तर तीसुद्धा ताबडतोब लक्षात येत होती. काही ठिकाणी सर्वसाधारण उंचीच्या माणसांचेसुद्धा डोके आपटेल एवढे ठेंगणे छत दिसत होते. त्याने मला 'क्लॅश डिटेक्टिव्ह' नावाचा कॉम्प्युटर प्रोग्राम दाखवला. जिथे वेगवेगळ्या शाखांकडून आलेले आराखडे परस्परविरोधी होते किंवा बांधकामाच्या नियमावलीत बसत नव्हते, ते या प्रोग्राममुळे ताबडतोब लक्षात येत होते.

तो म्हणाला, ''जिथे दिव्याचं झुंबर टांगायचं आहे, तिथे बांधकामाची तुळई आराखड्यात दाखवली असेल; तर त्या तुळईचा रंग कॉम्प्युटर स्क्रीनवर वेगळाच दिसतो. हा कॉम्प्युटर प्रोग्राम वापरला की, असे शेकडो परस्परविरोधी आराखडे लक्षात येतात. मला असे दोन हजार परस्परविरोधी आराखडे सापडले, परंतु असे परस्परविरोधी आराखडे फक्त शोधूनच भागत नाही; तर त्यावर तोडगे काढणं गरजेचं असतं. तोडगा काढण्यासाठी महत्त्वाच्या व्यक्तींनी एकत्र येऊन चर्चा करणं आवश्यक असतं. त्यामुळे अशा समस्या ताबडतोब सादरीकरणाच्या वेळापत्रकातील अंतर्भावासाठी पाठवल्या जातात आणि अशा समस्यांवर तोडगे काढण्यासाठी ज्या लोकांनी चर्चेत भाग घेणं गरजेचं आहे, अशा सर्वांकडे ई-मेल पाठवली जाते.''

आणखी एका प्रकारचा 'प्रॉजेक्ट सेंटर' नावाचा प्रोग्राम आहे. कुणाच्याही, अगदी सर्वसामान्य कामगाराच्याही लक्षात एखादी समस्या आली असेल, तर त्याला या प्रोग्रामद्वारा संबंधित सर्वांकडे ई-मेल पाठवता येते. त्याबद्दल चर्चा झाली आहे की नाही याचा मागोवा घेता येतो. समस्येवर तोडगा काढला गेला आहे याची खातरजमा करून घेता येते. आम्ही मॅकनमारा-साल्व्हिया या ऑफिसात परत गेलो, तेव्हा बर्नी रूलार्डने मला त्या आठवड्यात त्याच्याकडे आलेली असा एक ई-मेल दाखवली. एक कामगार बारा फूट पोलादी तुळई बोल्ट वापरून जोडत होता. ती नीटपणे सरळ रेषेत नसल्यामुळे चारांपैकी फक्त दोनच बोल्ट बसवता येत होते. या पोलादी तुळईचा डिजिटल फोटो त्या कामगाराने ई-मेलवर पाठवून विचारले होते की, फक्त दोन बोल्ट बसवले, तर चालेल का? रूलार्डने त्याला उत्तर पाठवले. त्यांनी एकत्र चर्चा करून, ती तुळई वेल्डिंग करून जागेवर बसवावी, असा निर्णय घेतला. ही मेल तत्काळ प्रमुख कंत्राटदाराकडे आपोआपच पाठविण्यात आलेली होती. याला ज्यांनी संमती देणे आवश्यक आहे, अशा सर्वांकडे ही ई-मेल पाठवण्यात आली होती. प्रत्येकाने तीन दिवसांत हा पर्याय मान्य आहे किंवा नाही, हे कळवायचे होते. प्रत्येकाने याबद्दल संपर्क साधण्याची सूचना द्यायची होती. कारण इतक्या छोट्याशा कामालासुद्धा जो वेळ लागला असता, त्याने इतर

कामांच्या क्रमात बदल करावा लागला असता.

समस्यांचा शोध घेणे आणि त्यांच्यावर तोडगे काढण्यासाठी त्वरित संपर्क साधता येणे, यांबाबत गेल्या काही दशकांमध्ये जी विलक्षण प्रगती झालेली आहे, त्यामुळे बांधकाम व्यवसायात उत्क्रांती घडून आलेली आहे, असे मला ओ'सुलिव्हान म्हणाला होता. ही उदाहरणे पाहिल्यावर मला त्याच्या बोलण्याचा अर्थ उमगला.

कितीही क्षुल्लक समस्या असली, तरी तिचे या प्रकारे निराकरण करण्याची बांधकाम व्यवसायातील प्रथा उल्लेखनीय आहे. साल्व्हियाचा भागीदार रॉबर्ट मॅकनमारा हा सिटी ग्रुपच्या मध्य मॅनहॅटनमधील इमारतीसाठीचा स्ट्रक्चरल इंजिनिअर होता. या इमारतीचे तिरक्या उताराचे छत ही त्या इमारतीची विशेषता होती. नऊ मजली उंचीच्या चार खांबांवर हे नऊशे फूट उंचीचे तिरक्या उताराचे छत तोलले गेलेले होते. हे चार खांब इमारतीच्या चार कोपऱ्यात नव्हते; ते प्रत्येक बाजूच्या मध्यभागी होते. हे उतरते छत या खांबांना 'V' आकाराच्या (इंग्रजी 'व्ही' अक्षराच्या आकाराच्या) जोडणीने पक्के जोडलेले होते. बाहेरून ही जोडणी दिसत नव्हती. या जोडणीचा आराखडा मुख्य स्ट्रक्चरल इंजिनिअर विल्यम ले-मेसुरियर याने बनवला होता. ही इमारत अत्यंत प्रेक्षणीय होती. हे प्रचंड छत फिफ्टीथर्ड स्ट्रीटवर तरंगत असल्याचाच भास होत होता. परंतु ही इमारत आजूबाजूच्या इतर इमारतींहून इतकी प्रचंड उंच होती की, त्यावर वादळी वाऱ्यांच्या वेगाचा काय परिणाम होईल याचे गणित स्ट्रक्चरल इंजिनिअर्सपेक्षा विमानांचे आराखडे बनवणाऱ्यांनाच अधिक उमगले असते. वाऱ्याच्या वेगवान माऱ्यामुळे ही इमारत किती हलली तर चालेल, याचे उत्तर ठाऊक नव्हते.

यावर त्यांनी काय तोडगा शोधला? त्यांनी अशी इमारत बांधायचे रद्दसुद्धा केले नाही किंवा त्याचा आकारसुद्धा लहान केला नाही. त्याऐवजी मॅकनमाराने 'ट्युन्ड मास डँपर' (इमारत दोलायमान होऊ नये म्हणून) नावाची नामी क्लृप्ती शोधून काढली. त्याने सुचवले की, एकोणसाठाव्या मजल्यावरच्या इमारतीच्या छतावरून त्यांना चारशे टन वजनाचा काँक्रीटचा ठोकळा प्रचंड मोठ्या स्प्रिंगजच्या साह्याने खाली तरंगता ठेवता येईल. वाऱ्यामुळे इमारत एका बाजूला थोडीशी कलली, तर हा ठोकळा दुसऱ्या बाजूला हलेल आणि इमारतीला स्थिरता मिळवून देईल.

हा पर्याय अत्यंत हुशारीचा आणि नेटका होता. इमारतीच्या छोट्या प्रतिकृतीवर त्यांनी वाऱ्याच्या झोताची परीक्षा घेऊन पाहिली, तर तिचा निकाल हमी देणाराच होता. तरीसुद्धा अशा गहन प्रकल्पाबद्दल नेहमीच काळजी वाटत असते. त्यामुळे चूक होण्याची शक्यता शक्य तेवढी कमी करण्यासाठी त्यांनी खातरीच्या मार्गाचे

अवलंबन केले. त्यांनी सर्वांना एकत्र आणले आणि सर्वांनी मिळून या पर्यायावर विचार केला. वास्तुशिल्पकारांशी, शहरातील बांधकाम विभागातील व्यक्तींशी, स्थापत्य अभियंत्यांशी (Structural Engineers) आणि अशा अन्य लोकांशी इमारतीचे मालक बोलले. त्या सर्वांनी एकत्र बसून या पर्यायाबद्दल सांगोपांग चर्चा आणि विचारविनिमय केला. त्याबद्दलची सारी आकडेमोड त्यांनी तपासून पाहिली. त्यांना ज्या-ज्या मुद्द्यांबद्दल काळजी वाटत होती, त्या सर्व मुद्द्यांबाबतच्या शंकांचे निरसन झाल्याची खातरी त्यांनी करून घेतली आणि त्यानंतरच या आराखड्यावर मंजुरीच्या सह्या केल्या.

मोठ्या शहरातल्या मध्यवस्तीत आपण अशा अवघड प्रकारच्या बांधणीच्या इमारती बांधू देतो, ही भीतिदायक गोष्ट आहे. या इमारतीत हजारो लोक राहणार असतात आणि त्याच्या आजूबाजूला आणखी लाखो लोक राहत किंवा काम करत असतात. अशी इमारत उभी करणे धोक्याचे आणि वेडेपणाचे नव्हे का? परंतु ही इमारत त्यांना नीटपणे उभी करता येईल, असा तज्ज्ञांवर विश्वास टाकून आपण अशा बांधकामांना परवानगी देतो. सारे नीटपणे पार पाडण्यासाठी हे तज्ज्ञ लोकसुद्धा केवळ स्वत:च्या क्षमतेवर विसंबून राहत नाहीत; ते दोन प्रकारच्या चेकलिस्टवर विश्वास टाकतात. एक प्रकारची चेकलिस्ट कोणतीही साधीशीसुद्धा गोष्ट विसरली किंवा गाळली गेली नाही, याची खातरी करून घेते. अवघड किंवा अनपेक्षितपणे उद्‌भवलेल्या प्रश्नांवर सारे जण सांगोपांग चर्चा करून मार्ग काढत आहेत, याची खातरी दुसऱ्या प्रकारच्या चेकलिस्टवरून करून घेता येते.

जो साल्व्हिया मला म्हणाला, ''या व्यवसायात गंभीर स्वरूपाच्या चुका होण्यामागचे सर्वांत मोठे कारण असते, संपर्क साधून चर्चा केली न जाणे.''

उदाहरणार्थ– सिटी कॉर्पच्या या इमारतीचा आराखडा करताना उतरत्या छपराचा भार नीटपणे तोलला जाऊन इमारतीच्या भक्कमपणाला बाधा येऊ नये, यासाठी ते छप्पर खांबांना 'V' आकाराच्या जोडणीत जेव्हा जोडले जाईल, तेव्हा त्या सांध्यांना बोल्ट्स न वापरता वेल्डिंग करून ते सांधे पक्के बसविले जातील, हे गृहीत धरले गेले नव्हते. वेल्डिंग करून सांधे बसविण्यासाठी खूप मनुष्यबळ खर्ची पडते. त्यामुळे वेल्डिंग करून सांधे बसवणे महागडे ठरते. यासाठीचे कंत्राट बेथलेम कंपनीला दिले गेले होते. त्यांनी सांधा बसविण्यासाठी वेल्डिंग न करता बोल्ट्स वापरण्याचा निर्णय घेतला. परंतु त्यांनी केलेली आकडेमोड त्यांनी ले-मेसुरियरला दाखवलीच नाही, असे न्यूयॉर्कर मासिकाने नंतर उजेडात आणले. त्याच्याकडून आकडेमोड तपासून न घेताच त्यांनी असा निर्णय घेऊन टाकला.

त्यांनी त्याचे मत विचारले असते, तर वेल्डिंगऐवजी बोल्ट्स वापरण्यातला धोका त्याला तेव्हा उमगला असता, असे खातरीपूर्वक सांगता येत नाही. परंतु

१९७८मध्ये इमारत तयार होऊन एक वर्ष झाल्यावर, प्रिन्स्टन विश्वविद्यालयातील एका विद्यार्थ्याने ले-मेसुरियरला विचारलेल्या प्रश्नामुळे हा बदल त्याच्या लक्षात आला. या बदलावर विचार करता, त्याला त्यातला गंभीर स्वरूपातला धोका लक्षात आला. ताशी ७० मैलांच्या वेगाने वादळी वारे वाहू लागले असते, तर त्यात या इमारतीला टिकाव धरता आला नसता. हवामान खात्याच्या अहवालानुसार न्यूयॉर्क शहरात पंचावन्न वर्षांत निदान एकदा तरी ७० मैलांच्या वेगाचे वारे वाहत असल्याची परिस्थिती उद्भवते. असे झाले असते, तर हे सांधे निखळले असते आणि इमारत कोसळली असती. आत्तापर्यंत या पूर्ण इमारतीत लोक राहू लागले होते. ले-मेसुरियरने या बदलाची बातमी इमारतीच्या मालकांना आणि न्यूयॉर्क शहरातील संबंधित अधिकाऱ्यांना दिली.

त्याच उन्हाळ्यात एला नावाचे चक्रीवादळ न्यूयॉर्कच्या दिशेने येऊ लागले. आणीबाणीच्या कागाला माणसे अगदी गुप्तपणे जुंपण्यात आली आणि त्यांनी दोनशे महत्त्वाच्या बोल्ट्सभोवती दोन इंच जाडीच्या स्टीलच्या पट्ट्या रातोरात वेल्डिंग करून पक्क्या बसवल्या. आता इमारत सुरक्षित राहिली असती. तेव्हापासून आजपर्यंत सिटीकॉर्प टॉवर भक्कम अवस्थेत डौलात उभा आहे.

बांधकाम व्यवसायातली चेकलिस्ट सर्व प्रकारच्या लोकांकडून वेळेवर पाहिली जाईल, अशी १००% खातरी देता येत नाही. असे असूनही त्यांचा यशाचा आलेख लक्षणीय आहे. अमेरिकेत व्यवसायांसाठीच्या पन्नास लाख इमारती आहेत. शंभर कोटी बैठी किंवा दुमजली घरे आहेत, आठ कोटी उंच इमारतींमध्ये राहण्यासाठी सदनिका आहेत. दर वर्षी आपण व्यवसायांसाठी सर्वसाधारणतः सत्तर हजार नव्या इमारती बांधतो आणि दहा लाख नवी घरं बांधतो. परंतु इमारत अर्धवट किंवा पूर्णपणे ढासळणे, ही घटना फारच क्वचित प्रसंगी घडते. ओहिओ युनिव्हर्सिटीने २००३मध्ये केलेल्या सर्वेक्षणानुसार, अमेरिकेत दर वर्षी सरासरी फक्त वीस इमारतींना गंभीर स्वरूपाची हानी पोहोचते. ही वार्षिक टक्केवारी .०००२पेक्षा कमी झाली! जो साल्व्हियाच्या म्हणण्यानुसार, इतिहासातील कोणत्याही काळाच्या तुलनेने आजकालच्या इमारती खूपच अधिक अद्ययावत आहेत. त्यांना भूकंप, पूर, आग वगैरेंपासून संरक्षण दिलेले असूनही त्याच्या व्यवसायाच्या सुरुवातीच्या काळाच्या तुलनेने त्या आता फक्त एक-तृतीयांश वेळात बांधून पूर्ण होतात.

चेकलिस्ट जिंदाबाद!

४. कल्पना

गहन प्रश्नांना तोंड देऊन गुंतागुंतीच्या समस्यांमधून मार्ग काढण्यासाठी बांधकाम व्यवसायाने आखलेल्या धोरणात एक अत्यंत महत्त्वाची गोष्ट अंतर्भूत करण्यात आली आहे. या धोरणात लोकांच्या हाती अधिकार सोपवण्यात आले आहेत. आणीबाणीची, धोक्याची परिस्थिती उद्‌भवली की, अधिकारावरचे बरेचसे लोक अधिकाराचे आणि निर्णयाचे केंद्रीकरण करतात. चेकलिस्ट्‌स बऱ्याचदा हाताखालच्या लोकांना काय काम करायचे याच्या सूचना देण्यासाठी आणि वरिष्ठांच्या मतानुसार गोष्टी करवून घेण्यासाठी बनवल्या जातात. बांधकामाची जी पहिली चेकलिस्ट मी जो साल्व्हियाच्या कॉन्फरन्स रूमच्या उजवीकडील भिंतीवर पाहिली होती, ती नेमकी अशीच होती. विविध शाखांच्या लोकांनी करावयाच्या लहानात लहान कामांपासून ते विविध मोठ्या कामांपर्यंत यादी करून कामांचा क्रम आणि वेळापत्रक या चेकलिस्टमध्ये नमूद करण्यात आले होते. साध्या आणि नेहमीच्या कामासाठी अशी चेकलिस्ट हा स्वाभाविक आणि तर्कशुद्ध पर्याय आहे. त्यासाठी आखीव, सरधोपट आज्ञांची कार्यवाही करणे सयुक्तिक ठरते.

परंतु, जो साल्व्हियाच्या कॉन्फरन्स रूमच्या दुसऱ्या भिंतीवर लावलेली चेकलिस्ट मात्र अनपेक्षित आणि गहन समस्यांतून मार्ग काढताना संपूर्णत: वेगळे धोरण राबवत होती. बत्तीस मजली इमारतीच्या चौदाव्या मजल्यावर बांधकामाच्या वेळी

अनपेक्षितपणे अवघड आणि धोक्याची परिस्थिती उद्‌भवल्यावर त्यातून मार्ग कसा काढायचा, यासाठी संपूर्णत: वेगळ्या धोरणाचा अवलंब करून ही चेकलिस्ट बनवण्यात आलेली होती. या धोरणात अधिकारावरचे आणि निर्णयाचे विकेंद्रीकरण करण्यात आले होते. अनुभवाच्या आणि विशेष ज्ञानाच्या बळावर, या धोरणात लोकांना समस्येवर वेगळ्या प्रकारे तोडगा शोधण्याचे स्वातंत्र्य देण्यात आले होते. त्यांनी एकमेकांशी बोलावे आणि जबाबदारी उचलावी, अशी अपेक्षा होती. हे धोरण उपयुक्त ठरते, असा अनुभव होता.

हे धोरण लोकशाही तंत्राचा अवलंब अनपेक्षितपणे करत आहे. ते आजकाल सर्रास वापरले जात आहे. जो साल्व्हिया मला म्हणाला की, बांधलेल्या इमारतींच्या अधिकृत तपासणी दरम्यानसुद्धा याच धोरणाचा अवलंब केला जातो. कोणत्याही इमारतीतले सांधे जोडताना बोल्ट्स वापरावेत की, वेल्डिंग करून ते सांधे पक्के करावेत, ही गोष्ट तपासणी अधिकारी ठरवत नाहीत किंवा इमारतीवर होणाऱ्या वाऱ्याच्या वेगाच्या परिणामाची आकडेमोड ते नव्याने करत नाहीत, असे जो'सुलिव्हानने मला सांगितले. रशिया-व्हार्फसारखी किंवा आमच्या हॉस्पिटलच्या नव्या कक्षासारखी इमारत लोकांना राहण्याच्या दृष्टीने सुरक्षित आहे की नाही आणि ती अधिकृत नियमांनुसार आहे की नाही, यासाठी जेवढे गहन ज्ञान आवश्यक असते; तेवढे एका तपासणी अधिकाऱ्याला असणे शक्यच नाही. त्यामुळे जरी असे अधिकारी इमारतीच्या बांधकामावर लक्ष ठेवत असले, तरी प्रामुख्याने ते खातरी करून घेतात की, बिल्डरने जागोजागी तपासणी करून घेतलेली आहे की नाही आणि इमारत नियमांनुसार बांधण्यात आलेली असल्याच्या प्रतिज्ञापत्रकावर ते बिल्डरची सही घेतात. हे तपासणी अधिकारी अधिकार आणि जबाबदारी वाटून घेतात.

जो साल्व्हिया मला म्हणाला, "हे धोरण सुज्ञपणाचे आहे. या तपासणी अधिकाऱ्यांना लोकांनी घरावर स्वत: बांधलेल्या दोन खोल्यांबाबत जास्त काळजीपूर्वक तपासणी करावी लागते. आमच्यासारखे मोठे प्रकल्प ते जास्त व्यवस्थितपणे पार पडतील, असा त्यांना विश्वास वाटत असतो. त्यामुळे अशा छोट्या बांधकामांवर ते त्यांचे लक्ष अधिक केंद्रित करतात." मला अशीसुद्धा शक्यता वाटतेय की, निदान काही अधिकाऱ्यांना मनातून वाटत असले पाहिजे की, त्यांनी अधिकार न सोडण्याचा अट्टाहास धरला की ते अपयशी होतात. कॅटरिना नावाच्या चक्रीवादळात न्यू ऑर्लिन्स शहर सापडले, तेव्हा काय घडले, हे या विषयावरचे ज्वलंत उदाहरण आहे.

दि. २९ ऑगस्ट २००५ रोजी सकाळी सहा वाजता कॅटरिना न्यू ऑर्लिन्सच्या प्लेकमाइन्स विभागावर चक्रीवादळ येऊन आदळले. सुरुवातीला सारे काही ठीक असल्याच्या चुकीच्या बातम्या प्रसारित झाल्या. टेलिफोनच्या तारा, सेलफोनचे

मनोरे, विजेचा पुरवठा या साऱ्या गोष्टी खंडित झाल्यावर माहिती देणारे नेहमीचे मार्ग बंद झाले. शहराला संरक्षण देणाऱ्या तटबंदीच्या भिंतींना दुपारपर्यंत खिंडारे पडली. बरेचसे न्यू ऑर्लिन्स पाण्याखाली गेले. याची दृश्ये टी.व्ही.वर पाहायला मिळत होती. तरीसुद्धा फेडरल इमर्जन्सी मॅनेजमेंट एजन्सीचे (आणीबाणीच्या वेळी मदत पुरवणारी मध्यवर्ती सरकारची संस्था) संचालक मायकेल ब्राऊन यांनी त्याची गंभीरपणे दखल न घेता पत्रकार परिषदेत सांगितले की, परिस्थिती बरीचशी नियंत्रणाखाली आहे.

FEMA ही संस्था अनेक मार्गांनी मिळवलेल्या माहितीवर भिस्त ठेवून होती, पण प्रत्यक्षात त्यांचा फक्त एकच प्रतिनिधी त्या वेळी न्यू ऑर्लिन्समध्ये उपस्थित होता. त्या प्रतिनिधीने कोस्टगार्डच्या हेलिकॉप्टरमधून त्या पहिल्या दुपारी शहरावर फेरी मारून प्रत्यक्ष परिस्थिती पाहिली होती. त्यानंतर त्याने तातडीने अहवाल पाठवला होता. संपर्काची अन्य साधने उपलब्ध नसताना त्याच्यापुढे केवळ ई-मेलचा पर्यायच खुला होता. त्याने ई-मेलने हा अहवाल ताबडतोब पाठवून दिला. त्याने ई-मेलवर कळवले होते की, बरेचसे शहर पाण्याखाली होते. त्याने स्वतःच्या डोळ्यांनी पाण्यावर तरंगणारी प्रेते आणि घरांच्या छपरांवर अडकलेले लोक बघितले होते. मदतीची नितांत आवश्यकता होती. परंतु वरिष्ठ सरकारी अधिकारी ई-मेल वापरतच नव्हते. त्यानंतर सिनेटच्या चौकशीत उघड झाले की, दुसऱ्या दिवसापर्यंत त्यांना हा अहवाल कळलेलाच नव्हता.

तोवर ८०% शहर पाण्याखाली गेले होते. न्यू ऑर्लिन्स सुपरडोमवर वीस हजार निर्वासितांनी आश्रय घेतला होता. आणखी वीस हजार लोक अर्नेस्ट एन्. मोरियल कन्व्हेन्शन सेंटरवर आश्रयाला आले होते. पाच हजार लोक इंटरस्टेट १० या द्रुतगती महामार्गावरच्या उड्डाणपुलावर आश्रयाला आले होते. त्यातल्या बऱ्याच लोकांना बचाव-पथकांनी तिथे आणून सोडलेले होते. त्यांच्याजवळ अंगावरच्या कपड्यांखेरीज इतर काहीही नव्हते. हॉस्पिटल्समध्ये वीज नव्हती आणि तिथली परिस्थिती भीषण होती. लोक अन्न-पाण्यावाचून तडफडू लागले; तेव्हा लुटालुटीला सुरुवात झाली, अराजकता माजली.

अनेक स्थानिक अधिकाऱ्यांनी आणि उत्स्फूर्त मदत देणाऱ्यांनी मुखत्यार अधिकाऱ्यांशी संपर्क साधून कोणती मदत अत्यावश्यक आहे, हे कळवायचा प्रयत्न केला; परंतु त्यांनासुद्धा कुणाशीही संपर्क साधता आला नाही. त्यांना अखेरीस जेव्हा फोनवर कुणी तरी सापडले, तेव्हा त्यांना वाट पाहायला सांगण्यात आले. त्यांची विनंती अधिकारावरच्या वरिष्ठांना पाठवणे गरजेचे ठरले! अधिकार हाती ठेवून आज्ञा करण्याच्या पारंपरिक प्रथेमुळे निर्णय घेण्याला प्रचंड वेळ लागू लागला. कुठे आणि कोणती मदत आवश्यक आहे याबद्दल फारच थोडी माहिती

उपलब्ध होती आणि निर्णय मात्र बरेच घ्यायचे होते.

असे असूनही निर्णायक अधिकाऱ्यांनी पारंपरिक प्रथा झुगारून सत्तेचे विकेंद्रीकरण करायला नकार दिला. अनेक दिवस, तासागणिक परिस्थिती अधिकाधिक भीषण होत असताना, कुणी निर्णय घेऊन पैसे उपलब्ध करून द्यायचे, या मुद्द्यावरच वादावादी चाललेली होती. मध्यवर्ती सरकार आपली सत्ता राज्य सरकारच्या हाती सोपवायला तयार नव्हते. राज्य सरकार आपली सत्ता स्थानिक सरकारकडे सोपवायला राजी नव्हते आणि खासगी संस्थांमधील लोकांच्या हाती सत्ता सोपवायला कुणीच तयार नव्हते.

यामुळे अराजकता आणि नोकरशाहीची दिरंगाई या दोन समस्यांचे थैमान माजले आणि परिस्थिती आणखीच भीषण होत गेली. पाणी आणि अन्नधान्य घेऊन आलेल्या ट्रक्सना अधिकाऱ्यांनी थांबवले किंवा दुसरीकडे धाडले. त्यांना प्रवेशासाठी परवानगी नाकारली. कारण हा पुरवठा त्यांच्या योजनेत अंतर्भूत केला गेलेला नव्हता. बसगाड्या उपलब्ध करून देण्यासाठी करून दिलेल्या लेखी मागण्यांचे अर्ज अनेक दिवस तसेच पडून राहिले. अशी अधिकृत मागणी अमेरिकेच्या दळणवळण खात्याकडे पोहोचायला दोन दिवस लागले. तोवर हजारो लोक अडकले होते आणि त्यांना सुरक्षितपणे बाहेर काढणे गरजेचे ठरले होते. त्याच वेळी दोनशे स्थानिक बसगाड्या जवळपासच्याच उंचावरच्या जागी रिकाम्या पडलेल्या होत्या.

सत्तेवरच्या वरिष्ठ अधिकाऱ्यांना सहानुभूती वाटत नव्हती, असे नव्हते! इतकी गुंतागुंतीची भीषण परिस्थिती उभी राहिल्यावर सत्तेचे शक्य तेवढं विकेंद्रीकरण करणे आवश्यक आहे, हेच कुणाच्या लक्षात आलेले नव्हते. मदतीची कुमक येण्याची प्रत्येक जण वाट पाहत होता. पण मध्यवर्ती सत्तास्थानाकडून त्वरित मदत येणे शक्य होत नव्हते.

या विपत्तीनंतर मदत पोहोचवण्यात इतकी दिरंगाई आणि ढिसाळपणा का झाला याचे कारण विचारले असता मायकेल चेर्टाफ हा होमलँड सिक्युरिटीचा कार्यवाह याचे स्पष्टीकरण देताना म्हणाला, ''ही अभूतपूर्व भीषण समस्या होती. धोरणे आखणाऱ्यांच्या दूरदृष्टी पलीकडली– किंबहुना, कुणाच्याही दूरदृष्टीपलीकडली भीषण दुर्घटना होती ती!'' पण हे काही या प्रश्नाचे उत्तर नव्हते. ही फक्त गहन समस्येची व्याख्या झाली! अशी परिस्थिती उद्‌भवली की, सत्ता केंद्रस्थानी ठेवून आज्ञा सोडण्याची पारंपरिक प्रथा कामाला येत नाही. त्यासाठी वेगळ्याच धोरणाचा अवलंब करावा लागतो.

सर्व संस्थांपैकी 'वॉलमार्ट'लाच या परिस्थितीच्या गहनतेची जाणीव झाली, असे हार्वर्ड विद्यापीठाच्या केनडी स्कूल ऑफ गव्हर्नमेंट यांनी केलेल्या पाहणीतून निष्पन्न

झाले आहे. परिस्थिती किती गंभीर आहे याची माहिती करून दिल्यावर या प्रचंड आकाराच्या माफक किमतीत किरकोळ विक्री करणाऱ्या दुकान-मालिकांच्या (chain-stores) मुख्य अधिकाऱ्याने एक साधा आदेश दिला, "या विपत्तीत ही कंपनी या विपत्तीच्या तोडीची मदत पुरवेल." त्याने त्याच्या वरिष्ठ व्यवस्थापक मंडळाला सांगितले, "तुमच्यापैकी अनेकांना तुमच्याहून वरच्या पातळीवरचे निर्णय घ्यावे लागतील. त्या वेळी तुम्हाला उपलब्ध असलेल्या माहितीच्या आधारे तुम्ही शक्य तेवढे सुज्ञ निर्णय घ्या. सर्वांत महत्त्वाची गोष्ट म्हणजे, योग्य प्रकारे मदत करा."

या बैठकीला उपस्थित असलेल्या एका अधिकाऱ्याने नंतर जुनी आठवण सांगताना म्हटले, "त्याने एवढंच सांगितलं." हे अर्थात दुकानांच्या व्यवस्थापकापर्यंत पोहोचवले गेले. कर्मचाऱ्यांनी कोणत्या प्रकारे मदत करणे अपेक्षित आहे, याची जाणीव त्यांना या फर्मानामुळे झाली. पुराच्या नासाडीमुळे आणि वीज गेल्यामुळे वॉलमार्टने आपली १२६ दुकाने बंद केली होती. वीस हजार कर्मचारी आणि त्यांचे कुटुंबीय विस्थापित झाले होते. सर्वप्रथम त्यांना मदत पोहोचवण्यावर लक्ष केंद्रित करण्यात आले. अठ्ठेचाळीस तासांत अर्धीअधिक दुकाने पुन्हा चालू केली गेली. परंतु तेथे तैनात असलेल्या एका अधिकाऱ्याच्या सांगण्यानुसार, दुकानातल्या कर्मचाऱ्यांकडून शहरातल्या जनतेवरील भीषण आपत्तीच्या बातम्या जसजशा कानावर पडू लागल्या, तसतसा अग्रक्रम बदलू लागला. दुकाने उघडण्याऐवजी या आपत्तीग्रस्तांना शक्य तेवढी मदत करण्याकडे लक्ष वळवले गेले.

त्याच्या हाती सोपवलेल्या अधिकाराचा वापर करून वॉलमार्ट दुकानाचे व्यवस्थापक स्थानिक जनतेमध्ये डायपर्स, पाण्याच्या बाटल्या, बालकांसाठीचे दूध, बर्फ यांचे वाटप करू लागले. मदतीसाठीच्या गोष्टींची अधिकृत मागणी नोंदवण्याची 'फेमा'ची (Federal Emergency Management Agency) धडपड अजूनही चालूच होती; परंतु दुकानाच्या व्यवस्थापनाने कच्च्या पावत्यांच्या आधारे मदत मागत आलेल्यांना उधारीवर अन्न, स्लीपिंगबॅग्ज, साबण इ. गोष्टी आणि उपलब्ध असल्यास बचावासाठी आवश्यक अशी कुऱ्हाडी, दोर, बूट यांसारखी सामग्री पुरवायला सुरुवात केली. वॉलमार्टच्या एका दुकानाभोवती तीस फुटांची पाण्याची लाट आलेली असताना तिथल्या एका कनिष्ठ व्यवस्थापिकेने दुकानात बुलडोझर नेला, त्यात वाचवता आलेले दुकानातले शक्य तेवढे सामान भरले आणि तो बुलडोझर पार्किंग लॉटमध्ये नेऊन तिने ते सामान आपद्ग्रस्तांना वाटून टाकले. स्थानिक हॉस्पिटलने औषधांची चणचण असल्याबद्दल तिला सांगितले. तेव्हा तिने पुन्हा तो बुलडोझर दुकानात नेला, दुकानाच्या औषधाच्या विभागात प्रवेश केला आणि हॉस्पिटलकडे औषधे पोहोचवली. तिने प्रसंगावधान वापरून सुज्ञपणे पोहोचवलेल्या मदतीबद्दल वॉलमार्टच्या वरिष्ठ व्यवस्थापनाने तिची पाठ थोपटली.

वॉलमार्टच्या वरिष्ठ अधिकाऱ्यांनी ध्येये आखून, ध्येयांकडे जाण्यासाठी केलेल्या प्रयत्नांचा आढावा घेतला आणि प्रत्यक्ष मदत पोहोचवणाऱ्या कर्मचाऱ्यांशी आणि शक्य होईल तेव्हा सरकारी संस्थांशी संपर्कात राहण्यावर लक्ष केंद्रित केले. थोडक्यात म्हणजे, अशी भीषण आणि गहन समस्या उभी ठाकल्यावर त्यांनी फर्माने सोडून मार्ग काढायचा प्रयत्न केला नाही. परिस्थिती अनपेक्षितपणे सतत बदलत होती. कर्मचाऱ्यांना एकमेकांशी संपर्कात राहून निर्णय घ्यायचे स्वातंत्र्य त्यांनी दिले. वॉलमार्टच्या 'आणीबाणी बचाव पथका'ने तर रेडक्रॉसच्या एका सदस्याचासुद्धा या गटात अंतर्भाव करून घेतला. (या गटात सहभागी होण्याचे वॉलमार्टने दिलेले आमंत्रण मध्यवर्ती सरकारने नाकारले!) या गटाने वॉलमार्टच्या कर्मचाऱ्यांसाठी चोवीस तास खुले असलेले कॉल सेंटर उघडले. सुरुवातीला तेथे आठ टेलिफोन ऑपरेटर्स तैनात होते, परंतु बघता-बघता ती संख्या ऐंशीवर न्यावी लागली; कारण मागणीच तेवढी प्रचंड होती!

मदतीचे कार्य चालू ठेवता-ठेवता त्या गटाच्या लक्षात आले की, 'शक्य तेवढी मदत पोहोचवणे आणि एकमेकांशी संपर्कात राहून या मदत कार्यात सुसूत्रता आणणे' हे समान उद्दिष्ट समोर ठेवल्यावर वॉलमार्टच्या कर्मचाऱ्यांनी काही समस्यांवर अफलातून तोडगे शोधून काढले होते. त्यांनी न्यू ऑर्लिन्स शहरात औषधांची तात्पुरती तीन फिरती दुकाने सुरू केली होती आणि त्यांच्या सर्व दुकानांत आपद्ग्रस्तांना तातडीने आवश्यक असलेली औषधे प्रिस्क्रिप्शनशिवायदेखील फुकट वाटायचे धोरण आखले होते. कर्मचाऱ्यांचे चेक वटवून त्यांना रोख पैसे देणे आणि आपत्तीग्रस्त विभागातील दुकानांमध्ये– आपद्ग्रस्तांचे चेक वटवून त्यांना रोख पैसे देणे अशी अत्यावश्यक सुविधा त्यांनी उपलब्ध करून दिली. पुरामुळे उद्भवणाऱ्या रोगांपासून सुरक्षित ठेवण्यासाठी लसीकरण करणारी तात्पुरती क्लिनिक्स त्यांनी चालू केली. सर्वांत लक्षणीय कामगिरी म्हणजे, कॅटरिना चक्रीवादळाने थैमान घातल्यानंतर केवळ दोनच दिवसांत वॉलमार्टच्या अत्यावश्यक गोष्टींचा पुरवठा करणाऱ्या गटाने रस्त्यांमधले अडथळे हटवून मृतप्राय शहरात अन्न, पाणी आणि अत्यावश्यक सामग्रीने भरलेले ट्रॅक्टर-ट्रेलर्स नेण्यात यश मिळवले. विस्थापितांना आणि नॅशनल गार्डना त्यांनी अन्न-पाणी पुरवल्यानंतर तब्बल एका दिवसाने सरकारची मदत उपलब्ध झाली. वॉलमार्टने या कामात अत्यावश्यक सामग्रीने भरलेले २४९८ ट्रेलर्स आपद्ग्रस्तांपर्यंत पोहोचवले आणि विस्थापितांच्या छावण्यांमध्ये व मदतकेंद्रांमध्ये साडेतीन कोटी डॉलर्स किमतीचे सामान फुकट वाटले.

त्या वेळी स्थानिक टीव्ही वाहिनीवर घेतल्या गेलेल्या इंटरव्ह्यूमध्ये जेफर्सन परगण्याच्या अत्युच्च अधिकाऱ्याने— ॲरन ब्रूझर्डने— सांगितले, "अमेरिकन सरकारने वॉलमार्टसारखी मदत केली असती, तर आपल्यावर अशी भीषण

परिस्थिती ओढवलीच नसती!''

या सत्यकथेतून योग्य तो बोध घेतला जात नाही. काही जण म्हणतात की, आणीबाणीच्या आपत्तीतून मार्ग काढताना सरकारी संस्थांऐवजी खासगी उद्योगधंदे आणि संस्था जास्त प्रभावी ठरतात, हा निष्कर्ष चुकीचा आहे. वॉलमार्टने देदीप्यमान कामगिरी बजावली ही गोष्ट खरी असली, तरी न्यू ऑर्लिन्समधील अनेक महत्त्वाच्या खासगी औद्योगिक संस्था या आणीबाणीच्या परिस्थितीतून मार्ग काढायला असमर्थ ठरल्या. फोन कंपन्या आणि विद्युत कंपन्या फोन व विजेच्या तारांची दुरुस्ती करण्यासाठी खूप वेळ धडपडल्या. त्यांना त्वरित दुरुस्ती करता आली नाही. तेल कंपन्यांकडे तेलाचा पुरेसा साठा नव्हता आणि तेलाच्या शुद्धीकरणाच्या यंत्रणेची कुवत आणीबाणीसाठी अपुरी होती. याउलट, आपत्तीच्या सुरुवातीच्या काळात काही सार्वजनिक सरकारी संस्थांनी नेत्रदीपक कामगिरी केली. उदाहरणार्थ— स्थानिक पोलीस आणि अग्निशमन दलाच्या लोकांनी लुईझियानातील असंख्य खेळाडूंची कुमक मदतीला घेऊन सपाट तळाच्या बोटींमधून बासष्ट हजार पूरग्रस्तांना पुराच्या पाण्यातून, घरांवरच्या छपरांवरून, घरांच्या पोटमाळ्यांवरून सुरक्षित जागी हलवले.

यातून घेण्याजोगा खरा बोध वेगळाच आहे. जेव्हा समस्या इतकी गहन असते, तेव्हा त्यातून मार्ग काढण्याचे ज्ञान कुण्या एका व्यक्तीच्या ठायी असणे अशक्य असते आणि जेव्हा अनपेक्षित समस्या उद्‌भवत असतात, तेव्हा सरकारी फर्मानांची अंमलबजावणी पावलोपावली करून प्रश्न सुटणे अशक्य असते. लोकांना परिस्थितीनुरूप निर्णय घेण्याचे आणि वागण्याचे स्वातंत्र्य देणे गरजेचे असते. परंतु तेसुद्धा एकेकट्याने निर्णय घेऊन काम तडीला नेऊ शकणार नाहीत, कारण त्यामुळे अंदाधुंदी माजेल! त्याऐवजी त्यांच्यापुढे लक्ष्य उभे करून ते गाठायचे स्वातंत्र्य त्यांना बहाल करायला हवे. हे करताना त्यांनी इतरांशी चर्चा करून, संवाद साधून सुसूत्रपणे काम करणे आवश्यक असते. उद्दिष्टाकडे आपली वाटचाल नीटपणे होत असल्याचा आढावासुद्धा या सर्वांनी एकत्रितपणे घेणे आवश्यक आहे.

उत्तुंग इमारती बांधणाऱ्या व्यावसायिकांना या गोष्टीचे आकलन झालेले होते. ते आकलन साध्या चेकलिस्टद्वारा वापरात आणले गेले होते. गहन समस्यांमधून सहजपणे तोडगे काढण्याचे तंत्र त्यांनी पूर्णपणे विकसित करून दैनंदिन व्यवहारात वापरात आणले होते.

असे तंत्र यशस्वी होण्यासाठी अनेक गुणांची आवश्यकता असते. स्वातंत्र्य आणि शिस्त, कौशल्य आणि कार्यवाही यांत सुसूत्र नेमस्तपणा, विशेष कौशल्य आणि सांघिक प्रयत्नांत त्याचा वापर— या परस्पराविरोधी गोष्टींमध्ये समतोल राखण्यासाठी त्यांनी दोन अगदी वेगळ्या प्रकारच्या चेकलिस्ट बनवल्या आहेत.

एका चेकलिस्टद्वारा महत्त्वाच्या अगदी बारीकसारीक गोष्टीसुद्धा नजरेतून सुटू नयेत याची खातरी करून घेता येते. दुसऱ्या चेकलिस्टद्वारा गहन समस्येवर तोडगे शोधताना विविध तज्ज्ञांनी परस्पर विचारविनिमय करून एकत्रितपणे निर्णय घेतला असल्याची खातरजमा केली जाते.

बांधकाम व्यवसाय आणि कॅटरिना चक्रीवादळ या दोन गोष्टींची जवळून पाहणी केल्यावर मी एक नवा सिद्धांत काढला आहे. गहन समस्यांमधून मार्ग काढताना चेकलिस्ट्स केवळ उपयुक्तच नसतात; तर यशासाठी त्या अनिवार्य असतात. परिस्थितीनुसार निर्णय घ्यायचे स्वातंत्र्य देणे आवश्यक असते; परंतु हे निर्णय घेताना आखून दिलेली सुसूत्र कार्यपद्धतीच वापरली पाहिजे.

हा सिद्धांत मांडल्यावर मला सर्व कानाकोपऱ्यांत चेकलिस्ट्स आढळू लागल्या. व्यावसायिक फुटबॉल संयोजक किंवा स्टेजवरच्या नाटकांच्या संयोजकांनी चेकलिस्ट वापरल्याचे माझ्या लक्षात आले. रेडिओवरचा कार्यक्रम ऐकल्यावर, रॉक स्टार डेव्हिड ली रॉथच्या चेकलिस्टमधल्या एका विशिष्ट विचित्र कलमाकडे माझे लक्ष वेधले गेले. त्याच्या व्हॅन हॅलेन या रॉक संगीताचे कार्यक्रम करणाऱ्या कंपनीने कार्यक्रमाच्या आयोजकांशी केलेल्या करारात एका विचित्र कलमाचा समावेश केलेला असे. 'कार्यक्रमाच्या आधी आंतरपटात एम ॲन्ड एम या कँडीने भरलेले भांडे पोहोचवावे, परंतु त्यात तपकिरी रंगाची एकही कँडी ठेवलेली असता कामा नये. अशा रंगाची एकही कँडी सापडली, तर कार्यक्रम रद्द केला जाईल आणि त्याचे संपूर्ण मानधन व्हॅन हॅलेन कंपनीला द्यावे लागेल' असे ते कलम होते. या कलमाची अंमलबजावणी करून व्हॅन हॅलेन रॉक कंपनीने निदान एकदा तरी कार्यक्रम रद्द केला होता. कोल्नपोराडोतील कार्यक्रमाच्या वेळी रॉथला त्याच्या रंगपटातील भांड्यात तपकिरी रंगाची एम ॲन्ड एम कँडी सापडली होती आणि त्याने तडकाफडकी तो कार्यक्रम रद्द केला. परंतु बारकाईने पाहिल्यावर करारातले हे कलम म्हणजे सत्तापिपासू ख्यातनाम व्यक्तीची विक्षिप्त मागणी नसून अत्यंत हुशारीने टाकलेले, शितावरून भाताची परीक्षा करणारे चाचणीचे कलम असल्याचे माझ्या लक्षात आले.

'क्रेझी फ्रॉम द हीट' या त्याच्या आठवणींच्या पुस्तकात रॉथने नमूद केले होते की, दुय्यम-तिय्यम स्तराच्या गावांमध्ये प्रचंड लवाजमा घेऊन जाऊन कार्यक्रम सादर करणारा 'व्हॅन हॅलेन' हा पहिलाच बँड होता. त्याने या पुस्तकात लिहिले आहे, 'आम्ही सामानाने भरगच्च भरलेले, अठरा चाकांचे नऊ प्रचंड ट्रक्स कार्यक्रमाच्या जागी नेत असू. सर्वसामान्यत: इतर कार्यक्रमांसाठी जास्तीत जास्त तीन ट्रक्स भरून सामान नेले जात असे. कार्यक्रमाच्या स्थळी असंख्य तांत्रिक अडचणी उभ्या राहात असत. कधी कधी स्टेजला आधार देणाऱ्या तुळयाच वजन पेलण्याच्या

दृष्टीने कमकुवत असत; तर कधी कधी स्टेजची फळकुटेच खचत असत किंवा स्टेजवरले दरवाजेच सर्व सामान नेता येईल एवढे मोठे नसत. इतके सारे सामान आणि माणसे न्यावी लागत असल्यामुळे कराराची कलमे अत्यंत लांबलचक आणि क्लिष्ट करणे भाग पडले होते. त्यामुळे या कलमांच्या आत आम्ही एक लहानसे कलम घुसवले होते. ते १२६ क्रमांकाचे 'तपकिरी रंगाच्या एम ॲन्ड एम कँडीज नकोत', हे वरपांगी विक्षिप्तपणाचे वाटेल असे कलम होते. करारातली सर्व कलमे नीटपणे वाचली गेली आहेत की नाहीत, याची परीक्षा घेणारे हे कलम होते. मी रंगपटात गेलो आणि भांड्यात मला तपकिरी रंगाची कँडी दिसली, तर आम्ही प्रत्येक गोष्टीची कसून पाहणी करत असू. हटकून आम्हाला तांत्रिक चुका आढळत असत. हटकून प्रश्न उद्‌भवण्याची शक्यता उभी राहत असे.' रेडिओवर सांगण्यात आले की, अशा तांत्रिक चुका लहानसहान नसत. त्या इतक्या गंभीर स्वरूपाच्या असत की, त्यामुळे जीवितहानी होण्याचीसुद्धा शक्यता होती. कोलोराडोत या बँड कंपनीला आठवले की, कार्यक्रमाच्या स्थानिक आयोजकांनी किती वजन पेलण्याएवढे स्टेज भक्कम असायला हवे, हे करारातले कलम वाचलेलेच नव्हते आणि ते स्टेज नक्कीच कोसळले असते.'

रेडिओवरचा हा कार्यक्रम ऐकल्यावर मी उत्तेजित होऊन ओरडलो, "डेव्हिड ली रॉथनेसुद्धा चेकलिस्ट बनवलेली होती!"

चेकलिस्ट्स अत्यंत आवश्यक आहेत, हा मी मांडलेला सिद्धांत मी जोडी ॲडॅम्सला सांगितला. ती बोस्टनमधल्या रिॲल्टो या माझ्या अत्यंत आवडत्या रेस्टॉरंटची मालकीण आणि आचारी आहे. 'फूड अँड वाइन' मासिकाने १९९०मध्ये तिची गणना अमेरिकेतील दहा अत्युत्कृष्ट बल्लवाचार्यांमध्ये केली होती. तिला १९९७मध्ये 'जेम्स बिअर्ड फाऊंडेशन बेस्ट शेफ ॲवॉर्ड' देऊन सन्मान केला गेला. हे ॲवॉर्ड म्हणजे भोजन व्यवसायातले ऑस्करच आहे! देशातील सर्वोत्तम रेस्टॉरंट्समध्ये अनेकदा रिॲल्टोचा समावेश केला जातो. अलीकडेच एस्क्वॉयर मासिकाने 'देशातील सर्वोत्तम रेस्टॉरंट्सपैकी एक' असा रिॲल्टोचा उल्लेख केला होता. खास चवीचा स्थानिक इटॅलियन स्वयंपाक ही जोडी ॲडॅम्सची खासीयत आहे.

ॲडॅम्स विविध पाककृती स्वत:च शिकली. तिने ब्राऊन युनिव्हर्सिटीतून मानववंशशास्त्र या विषयातही पदवी घेतलेली आहे. कोणत्याही पाककला शिकवणाऱ्या कॉलेजमध्ये ती कधीच शिकलेली नाही; परंतु तिला या विषयात गती होती आणि त्याची आवडही होती. तिने रेस्टॉरंट्समध्ये नोकऱ्या केल्या. तिथे ती कांदा कापण्यापासून विविध गोष्टी शिकली आणि तिने स्वत:ची स्वयंपाकाची खास अशी पद्धत विकसित केली.

तिच्या रेस्टॉरंटमध्ये ज्या उच्च पाककौशल्याचे दर्शन होते, ते स्तिमित करते.

महत्त्वाची गोष्ट म्हणजे, तिने पाककौशल्याचा हा उच्च दर्जा अनेक वर्षे अबाधित ठेवलेला आहे. तिने हे कसे काय साध्य केले, याबद्दल माझ्या मनात कुतूहल होते. जगातली बर्गर किंग आणि टाको-बेल्स यांसारखी रेस्टॉरंट्स कशी चालवली जातात, ते मला माहीत होते. ठरावीक पाककृती काटेकोरपणे पाळून ती चालवली जातात. तिथे कारखान्यात बनवल्याप्रमाणे साचेबंद जेवण दिले जाते. परंतु अत्युत्तम रेस्टॉरंट्समध्ये दिले जाणारे जेवण नवनवीन प्रकारचे, अत्यंत निगुतीने बनवलेले आणि रेस्टॉरंटगणिक वेगळ्या चवीचे असते. असे असले, तरी त्यांना दररोज अत्युत्तम चवीचे जेवण बनवावेच लागते. दररोज आणि अनेक वर्षे त्यांना दर्जा राखावा लागतो– मग एक गिऱ्हाईक येवो की तीनशे येवोत. असा उत्कृष्ट दर्जा त्यांना कसा राखता येतो, याबद्दल माझा एक सिद्धांत होता. पण तो बरोबर होता का? ॲडॅम्सने मला ती अवलंबत असलेली पद्धत प्रत्यक्ष पाहण्यासाठी तिच्या रेस्टॉरंटमध्ये येण्याचे निमंत्रण दिले.

एका शुक्रवारची संध्याकाळ मी रिआल्टोमधील लांब आणि अरुंद मुदपाकखान्यात एका उंच स्टुलावर बसून तिथली गडबड पाहण्यात घालवली. तिथे लगबग, आरडाओरड, एकीकडे विस्तवाचा जाळ, दुसरीकडे तळणे अशी धमाल चालू होती. ॲडॅम्स आणि तिचे कर्मचारी पाच तासांत दीडशे लोकांना जेवण पुरवत असत. वाफवलेला कांदा आणि लसूण घातलेले, भाजलेल्या टोमॅटोचे सूप; आत कॉडचे सारण भरलेली आणि वर लॉबस्टर सॉस पसरलेली, भोपळ्याच्या फुलांवर ठेवून अतिथींपुढे ठेवलेली स्क्विडइंक रॅव्हिओली; मक्याची चटणी पसरून सजवलेला भाजलेला ब्ल्यू फिश आणि त्यासोबत छोटे टोमॅटो आणि खारवलेल्या सिमला मिरच्या; सॉय सॉस, बाल्सामिक व्हिनिगर, मोहोरी, रोझमेरी आणि लसूण लावून ठेवून मग काही तासांनी मंदाग्नीवर भाजलेले बदक आणि अशाच तीन डझन इतर चविष्ट गोष्टी त्यांनी त्या रात्री बनवल्या होत्या.

तिथे बसल्या-बसल्या मला त्या लोकांचे अफलातून कौशल्य पाहता येत होते. ॲडॅम्सचे अर्धेअधिक कर्मचारी कॉलेजात पाकशास्त्र शिकून पारंगत झालेले होते. दहा वर्षांहून कमी अनुभव गाठीला असलेले फारच थोडे लोक होते. प्रत्येकाचे एका विशिष्ट पाककृतीवर प्रभुत्व होते. मुदपाकखान्यात पेस्ट्री बनवणारा बल्लवाचार्य; केक्स, ब्रेड बनवणारा वेगळा तज्ज्ञ; भटारखान्यात भाजून तयार करण्याचे खाद्यपदार्थ बनवणारा विशेषज्ञ; तळणीवर बसलेला वेगळा स्वयंपाकी; गोड गोष्टी बनवणारा स्वयंपाकी आणि मदिरेची पारख असणारा विशेषज्ञ असे अनेक लोक तेथे काम करत होते. वर्षानुवर्षांच्या अनुभवाने त्यांची कामे बिनबोभाट चालत असत. त्यांच्या पाककृतींमधील बारीकसारीक विशेषता माझ्या आकलनापलीकडची होती. मी शल्यविशारद असलो, तरी त्यांनी मला त्यांच्या सुऱ्यांच्या जवळपास फिरकूसुद्धा

दिले नाही. 'जे' ह्या पास्ता बनवणाऱ्या बल्लवाचार्याने लोणी हळूहळू कसे वितळवायचे आणि ग्रॉच्ची व्यवस्थित शिजतेय हे नजरेने कसे ओळखायचे, हे मला दाखवले. चिमूटभर मीठ म्हणजे नेमके केवढे, हे ॲडॅम्सने मला दाखवले.

स्वयंपाकाचे विशिष्ट तंत्र आणि स्वयंपाकातली सर्जनशीलता याचा लोक खूपच उदो-उदो करत असतात. शेफ्स– बल्लवाचार्य– हल्ली महान व्यक्ती समजले जात आहेत. त्यांनी निर्माण केलेल्या आगळ्यावेगळ्या पाककृतींच्या सादरीकरणामुळेच आजकालचे स्वयंपाकासंदर्भातील टी.व्ही.वरील कार्यक्रम इतकी लोकप्रियता मिळवत आहेत. परंतु रिआल्टोत माझ्या लक्षात आले की, जिचा उदो-उदो केला जात नाही किंवा जी कधी टी.व्ही.वरसुद्धा झळकत नाही, अशी निवळ शिस्तच रेस्टॉरंट बिनबोभाट चालू ठेवू शकते आणि या शिस्तीच्या मुळाशी चेकलिस्टच उभी असलेली दिसते.

सर्वांत पहिली चेकलिस्ट म्हणजे पाककृती. प्रत्येक पदार्थाची वेगळी, विशेष अशी पाककृती असते. त्या पाककृती टाईप करून, प्लॅस्टिकच्या पिशवीत घालून स्वयंपाकाच्या योग्य त्या टेबलापाशी लावून ठेवलेल्या दिसत होत्या. आपल्या कर्मचाऱ्यांनी या पाककृती तंतोतंत पाळून त्याप्रमाणे स्वयंपाक करावा, याबाबत ॲडॅम्स अतिशय आग्रही होती. स्वत: स्वयंपाक करतानासुद्धा ती पाककृती वाचूनच स्वयंपाक करत असे. कारण तसे केले, तरच त्या पदार्थाची चव नेहमी तशीच मिळू शकते, यावर तिची श्रद्धा होती.

मिष्टान्नांच्या टेबलाजवळ एक बातम्या अडकवायचा फलक होता. त्यावर स्वयंपाकाबाबतच्या सूचना ॲडॅम्स टाचून ठेवत असे. बनवलेल्या जेवणाबद्दलची तिची मते किंवा सूचना ती हाताने लिहून किंवा ई-मेल छापून घेऊन त्या बातमीफलकावर टाचून ठेवत असे. सर्वांत नवी सूचना आदल्या रात्री बारा वाजून पन्नास मिनिटांनी तिने केली होती. 'भज्यांमध्ये– फ्रिटर्समध्ये– आणखी मसाल्याच्या वनस्पती, आणखी लसूण घालून त्यांना झणझणीतपणा आणायला हवा. मक्याच्या दाण्यांमध्ये मक्याचे रेशमी केस आढळतात, म्हणजे काय? मलईदार मक्याची साइडडिश चौकोनी प्लेटवर वाढून न्यायची नसते, ती लंबवर्तुळाकार प्लेटवर वाढून न्यायची असते. मशरूम्स (अळंब्या) बनवताना त्यात आणखी शॅलट्स, लसूण आणि मसाला घालायला हवा! **पाककृतीनुसार पदार्थ बनवा!!**'

कर्मचाऱ्यांना पाककृतीनुसार स्वयंपाक करायचा कंटाळा येतो. तुम्ही शेकडो वेळा मलईचा मका बनवलात की, तुम्हाला वाटते; तुम्हाला कृती तोंडपाठ झालीय. पण असे झाले की, दर्जात घसरण सुरू होते, असा ॲडॅम्सचा अनुभव आहे.

पाककृती कधीच बदलत नाहीत, असे नव्हे! मी तिथे पाहिलेल्या सर्व पाककृतींच्या बाजूला त्यात करायचे बदल खरडलेले दिसत होते. त्यातले अनेक

बदल पाककृती सुधारण्यासाठी कर्मचाऱ्यांनीच सुचवले होते. कधी कधी तर ती पाककृती संपूर्णत:च बदलली जात होती.

त्या दिवशी ते एक नवा खाद्यपदार्थ बनवत होते. पूर्ण लॉबस्टरचे (समुद्रखेकड्याचे) दोन भाग करून ते ब्रँडीत आणि छोटे क्लॅम्ज (शिंपल्यातला मासा– तिसऱ्या) व चोरिझो यांतून तयार केलेल्या रश्शात शिजवायचे, ही ज्युलिआ चाइल्डची प्रसिद्ध पाककृती होती. त्यात ॲडॅम्सने थोडेसे बदल केलेले होते. परंतु ग्राहकापुढे हा नवा पदार्थ ठेवण्यापूर्वी ॲडॅम्सने त्याचे काही प्रयोग करून पाहिले. त्यात काही अडचणी दिसल्या. तिच्या पाककृतीप्रमाणे तो लॉबस्टर (समुद्रीखेकडा– शेवडे) चिरून मग ऑलिव्ह ॲपलमध्ये खरपूस होईपर्यंत परतायचा होता. परंतु असे केल्यावर कधी तो जास्त शिजत असे किंवा कधी अर्धा कच्चाच राहत असे, असे दिसून आले. त्यासाठीचा रस्सासुद्धा ऐन वेळी ताजा बनवला जात असे. परंतु त्यासाठी फार वेळ लागू लागला. आठ ते दहा मिनिटांत जेवण समोर हजर व्हावे, अशी ग्राहकांची अपेक्षा असते. त्यादृष्टीने हा पदार्थ फार वेळखाऊ ठरला.

त्यामुळे तिने आणि तिच्या दोन बल्लवाचार्यांनी त्या पदार्थाची पाककृती बदलली. त्यांनी रस्सा आधीच तयार करून ठेवायचा आणि लॉबस्टर आधीच अर्धवट शिजवून तयार ठेवायचे, असे ठरवले. त्या पाककृतीनुसार अनेक वेळा तो पदार्थ तयार करून पाहिला असता दर वेळी तो उत्तम बनला. मग त्यांनी ही नवी पाककृती वापरात आणली.

प्रत्येक ग्राहकासाठीसुद्धा त्यांनी वेगळी चेकलिस्ट तयार केलेली होती व ग्राहकांनी पदार्थ मागवले की, स्वयंपाकघरात त्याची प्रत पाठवली जाते. या प्रतीवर कोणते पदार्थ मागवले आहेत, टेबलाचा क्रमांक कोणता, सीट क्रमांक कोणता, ग्राहकाने काही विशिष्ट आवडी किंवा अपेक्षा नमूद केलेल्या आहेत का किंवा डेटाबेसमध्ये सापडत आहेत का, अन्नाबद्दलची संवेदनशीलता (फूड ॲलर्जी) किंवा स्टेक कसा शिजवलेला हवा असतो किंवा वाढदिवसासारखा विशेष दिवस आहे का किंवा हा ॲडॅम्सने स्वत: दखल घेऊन स्वागत करण्याजोगा कोणी विशेष अतिथी आहे का, यांसारख्या गोष्टी त्यात नमूद केल्या जातात. सू शेफ (मुदपाकखान्यातला उपप्रमुख) हा या रणभूमीवरचा सेनापतीच असतो. प्रत्येक प्रत आत आली की, तो ती मोठ्याने वाचून दाखवतो.

''मशरूम्स (अळंबी) ताबडतोब, मॉझ ताबडतोब, लोबो नंतर, स्टेक उत्तम भाजलेला, ग्लूटन नको, नंतर.''

'ताबडतोब' याचा अर्थ असा की, तो पदार्थ लगेच बनवायला सुरुवात करायची. 'नंतर' याचा अर्थ असा की, पहिला पदार्थ खाऊन झाला की, हा पदार्थ

वाढायचा. 'लोबो' म्हणजे लॉबस्टर (समुद्रीखेकडा– शेवडे). स्टेक अगदी मऊसूत भाजला गेला पाहिजे. ग्राहकाला ग्लूटनची ॲलर्जी आहे. प्रत्यक्ष स्वयंपाक करणाऱ्यांनी ही यादी पुन्हा एकदा वाचून दाखवायची आणि त्यांनी ती नीटपणे ऐकली असल्याचे सिद्ध करायचे, अशी तिथली प्रथा होती.

"मशरूम्स ताबडतोब, मॉझ ताबडतोब." एक जण म्हणाला.

"लोबो या नंतर." सी-फूड बनवणारा स्वयंपाकी म्हणाला.

"स्टेक उत्तम भाजलेला. ग्लूटन नको. यानंतर." भट्टीवाला स्वयंपाकी म्हणाला.

परंतु बांधकाम व्यवसायाप्रमाणे इथे प्रत्येक गोष्ट पाककृतीत परिवर्तित करून चेकलिस्टमध्ये आणणे शक्यच नव्हते. त्यामुळे अनपेक्षितपणे उद्‌भवलेल्या समस्यांबाबत हे सर्व लोक एकत्र येऊन चर्चा करत आहेत आणि त्यातून मार्ग काढत आहेत याची खातरी करून घेण्यासाठी ॲडॅम्सने संपर्काबाबतची एक चेकलिस्टसुद्धा बनवलेली होती. रेस्टॉरंट उघडण्याच्या अर्धा तास आधी, पाच वाजता सर्व कर्मचारी चर्चा करतात. प्रत्येक जण स्वयंपाकघरात जाऊन अनपेक्षितपणे उद्‌भवू शकणाऱ्या समस्यांचा धावता आढावा घेतो. मी तिथे उपस्थित होतो त्या संध्याकाळी त्यांनी किती आगाऊ राखीव जागा ठेवल्या गेल्या आहेत, त्याची मोजणी केली. दोन गोष्टी मेन्यूमधून बदलल्या. आजारी कर्मचाऱ्याची जागा कोणी भरून काढायची, हे ठरवले. सोळाव्या वाढदिवसाच्या समारंभासाठी वीस मुली येणार होत्या. त्यांना यायला उशीर होऊन त्या नेमक्या गर्दीच्या वेळीच येऊन पोहोचणार आहेत, त्याबद्दल काय करायचे याचा निर्णय घेण्यात आला. प्रत्येकाला आपापले मत व्यक्त करण्याची संधी देण्यात आली आणि त्यांनी काय करायचे त्याबद्दल योजना आखली होती.

अर्थात यामुळे सर्व काही सुरळीतपणे पार पडेल, अशी खातरी कधीच देता येत नाही. अनेक कारणांमुळे अनिश्चितता उद्‌भवू शकते किंवा चुका होऊ शकतात. सूप फारच लवकर नेऊन दिले आणि ते गार झाले, क्वेल (एक लहान पक्षी) बनवताना रस्सा फार कमी झाला, स्ट्राइड बास (एक प्रकारचा मासा) भट्टीतून काढले तेव्हा फार कोरडे झाले होते– अशांसारख्या चुका घडतच असतात. त्यामुळे अशा चुकांवर नियंत्रण ठेवण्यासाठी ॲडॅम्सने एक क्लृप्ती शोधून काढली होती. प्रत्येक पदार्थाची प्लेट ग्राहकापुढे जाण्यापूर्वी तिच्या स्वत:च्या किंवा सू शेफच्या (मुदपाकखान्याचा उपप्रमुख) नजरेखालून गेलीच पाहिजे, असा नियम तिने घालून दिला होता. पदार्थ जसा दिसायला हवा, तसेच त्याचे रूप आहे, दिलेल्या ऑर्डरबरहुकूमच पदार्थ पाठवला जातो आहे, या मुद्द्यांची खातरी करून घेतल्यावर त्या पदार्थाचा वास घेऊन चवीचा अंदाज घेतला जात असे किंवा स्वच्छ चमच्याने तो चाखूनही पाहिला जात असे.

बाहेर पाठवले जात असलेले अन्नपदार्थ मी पाहत होतो. त्यांतले निदान पाच टक्के पदार्थ काही तरी त्रुटी असल्यामुळे परत पाठवले जात होते. "कलामारी (एक सागरी प्राणी, याला हातासारखे दोन मोठे अवयव असतात) आणखी तळायला हवी", सू शेफने तळणीवरच्या स्वयंपाक्याला सांगितले, "याचा रंग सोनेरी तपकिरी असायला हवा."

काही वेळाने मला त्यातले काही चविष्ट पदार्थ चाखायला मिळाले. तळलेली ऑलिव्ह्ज, भाजलेले क्लॅम्स, समर सक्कोटॅश (रेड इंडियन लोकांची पाककृती. मका, पावटा, साय, लोणी, मीठ, मिरपूड घालून बनवलेला अन्नपदार्थ), ताजी कोशिंबीर, लॉबस्टर (शेवडे) यांसारखे चविष्ट पदार्थ मी चाखले. पदार्थांची चव अप्रतिम होती. मी मध्यरात्री तेथून बाहेर पडलो, तेव्हा माझे पोट तुडुंब भरलेले होते आणि डोक्यात विचारचक्र फिरत होते. हे विशेष चवीचे पदार्थ देणारे, अत्यंत उच्च प्रतीचे पाककौशल्य आवश्यक असलेले रेस्टॉरंट होते. असे अन्नपदार्थ बनवणे ही एक कला होती. ते ठोकळेबाज विज्ञान नव्हते. पण अशा जागीसुद्धा चेकलिस्ट अत्यंत आवश्यक ठरली होती. मी ज्या-ज्या व्यवसायांकडे नजर टाकली, त्या-त्या व्यवसायांमध्ये मला चेकलिस्ट अनिवार्य असल्याचा प्रत्यय आला. कोणत्याही व्यवसायाकडे पाहिले, तरी तोच निष्कर्ष निघत होता. माझा स्वत:चा व्यवसायसुद्धा याला अपवाद नव्हता!

५. पहिला प्रयत्न

सन २००६च्या अखेरीस एके दिवशी एका स्त्रीने मला फोन केला. तिच्या उच्चारांचा ढंग ब्रिटिश होता आणि फोन नंबर जिनिव्हाचा होता. तिने मला सांगितले की, ती WHO (वर्ल्ड हेल्थ ऑर्गनायझेशीन – जागतिक आरोग्य संघटना) साठी काम करत होती. एका लहानशा प्रश्नावर तोडगा शोधण्यासाठी मी योग्य अशा माणसांचा गट एकत्र आणून त्यांना मदत करू शकेन का, असा प्रश्न तिने विचारला. जगभरात शस्त्रक्रियांचे प्रमाण वाढत चाललेले दिसत होते आणि शस्त्रक्रिया करताना नीट काळजी घेतली जात नसल्यामुळे एक सामाजिक धोका निर्माण झाला होता. शस्त्रक्रियांमुळे ओढवणाऱ्या समस्यांचे आणि मृत्यूंचे प्रमाण जागतिक पातळीवर घटवण्यासाठी त्यांना जागतिक धोरण आखायचे होते.

मी चाचरत प्रश्न केला, "ते कसं काय करायचं?"

ती म्हणाली, "आपण चर्चेसाठी बैठक घेऊ या."

मी तिला प्रश्न विचारला, "यासाठी WHO किती पैसे खर्च करणार आहे?"

ती म्हणाली, "खरं तर अजिबातच नाही!"

मी तिला म्हटले की, "मी मदत करू शकणार नाही, कारण माझ्यापाशी तेवढा वेळ नाही."

पण ती हुशार निघाली. ती म्हणाली, "माफ करा– मला वाटले होते की,

शस्त्रक्रिया केल्या गेलेल्या रुग्णांच्या सुरक्षिततेबाबतचे तुम्ही तज्ज्ञ आहात; माझीच चूक झाली.''

मी ही चर्चा आयोजित करायला मदत करायचे कबूल केले!

WHO बरोबर काम करण्याचा मला फायदा असा झाला की, WHO चे सभासद असलेल्या १९३ देशांच्या स्वास्थ्य व्यवस्थांचे अहवाल आणि आकडेवारी मला पाहता येऊ लागली. शस्त्रक्रियांसंदर्भातली आकडेवारी आमच्या गटाने एकत्रित केल्यावर आमच्या लक्षात आले की, WHO च्या अधिकाऱ्यांचा कयास बरोबर होता. जगभरात शस्त्रक्रिया करण्याचे प्रमाण प्रचंड वाढले होते. जगभरातले शल्यविशारद २००४पर्यंत दर वर्षी तेवीस कोटी मोठ्या शस्त्रक्रिया करू लागले होते. पंचवीसशे माणसांमागे एक असा हा आकडा होता. तेव्हापासून हा आकडा नक्कीच वाढलेला आहे. शस्त्रक्रियांचा आकडा इतक्या झपाट्याने वाढत गेला आहे की, जगभरातील बालकांच्या जन्मांपेक्षासुद्धा ही संख्या जास्त आहे. फक्त बालकांच्या जन्मांपेक्षा शस्त्रक्रियेच्या वेळी मृत्युमुखी पडणाऱ्यांची संख्या दहा ते शंभरपट अधिक आहे. बऱ्याचदा एखादी शस्त्रक्रिया बिनबोभाट पार पडत असली, तरी कधी कधी त्यात काही तरी समस्या उद्‌भवते. हॉस्पिटलमध्ये केल्या जाणाऱ्या शस्त्रक्रियांच्या वेळी ३ ते १७% रुग्णांच्या बाबतीत कोणती ना कोणती समस्या उद्‌भवते. शस्त्रक्रियांच्या वेळी छोटा छेद (incision) देऊन शस्त्रक्रिया करता येणे शक्य झाले आहे आणि त्यातून रुग्ण लवकर बरे होऊ लागले आहेत, तरी त्यातल्या धोक्यांचे प्रमाण खूपच आहे. जगभरात शस्त्रक्रियांमुळे किमान सत्तर लाख लोक अपंग होतात आणि किमान दहा लाख लोक प्राणांना मुकतात. हे प्रमाण हिवताप, क्षयरोग आणि अन्य गंभीर रोगांमुळे ओढवणाऱ्या मृत्यूंएवढेच गंभीर आहे.

ही आकडेवारी पाहिल्यावर सार्वजनिक स्वास्थ्यासंबंधित मोठ्या प्रमाणावरच्या समस्यांचे निराकरण करण्याचा विडा उचलणाऱ्या WHO सारख्या संस्थेने शस्त्रक्रियेदरम्यान घ्यावयाच्या आवश्यक खबरदारीसारख्या प्रश्नाकडे लक्ष का वळवले असेल, याचा मला उलगडा झाला. जगभरात जो आर्थिक विकास घडून आला आहे, त्यामुळे आयुर्मर्यादा वाढली आहे. परिणामी, जनतेला जास्त प्रकारच्या शस्त्रक्रियांची आवश्यकता भासू लागली आहे. कर्करोग, अपघातामुळे हाडे मोडणे आणि तत्सम समस्या, बाळंतपणाच्या वेळी उद्‌भवणाऱ्या समस्या, स्त्रियांमध्ये जन्मतःच असलेले दोष, मूत्रपिंडातले आणि पित्ताशयांतले त्रासदायक खडे, हर्निया अशा विविध गोष्टींसाठी शस्त्रक्रिया गरजेची ठरते. प्रामुख्याने ग्रामीण विभागात राहणाऱ्या दोनशे कोटी जनतेला शल्यविशारदाची सेवा उपलब्ध नसली, तरी सर्व देशांमधील शस्त्रक्रियांचे प्रमाण वाढतच चालले आहे. त्यामुळे शस्त्रक्रियेच्या

संदर्भात सुरक्षितता आणि दर्जा हे प्रश्न सगळीकडेच जिव्हाळ्याचे बनले आहेत.

या संदर्भात काय करता येण्याजोगे आहे? शस्त्रक्रियांबाबतच्या समस्या दूर करून शस्त्रक्रियांमुळे मृत्यू पावणाऱ्यांचा आकडा कमी करणे, हे पोलिओचे निर्मूलन करण्याएवढे आवश्यक काम नव्हे! पोलिओचे निर्मूलन करणाऱ्या WHOच्या डॉक्टरांसमवेत मी प्रवास केला आहे. त्यांच्या या मोहिमेद्वारा त्यांनी केलेले काम मी स्वत:च्या डोळ्यांनी पाहिलेले आहे. सर्वसामान्य जनतेचे लशीकरण करणेसुद्धा किती अवघड काम आहे याची मला पूर्ण जाणीव आहे. शस्त्रक्रिया हा तर अनेक पटींनी गुंतागुंतीचा विषय आहे. त्यामुळे होणारी हानी एकाच हॉस्पिटलमध्ये कमी करणे हेसुद्धा अवघड काम आहे. जगभरातील प्रत्येक शस्त्रक्रियेसंदर्भात सुरक्षितता आणण्याचा प्रयत्नच हास्यास्पद ठरेल, असे मला वाटले. शस्त्रक्रियांचे विविध प्रकार पंचवीसशेपेक्षा जास्त भरतील. ब्रेन बायॉप्सी (रोगनिदान करण्यासाठी मेंदूतील ऊतींचा– tissue– छेद घेऊन, सूक्ष्मदर्शकाखाली त्यांची पाहणी करणे), अंगठा कापणे, पेसमेकर बसवणे, प्लीहा काढून टाकणे, अ‍ॅपेंडिक्स काढून टाकणे, नवे मूत्रपिंड बसवणे... ही यादी न संपणारी आहे. मी WHO बरोबर एका विशिष्ट प्रश्नावर लक्ष केंद्रित करू शकलो असतो; पण एकूण समस्या इतकी प्रचंड मोठी होती की, 'दर्या मे खसखस' असा तो प्रयत्न ठरला असता.

जानेवारी २००७मध्ये WHO च्या जिनिव्हातील मुख्यालयात आम्ही दोन दिवसांचे चर्चासत्र आयोजित केले. शल्यविशारद, भूलतज्ज्ञ, परिचारिका, सुरक्षा तज्ज्ञ, जगभरातले रुग्ण असे अनेक लोक या समस्येवर कसा तोडगा काढता येईल याबद्दल चर्चा करण्यासाठी एकत्र जमले होते. युरोप, कॅनडा आणि अमेरिकेतील सर्वोच्च प्रतीच्या हॉस्पिटल्समधून हे लोक आले होते. रेडक्रॉसच्या आंतरराष्ट्रीय समितीचा प्रमुख शल्यविशारद उपस्थित राहिला होता. त्याने मोगाडिशूपासून इंडोनेशियापर्यंत विविध देशांमधल्या जखमी आणि आजारी स्थलांतरितांवर उपचार केले होते. शस्त्रक्रियेच्या वेळी प्राणवायू न मिळाल्यामुळे गुदमरून मरण पावलेल्या एका मुलीचा पिता झांबियातून त्या चर्चेसाठी मुद्दाम आला होता. या सर्व लोकांनी जगभरात शस्त्रक्रियेदरम्यान उपस्थित होणारे प्रश्न सांगायला सुरुवात केल्यावर माझ्या मनातली शंका आणखीच बळावली. इतक्या विविध देशांमधले इतके विविध प्रश्न आम्ही कसे हाताळू शकलो असतो?

चाळिशीचा एक डॉक्टर घाना देशाच्या पश्चिमेकडच्या भागातून आलेला होता. घानामध्ये कोकोची पैदास आणि सोन्याच्या खाणी यांमुळे थोडी सुबत्ता येऊ लागली आहे. या डॉक्टरने त्याच्या देशातील त्याच्या जिल्ह्याच्या गावाच्या हॉस्पिटलमधल्या भीषण परिस्थितीचे वर्णन केले. तो म्हणाला की, त्या हॉस्पिटलमध्ये एकही शल्यविशारद टिकत नसे. त्याच्या देशातले हुशार लोक मोठी संधी मिळाली की,

परदेशात निघून जात असत. त्याच्या संपूर्ण हॉस्पिटलमध्ये केवळ तीन डॉक्टर्स होते. त्यांच्यापैकी एक जणही शल्यविशारद नव्हता. असे असूनही अत्यवस्थ परिस्थितीतला रुग्ण आला किंवा दोन दिवस कळा वाढून रक्तस्राव होत असलेली गर्भवती स्त्री आली किंवा अॅपेंडिक्स सुजून तळमळत असलेला तापकरी रुग्ण आला किंवा मोटारसायकलला अपघात होऊन फुप्फुस निकामी झालेला रुग्ण आला की, हे शल्यचिकित्सा अजिबात न शिकलेले डॉक्टरच शस्त्रक्रिया करत असत.

तो म्हणाला, "मी सारे काही करत असतो. मीच बालरोगतज्ज्ञ आहे, मीच प्रसूतितज्ज्ञ आहे आणि मीच शल्यविशारद आहे. मी सर्व गोष्टी सांभाळतो!" त्याच्यापाशी शस्त्रक्रियेबद्दलची पाठ्यपुस्तके आणि माहितीपुस्तके होती. त्याच्या सहायकाला भूल देण्याचे औपचारिक शिक्षण मिळालेले नसूनही तो भूल द्यायला शिकला होता. त्याच्या हॉस्पिटलमधली शस्त्रक्रियेसाठीची सामग्री अगदी प्राथमिक स्वरूपाची होती. इतर सुविधा अगदी अपुऱ्या होत्या. कधी कधी शस्त्रक्रिया अयशस्वी होत. पण काहीही न करण्यापेक्षा हात-पाय हलवून काही तरी सेवा करणे जास्त चांगले, असा विश्वास त्याला वाटत होता.

रशियातील एका बायो-इंजिनिअरने या चर्चासत्रात भाग घेतला होता. जगभरात वैद्यकीय उपकरणांचा पुरवठा आणि दुरुस्ती करवून घेण्याचा अनुभव त्याच्या गाठीला होता. श्रीमंत आणि गरीब अशा दोन्ही प्रकारच्या देशांतील अपायकारक समस्यांबद्दलचे त्याचे अनुभव त्याने नमूद केले. शस्त्रक्रियेसाठीच्या उपकरणांची डागडुजी आणि तपासणी वरचेवर न केल्यामुळे रुग्ण आगीत सापडले असल्याची किंवा त्यांना विजेचा झटका बसून ते मृत्यू पावल्याची बातमी त्याने या चर्चासत्रात सांगितली. नवे तंत्रज्ञान वापरण्याचे पुरेसे आणि योग्य प्रशिक्षण न दिल्यामुळे ते तंत्रज्ञान वापरताना चुका होऊन रुग्णांना अपाय होतो, असे त्याने सांगितले. रुग्णांना त्याची आत्यंतिक आवश्यकता असतानाच त्यांचा जीव वाचवता येईल अशी महत्त्वाची साधने कपाटात कुलूपबंद आहेत किंवा गायब झालेली आहेत अशा घटना त्याला ठाऊक होत्या.

मंगोलियातील सर्वांत मोठ्या हॉस्पिटलमधला शल्यचिकित्सा विभागाचा प्रमुख शल्यविशारद म्हणाला की, रुग्णांसाठी वेदनाशामक औषधे पुरेशा प्रमाणात उपलब्ध नसतात. आशिया खंड, आफ्रिका खंड आणि मध्य-पूर्वेच्या देशांतील लोकांनी या गोष्टीला दुजोरा दिला. त्यांचासुद्धा तोच अनुभव होता. न्यूझीलंडमधील एका संशोधकाने सांगितले की, रुग्णांना भूल देण्यात होणाऱ्या गफलतींमुळे गरीब देशांत इतके लोक मृत्युमुखी पडत आहेत की, तो आकडा भीतिप्रद आहे. तो म्हणाला की, आफ्रिकेतील काही भागांत भूल देताना रुग्ण मृत्युमुखी पडण्याचे प्रमाण पाच हजारांमागे एक इतके कमी असले, तरी इतर काही देशांमध्ये हे प्रमाण

दसपट आहे आणि एका सर्वेक्षणानुसार, टोगोतले हे प्रमाण दर दीडशे रुग्णांमागे एक इतके प्रचंड आहे. भारतातून आलेल्या एका भूलतज्ज्ञाने म्हटले की, भूल देताना इतके प्रश्न उद्‌भवतात, कारण बरेचसे शल्यविशारद भूलतज्ज्ञांना अगदी तुच्छतेची वागणूक देतात. ही भारतातील भूलतज्ज्ञ स्त्री म्हणाली की, तिच्या देशात शल्यविशारद आरडाओरडा करून भूलतज्ज्ञांना गप्प करतात आणि भूलतज्ज्ञांनी सुरक्षिततेबाबत उपस्थित केलेल्या मुद्द्यांकडे पूर्णपणे दुर्लक्ष करतात. वैद्यकशास्त्राचे विद्यार्थी हे सारे पाहत असतात आणि या शाखेकडे न वळण्याचा निश्चय करतात. त्यामुळे शस्त्रक्रियेच्या वेळचे सर्वांत धोक्याचे– भूल देण्याचे काम अनेकदा अप्रशिक्षित लोकच करत असतात. आयर्लंडहून आलेल्या एका परिचारिकेने तिलासुद्धा असेच अनुभव आल्याचे सांगितले. ती म्हणाली की, परिचारिका तर याहूनही अधिक भीषण परिस्थितीत काम करत असतात. त्यांना शस्त्रक्रिया करतानाच्या गटाचा एक घटक म्हणून मान्यता दिली जात नाही. त्यांच्याकडे दुर्लक्ष तरी केले जाते किंवा स्वत:ला श्रेष्ठ मानून उपकार केल्यासारखी वागणूक तरी दिली जाते किंवा शंका प्रदर्शित केली, तर कामावरून डच्चू मिळतो. हा तिचा तिच्या मायदेशातला अनुभव होता आणि परदेशात काम करणाऱ्या तिच्या सहकाऱ्यालासुद्धा असेच अनुभव आल्याचे तिने ऐकले होते.

माणसाचे आयुष्य वाचवण्यासाठी जगभरात शस्त्रक्रिया अतिशय मोलाच्या ठरत आहेत आणि त्या अधिकाधिक लोकांना उपलब्ध झाल्या पाहिजेत, या मुद्द्यावर या सर्वांचे एकमत होते. वैद्यकीय सुविधांबाबत अत्यंत भीषण परिस्थिती असली, तरीसुद्धा शस्त्रक्रियेमुळे माणसाचे प्राण वाचतात, हे सर्व जण मान्य करत होते आणि जगातील बऱ्याचशा भागांत शस्त्रक्रियेदरम्यान गंभीर गुंतागुंत उद्‌भवण्याचे प्रमाण त्या मानाने कमी होते. हॉस्पिटलमध्ये केल्या जाणाऱ्या शस्त्रक्रियांच्याबाबतीत हे प्रमाण ५% ते १५% या दरम्यान होते.

पण हे प्रमाण स्वीकारार्ह नाही! शंभरात एक हे प्रमाण धरले, तरीसुद्धा अशा समस्यांमुळे जगभरातील लाखो माणसे अपंग होत आहेत किंवा मरण पावत आहेत! शस्त्रक्रियेदरम्यान उद्‌भवणाऱ्या समस्यांपैकी निदान अर्ध्या समस्या तरी टाळता येण्याजोग्या असतात, हे फक्त अमेरिकेत घेतलेल्या सर्वेक्षणांनीसुद्धा सिद्ध होत होते. परंतु समस्यांची कारणे मात्र विविध प्रकारची होती. या संदर्भात काही तरी करणे आवश्यक होते, हे तर स्पष्टपणे दिसतच होते! फक्त काय करायला हवे, ते मात्र कळत नव्हते.

काही लोकांनी सुचवले की, प्रशिक्षणाचा कोणता तरी कार्यक्रम चालू करावा. परंतु ही कल्पना ताबडतोबच बारगळली. 'शस्त्रक्रियेदरम्यान उद्‌भवणाऱ्या समस्या' हा आधुनिक स्तरावरचा, प्रत्येक देशातला बहुधा प्रत्येक हॉस्पिटलमध्ये उद्‌भवणारा

प्रश्न असला, तरी एवढ्या विस्तृत प्रमाणावरचा प्रशिक्षणाचा कार्यक्रम आखणे ही केवळ अशक्य कोटीतली गोष्ट होती. एवढी कुणाची कुवतही नव्हती आणि एवढे पैसे उभे करणेही शक्य नव्हते!

लोकांच्या कामाचा दर्जा वाढवण्यासाठी प्रलोभनांचा उपयोग होण्यासारखा आहे का, याबाबतसुद्धा चर्चा झाली. कामाच्या दर्जाप्रमाणे वेतन देण्याचा अमेरिकेतला प्रयोग चर्चेसाठी घेण्यात आला. अशा प्रकारच्या कार्यक्रमांतर्गत कामाचा दर्जा टिकवून ठेवल्याबद्दल डॉक्टर्सना आर्थिक बक्षीस दिले जात असे आणि दर्जात घसरण झाली, तर दंड केला जात असे. अशा उपक्रमाचे फायदे दिसून आले होते, पण ते खूपच बेताचे होते. अशा प्रकारच्या सर्वांत मोठ्या प्रमाणावरच्या प्रयोगानंतर फक्त २% ते ४% सुधारणा दिसून आली होती. याखेरीज– दर्जा सुधारला आहे का, याचे मूल्यमापन कसे करावे, हासुद्धा एक मोठाच प्रश्न होता. मूल्यमापनासाठी डॉक्टरांनी स्वतःच नमूद केलेल्या अहवालांवर भिस्त ठेवणे आवश्यक होते. असे अहवाल काटेकोरपणे कधीही नोंदवलेले नसत. डॉक्टरांनी केलेल्या रुग्णसेवेच्या दर्जाचे मोजमाप करताना, रुग्णाची सुरुवातीची परिस्थिती किती गंभीर होती, हा महत्त्वाचा मुद्दा असतो. रुग्णाच्या सुरुवातीच्या गंभीर परिस्थितीवर शस्त्रक्रियेदरम्यान उद्भवणारी गुंतागुंत अवलंबून राहणार होती. त्यामुळे शल्यविशारदाचा रुग्णसेवेचा दर्जा मोजताना आणखी एक महत्त्वाचा मुद्दा लक्षात घेणे भाग होते. अशा सर्व कारणांमुळे आर्थिक बक्षीस आणि दर्जा यांची सांगड घालणे महत्त्वाचे तर आहेच, पण त्याचे फायदे मात्र नगण्य आहेत. हा कार्यक्रम जागतिक पातळीवर राबवणे अशक्य आहे, असे चर्चेतून निष्पन्न झाले.

शस्त्रक्रिया सुरक्षितपणे केल्या जाण्यासाठी WHO ने अधिकृत प्रमाणभूत दर्जा ठरवणे आणि तो जाहीर करणे, ही सर्वांत सोपी गोष्ट ठरली असती. तज्ज्ञांच्या समित्या सर्वसाधारणपणे हाच मार्ग स्वीकारतात. अशा प्रकारच्या प्रमाणभूत तक्त्यांमध्ये सर्व गोष्टींचा अंतर्भाव करता आला असता. शस्त्रक्रियांच्या वेळी होणारा जंतुसंसर्ग रोखण्यापासून ते ऑपरेटिंग-रूममधील गटासाठी कौशल्य आणि सहकार्य वाढवण्यासाठीच्या प्रशिक्षणापर्यंत सर्व गोष्टी समाविष्ट करून घेता आल्या असत्या. लष्करासाठी 'जिनिव्हा कनव्हेन्शन' असते, तशीच ही सुरक्षित शस्त्रक्रियांसाठीची अधिनियमांची यादी ठरली असती.

परंतु WHO मुख्यालयाच्या उत्तुंग इमारतीच्या अंधुक प्रकाशाच्या सिमेंटच्या तळघरात एक फेरी मारता क्षणी या संकल्पनेच्या उपयुक्तेवरचा विश्वास डळमळीत होऊ लागला असता. या तळघरातून वाट काढत जात असताना मला अशाच प्रकारच्या अन्य अधिनियमांच्या दोनशे पानी थप्प्यांच्या चळतींवर चळती मांडलेल्या दिसल्या. अन्य गटांच्या तज्ज्ञांनी आपला सल्ला देऊन हे अधिनियम बनवले होते.

हिवतापाला प्रतिबंध कसा करता येईल याबद्दलच्या सूचना, एड्स/एच.आय.व्ही.वरील उपचारांबाबतच्या सूचना, एन्फ्लूएन्झाचे निवारण कसे करावे यांबाबतच्या सूचना यांच्या फायलींचा कमरेएवढ्या उंचीचा ढीग धूळ खात पडलेला होता. या साऱ्या सूचना नक्कीच अगदी पूर्ण विचार करून, काळजीपूर्वक लिहिल्या गेल्या असणार. जागतिक पातळीवर या गोष्टींचा सामना करण्यासाठी काही सूचनांचा नक्कीच उपयोग झाला असता. परंतु यांपैकी बऱ्याचशा सूचना जगभरात पोहोचलेल्याच नव्हत्या. बँकॉक, ब्राझील, बोस्टन आणि ब्रिस्बेनमधील रुग्णांची परिस्थिती या सूचनांमुळे अजिबातच बदललेली नव्हती!

सार्वजनिक आरोग्याबाबतचे कार्यक्रम जगभरात यशस्वीपणे कसे राबवायचे याबाबत WHO ने एखादी माहितीपुस्तिका तयार केलेली आहे का, असा प्रश्न मी WHO च्या एका अधिकारी स्त्रीला विचारला. कुत्र्याच्या तोंडातल्या कुठल्या भागातून भुंकण्याचा आवाज येतोय, हे पाहण्याचा अज्ञ बालक प्रयत्न करत असताना, त्याची आई त्याच्याकडे ज्या नजरेने कटाक्ष टाकेल, तशा नजरेने या अधिकारी स्त्रीने माझ्याकडे बघितले. कसला गोड पण वेडगळ प्रश्न, असा त्या नजरेतला अभिप्राय मला जाणवला.

असे असूनही मी चौकशी जारी ठेवली. सामाजिक स्वास्थ्यासंबंधित त्यांच्या कोणत्या प्रकल्पांवरून आम्ही बोध घेऊ शकू, असे मी WHO मधील लोकांना विचारले. 'देवी'च्या लसीकरणाने १९७९मध्ये त्यांनी जगभरातून 'देवी' या रोगाचे उच्चाटन केल्याची माहिती मला ताबडतोब देण्यात आली. त्यांनी आणखी एक उदाहरण दिले. लंडनमध्ये १९५४मध्ये कॉलऱ्याची प्रचंड लागण झाली होती. एका सार्वजनिक विहिरीतल्या दूषित पाण्यामुळे हा रोग फैलावत असल्याचा छडा डॉक्टर जॉन स्नो यांनी लावला. त्या उन्हाळ्यात लंडनमध्ये जेव्हा कॉलऱ्याचा फैलाव झाला, तेव्हा पहिल्या तीन दिवसांत दोनशे लोक मृत्युमुखी पडले. त्या विभागातले तीन-चतुर्थांश लोक घाबरून तिथून इतरत्र निघून गेले. तरीसुद्धा पुढच्या आठवड्यापर्यंत आणखी पाचशे लोक मरण पावले. त्या वेळी लोकांना वाटत असे की, कॉलऱ्यासारखे रोग दूषित हवेमुळे फैलावतात. परंतु स्नो या सिद्धांताशी सहमत नव्हते. मरण पावलेले लोक कोणत्या विभागात राहत होते याचा त्यांनी नकाशा बनवला आणि त्यांच्या लक्षात आले की, हे सारे लोक एकाच विहिरीचे पाणी पीत होते. ती विहीर 'सोहो' विभागातील ब्रॉड स्ट्रीटवर होती. डॉक्टर स्नो यांनी मृतांच्या नातेवाइकांशी चर्चा करून त्यांच्या सवयींबद्दल माहिती काढली. रोगाचा प्रादुर्भाव होण्याची काय कारणे असू शकतील, याविषयी त्यांनी निष्कर्ष काढला. त्यानुसार, त्या विहिरीच्या दूषित पाण्यामुळेच हा रोग फैलावला होता (त्यानंतर पाहणी केली असता लक्षात आले की, सांडपाण्याच्या वाहत्या डबक्याजवळच

ही विहीर खणण्यात आलेली होती.). डॉक्टर स्नो यांनी स्थानिक अधिकाऱ्यांचे मन वळवून, त्या विहिरीवर बसवलेल्या पंपाचा दांडा काढायला लावला. त्यामुळे या विहिरीतून पाणी काढणे अशक्य झाले आणि रोगाचा फैलावसुद्धा थांबला. डॉक्टर स्नो यांनी काळजीपूर्वक माहिती गोळा करून ज्या प्रकारे या रोगाच्या उगमस्थानाचा शोध लावला, त्यामुळे रोगाच्या पुढल्या साथींच्या वेळी इतरांना त्यांच्या या सर्वेक्षण पद्धतीचा खूपच फायदा झाला. त्यांची ही तपासपद्धती आजसुद्धा तज्ज्ञ लोक वापरत आहेत.

या सर्व उदाहरणांमध्ये मला एक समान सूत्र आढळते. देवी निर्मूलनासाठी लसीकरण किंवा कॉलरा फैलावू नये म्हणून दूषित पाण्याच्या विहिरीवरच्या पंपाचा दांडाच काढून टाकणे, अशा साध्याशा गोष्टी करून काम साधता आले होते. या साध्या गोष्टींमुळे झालेले दूरगामी परिणाम मोजण्यात आले होते. या साध्या गोष्टींचा खूपच फायदा झाला होता. धंद्यात मुरलेले लोक याला गुंतवलेल्या मुद्दलावर भरपूर नफा असे म्हणतील किंवा आर्किमिडीज तरफेमुळे मिळणारी शक्ती (leverage) असे बिरूद याला देईल.

समस्यांचे निराकरण करण्यासाठी उपाय हवा, त्याची उपयुक्तता मोजता यायला हवी आणि त्याचे परिणाम सार्वत्रिक उपयुक्ततेचे असायला हवेत. या मुद्द्यांबाबत विचार करताना अत्यंत आवडलेल्या एका सार्वजनिक आरोग्य सर्वेक्षणाची मला आठवण आली. हा उपक्रम यू. एस. सेंटर फॉर डिसीज कंट्रोल (रोगांवर नियंत्रण ठेवण्यासाठीचे अमेरिकेचे केंद्र – CDC) आणि HOPE ही पाकिस्तानातील मदतसंस्था यांनी एकत्रितपणे राबवला होता. कराचीतील झोपडपट्टीत बालमृत्यूंचे भयावह प्रमाण कमी करण्याच्या हेतूने हा उपक्रम राबवला जात होता. कराची शहराच्या आजूबाजूच्या झोपडपट्ट्यांमध्ये दाटीवाटीने चाळीस लाखांहून जास्त लोक राहत होते. इथली परिस्थिती अत्यंत गलिच्छ होती. गटारांतील सांडपाणी रस्त्यांवर वाहत होते. भीषण दारिद्र्य आणि अन्नधान्याचा तुटवडा यांमुळे ३०% ते ४०% मुले कुपोषित होती. पिण्याचे पाणी दूषित होते. दहांपैकी एक मूल पाच वर्षांचे होण्यापूर्वीच मरण पावत होते. मृत्यूचे कारण बऱ्याचदा जुलाब किंवा श्वसनरोग असे.

या समस्यांची विविध जटिल कारणे होती. पिण्याचे आणि वापरासाठीचे पाणी पुरेसे नसणे, सांडपाण्याचा नीट निचरा होत नसणे, निरक्षरतेमुळे स्वास्थ्यासंबंधी प्राथमिक ज्ञान नसणे अशी अनेक कारणे या समस्येच्या मुळाशी होती. भ्रष्टाचार, राजकीय अस्थिरता, नोकरशाहीकडून उपद्रव यांमुळे स्थानिक व्यवसायांमध्ये कोणी पैसे गुंतवत नव्हते. त्यामुळे लोकांना नव्या नोकऱ्या आणि पैसा उपलब्ध होत नव्हता. कृषी उत्पादनांच्या घसरत्या जागतिक किमतींमुळे शेतीवर उपजीविका

करणे अशक्य झाले होते. त्यामुळे लाखो लोक कामाच्या शोधार्थ शहरांकडे धाव घेत होते. त्यामुळे शहरात आणखी गर्दी होऊन तेथील परिस्थिती आणखीच भीषण होऊ लागली होती. अशा सर्व कारणांमुळे सरकार आणि समाज यांत आमूलाग्र परिवर्तन घडल्याशिवाय बालकांचे स्वास्थ्य आणि आरोग्य सुधारण्याची फारशी आशा नव्हती.

परंतु एका तरुण समाजस्वास्थ्य कर्मचाऱ्याला एक कल्पना स्फुरली. स्टीफन लुबी हे या कार्यकर्त्याचे नाव होते. तो नेब्रास्का राज्यातील ओमाहा गावात लहानाचा मोठा झालेला होता. तेथील क्रिग्टन युनिव्हर्सिटीत त्याचे वडील स्त्रीरोग आणि प्रसूतिशास्त्र विभागाचे प्रमुख प्राध्यापक होते. त्याने स्वत: 'युनिव्हर्सिटी ऑफ टेक्सास, साऊथवेस्टर्न' येथील वैद्यकीय प्रशालेतून पदवी मिळवली होती. परंतु त्याला सामाजिक स्वास्थ्य या विषयाची विलक्षण ओढ वाटत होती. त्याने CDS ची नोकरी पत्करली आणि दक्षिण कॅरोलिना राज्यातील साथीच्या रोगाच्या फैलावाबाबतच्या सर्वेक्षणाचे काम अंगावर घेतले. जेव्हा CDS च्या पाकिस्तानातील शाखेत एक जागा रिकामी झाली, तेव्हा त्याने ती आनंदाने स्वीकारली. त्याची पत्नी शाळा शिक्षिका होती. तिच्यासमवेत तो कराचीला आला आणि तेथील सर्वेक्षणाचे अहवाल त्याने एकोणीसशे नव्वदच्या दशकाच्या अखेरीस प्रकाशित करायला प्रारंभ केला.

त्याने या समस्येचे निराकरण करायचा मार्ग कशा प्रकारे शोधून काढला, याबाबत मी एकदा त्याच्याशी बोललो होतो. तो म्हणाला, "आमच्या ओमाहा गावात ज्या प्रकारची पाणीपुरवठ्याची आणि सांडपाण्याचा निचरा करण्याची यंत्रणा आहे; तशीच यंत्रणा कराचीत असती, तर या समस्येचे निराकरण सहजपणे होऊ शकले असते. पण इथे अशा सुविधा उपलब्ध होण्यासाठी अनेक दशके वाट पाहावी लागेल. त्यामुळे आम्ही साधे-सोपे उपाय शोधून काढले." त्याने शोधून काढलेला उपाय इतका साधा-सोपा होता की, तो ऐकून त्याचे सहकारी हसू लागले. त्याने साबणाचा वापर करण्यास सुचवले होते!

प्रॉक्टर अँड गॅबल या बहुराष्ट्रीय कंपनीने एक नवा, सेफगार्ड नावाचा जंतुनाशक साबण बाजारात आणला होता. तो अत्यंत उपयुक्त आहे, हे त्यांना त्वरित सिद्ध करायचे होते. त्यामुळे त्याच्या कल्पनेला सहकारी विशेष टेकू देत नसूनही लुबीने प्रॉक्टर ॲन्ड गॅबल कंपनीला पटवले की, त्यांनी सर्वेक्षणासाठी पैसे उपलब्ध करून द्यावेत आणि ट्रायक्लोकार्बन हे जंतुनाशक घातलेल्या आणि न घातलेल्या अशा दोन्ही प्रकारच्या सेफगार्ड साबणाची खोकी पुरवावीत. कराचीच्या झोपडपट्ट्यांमधून सर्वेक्षणासाठी निवडलेल्या पंचवीस विभागांत जाऊन तेथील लोकांना सेफगार्ड साबणाचे वाटप 'होप' या कराचीतील मदतसंस्थेचे लोक करू लागले. यातल्या

काही साबणाच्या वड्यांमध्ये जंतुनाशक घातलेले होते, तर काहींमध्ये नव्हते. वेगवेगळ्या सहा वेळा या साबणाचा वापर केला जावा, असे हे लोक झोपडपट्टीतील जनतेला सांगू लागले. रोज अंघोळ करताना, शौचाला जाऊन आल्यावर, बालकांची शी काढल्यावर, जेवणाच्या आधी, स्वयंपाक करण्याच्या आधी किंवा इतरांना जेवण वाढण्यापूर्वी. जिथे साबण वाटला गेला होता, अशा पंचवीस विभागांत आणि जिथे वाटला गेला नव्हता अशा अन्य अकरा विभागांत मुलांमध्ये आजाराचे प्रमाण किती आहे, याची आकडेवारी 'होप' संस्थेचे कार्यकर्ते जमा करू लागले.

लुबी आणि त्याच्या सहकाऱ्यांनी या सर्वेक्षणानंतर त्यांना दिसलेल्या परिणामांचा अहवाल २००५मध्ये लॅन्सेट या सुप्रसिद्ध मासिकात प्रकाशित करण्यात आला. सर्वेक्षणासाठी निवडल्या गेलेल्या पंचवीस विभागांतील कुटुंबांना दर आठवड्याला साबणाच्या सरासरी $३^{३}/_{१०}$ वड्या वाटण्यात आल्या होत्या. त्यांना या प्रमाणात या वड्या वर्षभर वाटण्यात आल्या. या काळात या विभागातील मुलांना होणाऱ्या हगवणीचे प्रमाण ५२% नी घटले. सर्वेक्षणाखाली इतर ११ विभाग होते, जिथे साबणाचे वाटप केलेले नव्हते. त्या विभागाच्या तुलनेत हा फरक दिसून आला. साबण निर्जंतुक औषध घालून बनवलेला होता की साधा होता, यावर हा फरक अवलंबून नव्हता. बालकांमधले न्यूमोनियाचे प्रमाणसुद्धा ४८% नी घटले आणि इम्पेटिगो या त्वचाविकाराचे प्रमाणसुद्धा ३५% नी घटले. हा परिणाम लक्षणीय होता आणि निरक्षरता, गरिबी, गर्दी तसेच पिण्यासाठी व वापरासाठी दूषित पाणीच उपलब्ध असूनही एवढा फरक घडू शकला होता.

गमतीची गोष्ट म्हणजे, सर्वेक्षणाचा हा निष्कर्ष पाहून प्रॉक्टर ॲन्ड गॅंबल कंपनीचे अधिकारी मात्र निराश झाले. त्यांचा जंतुनाशक औषध घालून बनवलेला 'सेफगार्ड' साबण साध्या साबणाहून जास्त प्रभावी असल्याचा निष्कर्ष या सर्वेक्षणातून निघाला नव्हता. साधा साबण आणि जंतुनाशक साबण या दोहोंच्या वापराने सारखेच परिणाम आढळले होते. परंतु लुबीच्या CDC प्रकल्पाच्या दृष्टीने मात्र साधा साबण वापरून इतक्या भीषण परिस्थितीत एवढा चांगला फरक घडवून आणता आला, ही आनंदाची बातमी होती.

त्याने यामागचे कारणही मला समजावून सांगितले. तो म्हणाला, "साबणामुळे लोकांच्या सवयी बदलता आल्या. कार्यकर्त्यांनी केवळ साबणाचे वाटप केलेले नव्हते; त्यासोबत त्यांनी सूचनासुद्धा दिल्या होत्या. सूचना त्यांनी पत्रकांच्या रूपाने तर दिल्या होत्याच, पण त्याखेरीज त्यांनी त्या प्रत्यक्ष समजावूनसुद्धा सांगितल्या होत्या. कोणत्या वेगवेगळ्या सहा वेळी साबण वापरायचा, ते त्यांनी प्रत्यक्ष भेटून समजावून दिले होते. त्यामुळेच एवढा फरक घडून आला होता. कराचीतील या सर्वेक्षणाकडे बारकाईने पाहिले की जी आकडेवारी दिसते, ती खूपच उद्बोधक

आहे. ज्या विभागांमध्ये साबणाचे वाटप केलेले होते आणि सर्वेक्षण केलेल्या ज्या अकरा विभागांमध्ये साबणाचे वाटप करण्यात आलेले नव्हते, त्या दोन्ही विभागांतील आकडेवारी खूपच बोलकी होती. सर्वेक्षणाला सुरुवात झाली, तेव्हासुद्धा या दोन्ही विभागांत प्रत्येक कुटुंबात होणारा साबणाचा वापर काही शून्य नव्हता. तेव्हासुद्धा कुटुंबागणिक आठवड्याला साबणाच्या दोन वड्या वापरल्या जात होत्याच!

मग या प्रकल्पामुळे कोणती गोष्ट बदलली होती? लुबी मला म्हणाला की, दोन गोष्टी बदलल्या होत्या. पहिली गोष्ट म्हणजे, साबण विकत घेण्यामागे होणारा खर्च वाचल्यामुळे भरपूर प्रमाणात साबणाचा वापर करताना लोकांना चिंता वाटेनाशी झाली. साबण स्वस्त असला आणि प्रत्येक कुटुंब साबण विकत आणत असले, तरी भरपूर प्रमाणात त्याचा वापर करणे लोकांना परवडलेच असते, असे सांगता येत नाही. त्या भागात अतिशय गरिबी होती. त्यामुळे साबण वापरण्यामागची आर्थिक अडचण दूर झाल्याचा फायदा झाला. दुसरी तेवढीच महत्त्वाची गोष्ट म्हणजे, या प्रकल्पामुळे लोक शिस्तीने, पद्धतशीरपणे साबण वापरू लागले.

लुबीने आणि त्याच्या सहकाऱ्यांनी पाकिस्तान, बांगलादेश आणि दक्षिण आशियाई देशांतील लोकांच्या हात धुण्याच्या सवयींचा अभ्यास केला होता. त्यांच्या लक्षात आले होते की, शौचाला जाऊन आल्यानंतर सरसकट सगळे जणच हात धूत होते. या भागातल्या लोकांच्या स्वच्छतेबाबतच्या कल्पना अगदी ठाम होत्या. जरी हात धुण्याची जागा खूप लांब असली, तरी ८०% लोक कटाक्षाने हात धुऊन येत होते. ही आकडेवारी कौतुकास्पद होती; पण हे हात धुणे मात्र फारसे परिणामकारक नव्हते, असे सर्वेक्षणात दिसून आले होते. बऱ्याचदा लोक भर्रकन हात धुऊन टाकत किंवा फक्त घाण झालेला हातच धूत किंवा साबण आणि पाण्याने हात न धुता राखेने किंवा मातीनेच हात चोळून टाकत असत.

साबणाच्या उपक्रमानंतर हे सारे बदलले. हात कसे धुवावेत याच्या नेमक्या सूचना कार्यकर्त्यांनी दिल्या. दोन्ही हात पूर्णपणे ओले करून, साबणाचा भरपूर फेस आणून तो सारा फेस धुऊन जाईपर्यंत पाण्याखाली हात धुवायचे, असा कार्यकर्त्यांचा आग्रह होता. धुतलेले हात हे लोक हटकून अंगावरच्या कपड्यांना पुसत असले, तरी हात निदान नीट धुतले जात असत. इतर वेळीही लोकांनी हात धुवावेत, असे त्यांना कार्यकर्त्यांनी समजावून सांगितले होते. स्वयंपाक करण्यापूर्वी, बाळाला भरवण्यापूर्वी हात धुवायची सवय लोकांना नव्हती. ती सवय त्यांनी अंगी बाणवली. साबण छान होता, सुगंधी होता. लोक नेहमी वापरत त्या साबणापेक्षा या साबणाला भरपूर फेस येत होता. सवय बदलण्यासाठी या गोष्टींचासुद्धा फायदाच झाला. त्या साबणाने हात धुवायला लोकांना आवडू लागले. लुबी म्हणाला की, बहुराष्ट्रीय कंपन्या ग्राहकांना काय सुखाचे वाटेल याचा सखोल विचार करतात. सामाजिक

स्वास्थ्यासंबंधी कार्य करणारे अशा पद्धतीने विचार करत नाहीत. आणखी एक महत्त्वाची गोष्ट म्हणजे, लोकांना साबणाचे फुकट होणारे वाटप अत्यंत प्रिय वाटत होते. सामाजिक स्वास्थ्य कार्यकर्ते त्यांना प्रवचन न देता ही मोलाची भेट देत होते. त्या भेटीसोबत त्यांचे आयुष्य सुधारण्यासाठी आणि रोगराई कमी करण्यासाठी त्यांना काही उपयुक्त सूचना देण्यात आल्या होत्या.

या प्रयोगाबाबत विचार करताना माझ्या लक्षात आले की, हीसुद्धा एक प्रकारची चेकलिस्टच होती. मग माझ्या मनात विचार आला की, शस्त्रक्रियेसाठी अशा प्रकारची चेकलिस्ट उपयुक्त ठरेल का? साधी, स्वस्त, प्रभावी, सर्वत्र वापरण्याजोगी एक चेकलिस्ट? परंतु शस्त्रक्रियेदरम्यान जागतिक स्तरावर चालण्याजोगी साधी आणि परिणामकारक चेकलिस्ट कशी बनवता येईल, हे कोडे मात्र उलगडत नव्हते. अशी चेकलिस्ट बनवणे शक्य आहे की नाही, याचीसुद्धा मला शंकाच वाटत होती. परंतु जिनिव्हातील चर्चासत्रात मी ही कल्पना मांडली, तेव्हा माझे इतर अनेक सहकारी मात्र चांगलेच आशावादी निघाले!

एकाने कोलंबस चिल्ड्रन्स हॉस्पिटलमधील अनुभव नमूद केला. शस्त्रक्रियेदरम्यान होणारा जंतुसंसर्ग थांबवण्यासाठी त्यांनी एक चेकलिस्ट तयार केली होती. मुलांवर शस्त्रक्रिया केल्या जातात, तेव्हा जंतुसंसर्ग होणे हे नेहमीचे संकट असते. शस्त्रक्रियेदरम्यान नीट निर्जंतुकीकरण केले जाणे याखेरीज या जंतुसंसर्गाचा प्रतिबंध करण्याचा दुसरा प्रभावी उपाय असतो; शस्त्रक्रिया सुरू करण्यापूर्वीच्या एका तासात योग्य ती अँटिबायोटिक्स देणे.

शस्त्रक्रियेपूर्वी तासाभरातच ही अँटिबायोटिक्स दिली जाणे अत्यंत महत्त्वाचे असते. एका तासापेक्षा ती आधी दिली गेली, तर त्यांचा प्रभाव विरून जातो. परंतु ती शस्त्रक्रियेपूर्वीच्या तासाभरातच दिली, तर त्यामुळे जंतुसंसर्ग होण्याची शक्यता पन्नास टक्क्यांनी कमी होते. रुग्णावर शस्त्र चालवण्याआधी केवळ तीस सेकंद हे अँटिबायोटिक रुग्णाच्या रक्तात सोडले, तरीसुद्धा रक्ताभिसरणाचा वेग जलद असल्यामुळे शस्त्र चालवले जाण्यापूर्वीच ते शस्त्रक्रियेच्या जागी पोहोचलेले असते, असे संशोधकांच्या लक्षात आले आहे.

पण तरीसुद्धा बऱ्याचदा ही महत्त्वाची गोष्ट विसरली जाते. कोलंबस चिल्ड्रन्स हॉस्पिटलने आपल्या नोंदी २००४मध्ये तपासून पाहिल्या. त्यांच्या लक्षात आले की, आंत्रपुच्छ (अॅपेंडिक्स) काढून टाकायच्या शस्त्रक्रियेच्या वेळी किमान एक-तृतीयांश रुग्णांना योग्य अँटिबायोटिक योग्य वेळी दिले गेले नव्हते. काहींना ते खूपच आधी दिले जात होते, तर काहींना ते खूपच उशिरा दिले गेले, तर काहींना ते अजिबातच दिले गेले नाही.

या ढिसाळपणावर विश्वासच बसत नाही, कारण ही कितीशी अवघड गोष्ट आहे? वैद्यक व्यवसायातले लोक गृहीत धरतात की, अशी कामे १००% बिनबोभाट पार पडत असली पाहिजेत; पण प्रत्यक्षात तसे घडत नाही. रुग्णाला ऑपरेटिंग-रूममध्ये आणताना ज्या अनेक गोष्टी करायच्या असतात, त्या गोंधळात असे बारीकसे काम हटकून विसरले जाते. भूलतज्ज्ञांनी हे अँटिबायोटिक पुरवायचे असते; परंतु त्यांचे चित्त रुग्णाला सुरक्षितरीत्या, शांतपणे भूल देऊन झोपवण्यात गुंतलेले असते. घाबरलेले आठ वर्षांचे बालक हे रुग्ण असते, तेव्हा भूलतज्ज्ञाचे काम आणखी अवघड होऊन बसते. कपड्यांविना थंडगार टेबलावर अनोळखी माणसांच्या गर्दीत, अंगावर शस्त्र चालवले जाणार या भीतीने आडव्या पडलेल्या बालकाला भूल देऊन झोपवणे, हे काही सोपे काम नसते. भरीत भर म्हणून एखादे उपकरण नीट काम करत नसते किंवा रुग्णाचा दमा अचानकच उफाळून येतो किंवा शल्यविशारदाला इमर्जन्सी-रूमशी संपर्क साधा असा पेजरवर निरोप येतो. अशा गोंधळात अँटिबायोटिक देण्यासारखी क्षुल्लक गोष्ट सहजपणे विसरली जाते आणि ते आपण समजू शकतो!

या हॉस्पिटलचा शस्त्रक्रिया व्यवस्थापनाचा संचालक स्वतः पीडिआड्रिक कार्डिॲक सर्जन (मुलांच्या हृदय-शस्त्रक्रिया करणारा तज्ज्ञ) तर होताच, पण शिवाय तो वैमानिकसुद्धा होता. त्याने वैमानिक व्यवसायातील प्रणालीचा वापर हॉस्पिटलमध्ये करायचे ठरवले. शस्त्रक्रियेसाठी चाकू वापरण्यापूर्वी पार पाडायच्या गोष्टींची (विमान हवेत उडवण्यापूर्वीची) एक चेकलिस्ट त्याने बनवली. त्याने प्रत्येक ऑपरेटिंग-रूममधल्या पांढऱ्या फलकावर ती लावून ठेवली. ती खरोखरच अगदी साधी-सोपी होती. त्यात खातरजमा करायच्या गोष्टींची एक यादी होती. ती परिचारिकांनी शस्त्रक्रियेत भाग घेणाऱ्या लोकांना वाचून दाखवून, त्या यादीतील सर्व गोष्टी केल्या गेल्याची खातरी करून घ्यायची होती. योग्य रुग्णालाच ऑपरेटिंग-रूममध्ये आणले गेले आहे, त्याच्या देहाच्या योग्य बाजूवरच शस्त्रक्रिया केली जात आहे, या गोष्टींची खातरजमा नेहमीच करून घेतली जाते. या गोष्टीनंतर अँटिबायोटिक्स दिली गेली आहेत याची खातरजमा करण्याचा क्रम लावण्यात आलेला होता. (अँटिबायोटिक्स देण्याची गरज नाही, असे काही शस्त्रक्रियांच्या वेळी ठरवले जात असे. तसे असेल, तरी हा मुद्दासुद्धा खातरजमा करण्याच्या यादीत समाविष्ट केला गेला होता.)

याखेरीज आणखी काही करावे, अशी अपेक्षा नव्हती; परंतु शस्त्रक्रिया करणाऱ्या गटाला थांबवून या गोष्टींची खातरजमा कशी करायला लावायची, हाच यक्षप्रश्न होता! खातरजमा करायच्या मुद्द्यांची केवळ यादी देऊन भागणार नव्हते. त्यामुळे या शस्त्रक्रिया व्यवस्थापन संचालकाने परिचारिका, भूलतज्ज्ञ आणि शल्यविशारद

यांच्यापुढे भाषणे देऊन या चेकलिस्टचे महत्त्व त्यांना पटवून दिले. त्याने चतुराईची आणखी एक गोष्ट केली. त्याने धातूचा एक छोटासा तंबू बनवून घेतला. त्यावर 'Cleared for take-off' (विमानाला उड्डाणासाठी परवानगी देण्यात येत आहे) अशी अक्षरे त्याने कोरून घेतली. हे धातूचे तंबू त्याने शस्त्रक्रियेच्या आयुधांच्या पेटीत ठेवण्याची सूचना दिली. हे तंबू सहा इंच लांबीचे होते. शस्त्रक्रियेसाठीचा चाकू– स्कालपेल– या तंबूने झाकून ठेवावा, अशी सूचना परिचारिकेला देण्यात आलेली होती. त्यामुळे चेकलिस्टची खातरजमा करून घेण्याची आठवण शस्त्रक्रियेमध्ये आपोआपच होत असे. तेवढीच महत्त्वाची गोष्ट म्हणजे, परिचारिकेने तो धातूचा तंबू स्कालपेलवरून बाजूला करेपर्यंत शल्यविशारदाला शस्त्रक्रियेला सुरुवातच करता येत नसे. चेकलिस्टची खातरजमा करण्याची जबाबदारी परिचारिकेवर सोपवल्यावर तिच्या संमतीशिवाय शस्त्रक्रिया सुरू करता येणार नाही, हा छोटासा सांस्कृतिक बदल अमलात आणण्यासाठी हे तंबू म्हणजे चातुर्याची खेळी ठरले!

या चेकलिस्टच्या उपयुक्ततेचे मोजमाप करण्यात आले. तीन महिन्यांत ॲपेंडिसायटिसच्या ८९% रुग्णांना योग्य ॲंटिबायोटिक योग्य वेळी दिले जाऊ लागले; दहा महिन्यांनी १००% रुग्णांना योग्य ॲंटिबायोटिक योग्य वेळी दिले जाऊ लागले. चेकलिस्टचा वापर अंगवळणी पडला आणि आवश्यक त्या सर्व प्रक्रिया पार पाडल्या जाईपर्यंत शस्त्रक्रिया सुरू करता येईनाशी झाली!

हे उदाहरण ऐकून मी खूपच प्रभावित झालो. तरीसुद्धा माझ्या मनातला संदेह दूर झालेला नव्हता. हो! ही चेकलिस्ट वापरल्यामुळे एका हॉस्पिटलमधली एक गोष्ट १००% सुधारली. त्यामुळे शस्त्रक्रियेनंतर होणाऱ्या जंतुसंसर्गाचे प्रमाणसुद्धा खाली गेले असण्याची शक्यता होती. परंतु अनेक प्रकारच्या शस्त्रक्रियांनंतर अनेक प्रकारच्या समस्या उद्‌भवत असतात. त्या सर्व प्रकारच्या समस्या चेकलिस्टमुळे आटोक्यात कशा आणता येतील, हे मला उमगत नव्हते.

यानंतर चर्चासत्रात रिचर्ड रेझनिक बोलायला उभे राहिले. ते युनिव्हर्सिटी ऑफ टोरॉंटो येथे शल्यचिकित्सेचे अध्यक्ष होते. ते म्हणाले की, त्यांच्या हॉस्पिटलने खूप मोठी एकवीस कलमी चेकलिस्ट वापरून पाहिली होती. शस्त्रक्रियेदरम्यान घडू शकणाऱ्या अनेक चुका वेळीच लक्षात याव्यात म्हणून त्यांच्या हॉस्पिटलने ती स्वतःच तयार केली होती. या चेकलिस्टची तोंडी उजळणी करून कर्मचारी खातरजमा करून घेत असत. ॲंटिबायोटिक्स दिलेली आहेत की नाहीत, रक्ताची सोय केली आहे का, शस्त्रक्रियेसाठी आवश्यक अशा सर्व तपासण्यांचे निकाल स्वतःशी तयार आहेत का, शस्त्रक्रियेसाठी खास उपकरणे गरजेची असल्यास ती तयार आहेत का, अशा अनेक प्रश्नांचा समावेश या चेकलिस्टमध्ये केलेला होता.

या चेकलिस्टमध्ये 'शस्त्रक्रिया करणाऱ्या गटाचा परस्पर-संवाद' असेसुद्धा एक कलम होते. या गटातल्या लोकांनी क्षणभर थांबून महत्त्वाच्या गोष्टी सर्वांना सांगाव्यात. उदा.– शल्यविशारदाच्या मते शस्त्रक्रियेला किती वेळ लागू शकेल, किती रक्तस्राव होणे अपेक्षित आहे, या रुग्णाचे इतरांना माहीत करून देण्याजोगे काही विशेष प्रश्न आहेत का– अशा गोष्टींबद्दल सांगितले जाणे अपेक्षित होते.

बांधकाम व्यवसायामध्ये दोन वेगवेगळ्या चेकलिस्ट्स वापरात असतात. एक नेहमीच्या कामांच्या यादीची चेकलिस्ट असते, तर दुसरी विशेष समस्यांवर अनेक तज्ज्ञांनी एकत्रित खर्च करून संयुक्त प्रयत्नांनी तोडगे काढावेत यासाठीची चेकलिस्ट असते. रेझनिकनी बनवलेल्या चेकलिस्टमध्ये या दोन्ही प्रकारांचा समावेश होता.

जॉन्स हॉपकिन्समधला मार्टिन मॅकॅरी नावाचा स्वादुपिंडाच्या शस्त्रक्रिया करणारा शल्यविशारद होता. त्याने अठरा कलमी चेकलिस्ट तयार केली होती आणि त्याच्या हॉस्पिटलमधील अन्य अकरा शल्यविशारदांबरोबर पाच महिने वापरून पाहिली होती. कैझर स्वास्थ्यसेवेअंतर्गत दक्षिण कॅलिफोर्नियात रुग्णसेवा पुरवणाऱ्या हॉस्पिटल्सच्या समूहाने तीस कलमी चेकलिस्ट वापरात आणली होती. टोरॉंटो आणि जॉन्स हॉपकिन्समधील चेकलिस्ट वापरात आल्या, त्यापूर्वीच कैझरची तीस कलमी चेकलिस्ट वापरात आली होती. त्या सर्व चेकलिस्ट सर्वसाधारणत: एकाच पद्धतीच्या होत्या.

शस्त्रक्रियेदरम्यान मृत्यू येण्याची जगभरात चारच मोठी कारणे आढळतात– जंतुसंसर्ग, रक्तस्राव, भूल देताना घडलेल्या गफलती आणि अनपेक्षितपणे उद्भवलेल्या समस्या. यांपैकी पहिल्या तीन समस्यांवर विज्ञान आणि अनुभव यांच्या जोरावर आपल्याला सरळ-सोपे आणि मौल्यवान तोडगे सापडलेले आहेत. आपण त्यानुसार काम करत असतो, अशी आपली (गैर) समजूत असली, तरी प्रत्यक्षात आपल्या हातून त्यांचे काटेकोर पालन केले जात नाही. या गोष्टी नेमाने, क्रमवार न करण्याला ढिसाळपणाखेरीज अन्य काहीही कारण नसते. या गोष्टींची काटेकोरपणे अंमलबजावणी घडण्यासाठी चेकलिस्ट अत्यंत उपयुक्त ठरेल. सर्व संशोधकांनी अशा चुका टाळण्यासाठी योग्य अशी चेकलिस्ट तयार केलेली आहे.

परंतु अनपेक्षितपणे उद्भवणाऱ्या समस्या हे मृत्यूचे चौथे कारण आहे. याच्या मुळाशी गहन कारणे असतात. रुग्णाच्या देहाची चिरफाड करून त्याच्यावर शस्त्रे चालवताना अनपेक्षितपणे उद्भवणाऱ्या समस्या अनेक प्रकारच्या असू शकतात. अशा समस्यांचे निराकरण करणारी चेकलिस्ट बनवणे अशक्य आहे, हे या वेगवेगळ्या संशोधकांच्या लक्षात आलेले सत्य होते. त्यामुळे शस्त्रक्रिया करणाऱ्यांनी क्षणभर थांबून त्या शस्त्रक्रियेबद्दल एकमेकांशी चर्चा करावी, हा त्यांनी सुचवलेला, त्यांच्या मते उपयुक्त उपाय होता. या चर्चेनंतर या रुग्णाच्या बाबतीत काही वेगळे,

विशिष्ट प्रश्न उद्भवलेच, तर त्यांना संयुक्तपणे सुसूत्र प्रयत्न करून त्यातून मार्ग काढता येईल, असे त्यांना वाटत होते.

कदाचित हे सारे अगदी सहज-सोपे वाटू शकेल; परंतु शस्त्रक्रिया सुरू करताना महत्त्वाच्या गोष्टींची खातरजमा न चुकता करून घेणे आणि परस्पर-संवाद साधणे ही निश्चितच नवी व मोलाची प्रथा होती. शस्त्रक्रिया हा पूर्वापारपासून फक्त शल्यविशारदाचा प्रांत समजला जातो. तो तेथील अनभिषिक्त सम्राट असतो; सर्वेसर्वा असतो! जगभरात शस्त्रकिया केल्या जातात, त्या जागेला 'ऑपरेटिंग थिएटर' म्हटले जाते, ते उगीच नव्हे! ती शल्यविशारदाची रंगभूमी असते. तो तिथे त्याच्या कौशल्याचे प्रदर्शन करत असतो. तो तिथे झगझगीत दिव्यांखाली रुग्णावर सुरी चालवतो; त्यापूर्वी इतरांनी सर्व गोष्टी सज्ज ठेवाव्यात आणि त्याने येऊन फक्त प्रमुख भूमिका वठवावी, अशीच पूर्वापार प्रथा आहे.

शस्त्रक्रिया अधिकाधिक गुंतागुंतीच्या होत गेल्यावर आम्ही शल्यविशारदसुद्धा अधिक पारंगत होऊन सांघिक प्रयत्न करून शस्त्रक्रिया करू लागलो आहोत, अशी आमची गोऽड गैरसमजूत असते. परंतु आम्हा शल्यविशारदांना कबूल करायला कितीही अवघड वाटले, तरी वस्तुस्थिती अशी आहे की; बऱ्याचदा साह्य करणाऱ्या इतरांना, रुग्णाच्या परिस्थितीच्या गांभीर्याची किंवा त्यांच्यापुढे उभ्या राहू शकणाऱ्या समस्यांची किंवा शल्यविशारद ही शस्त्रक्रिया कशासाठी करतो आहे याची, अजिबातच कल्पना नसते, असे संशोधकांच्या लक्षात आले आहे. शस्त्रक्रिया करून झाल्यावर ऑपरेटिंग-रूममधून बाहेर पडणाऱ्या वेगवेगळ्या तीनशे लोकांच्या मुलाखती एका सर्वेक्षणात घेण्यात आल्या. ऑपरेशन सुरू होण्यापूर्वी कोणत्या अवयवावर सुरी चालवली जाणार आहे, याची गंधवार्तासुद्धा नसल्याचे दर आठपैकी एक जण नमूद करत होता.

ब्रायन सेक्स्टन हा जॉन्स हॉपकिन्समधील आघाडीवरचा मानसशास्त्रज्ञ आहे. शस्त्रक्रिया करताना आमचा सांघिक प्रयत्न असतो की नाही, याचे मोजमाप करण्यासाठी त्याने अनेक सर्वेक्षणे केली आहेत. त्यातील एका सर्वेक्षणात त्याने युनायटेड स्टेट्स, जर्मनी, इस्राईल, इटली आणि स्वित्झर्लंड या पाच देशांतील ऑपरेटिंग-रूममधील एक हजार कर्मचाऱ्यांच्या मुलाखती घेतल्या होत्या. त्या सर्वेक्षणात त्याला आढळले की, ६४% शल्यविशारदांना त्यांचे प्रयत्न सांघिक होते असे वाटत असले; तरी फक्त ३९% भूलतज्ज्ञ, २८% परिचारिका आणि १०% शिकाऊ भूलतज्ज्ञ या मताशी सहमत होते. संघातील कनिष्ठ श्रेणीच्या डॉक्टर्सनी ज्येष्ठ शल्यविशारदाच्या निर्णयाबाबत शंका उपस्थित करता कामा नये, असे चारांपैकी एका शल्यविशारदाचे मत होते, ही वस्तुस्थितीसुद्धा बोलकीच आहे.

तोंडाळ, चाकूंची फेकाफेक करणारा, इतरांना घाबरवून टाकणारा शल्यविशारद

कधी कधी आढळतो (एक लक्षात राहिलेले उदाहरण नमूद करतो. अनेक वर्षांपूर्वी मी शिकाऊ डॉक्टर असताना माझ्याबरोबरच्याच एका शिकाऊ डॉक्टरने एका ज्येष्ठ शल्यविशारदाच्या शस्त्रक्रियेच्या योजनेबाबत एक प्रश्न विचारला. त्या ज्येष्ठ डॉक्टरने माझ्या सहकाऱ्याला माफी मागेपर्यंत एका कोपऱ्यात उभे राहण्याचे फर्मान सोडले. त्याने ही आज्ञा धुडकावली, तेव्हा त्याने त्याला खोलीबाहेर काढले आणि वरिष्ठांची अवज्ञा केल्याच्या आरोपाखाली त्याला कामावरून काढून टाकण्याचा प्रयत्न केला), परंतु सांघिक प्रयत्न न घडण्याचे हे महत्त्वाचे कारण नसते. खरे महत्त्वाचे आणि काळजी वाटण्याजोगे कारण असते, ते विविध विशेषज्ञ त्यांची विशेषता सोडून अन्य बाबतीत सर्वस्वी अलिप्त राहतात. 'ती माझी डोकेदुखी नव्हे!' ही सर्वांत वाईट विचारसरणी आहे– मग ते क्षेत्र कोणतेही असो! तो शस्त्रक्रिया करणारा शल्यविशारद असो, वैमानिक असो की उत्तुंग इमारती बांधणारा विशेषज्ञ असो. परंतु अशी अलिप्तता वैद्यक व्यवसायात नेहमीच आढळते. माझ्या ऑपरेटिंग-रूममध्ये मला ती दिसलेली आहे!

काही व्यवसायांमध्ये सांघिक प्रयत्न अवघड असू शकतील. जेव्हा एखाद्या व्यवसायातले प्रश्न अत्यंत जटिल असतात, तेव्हा वेगवेगळी कामे वेगवेगळ्या विशेषज्ञांवर सोपवून देण्याने काम सोपे होते. उदाहरणार्थ– शस्त्रक्रियेच्या वेळी शल्यविशारद असतो, त्याचा मदतनीस असतो, स्क्रब नर्स (निर्जंतुक वातावरणात शस्त्रक्रियागृहात काम करते आणि शल्यविशारदाला सर्व प्रकारची मदत करते. त्याखेरीज आणीबाणीच्या वेळी लागणारी आयुधे वापरण्याचे प्रशिक्षण तिला दिलेले असते.) असते, सहायक परिचारिका असते, भूलतज्ज्ञ असतो वगैरे वगैरे. ते आपापल्या क्षेत्रातले पारंगत तज्ज्ञ असतात. त्यासाठीच त्यांनी विशेष प्रशिक्षण घेण्यात अनेक वर्षे खर्च केलेली असतात. परंतु जे पुरावे दृष्टीस पडत आहेत त्यानुसार, त्यांनी फक्त आपापले काम इमानेइतबारे पार पाडून स्वस्थ न बसता, सांघिक प्रयत्नांत सहभागी होऊन शस्त्रक्रिया यशस्वी करण्यासाठी झटले पाहिजे. त्यांनासुद्धा सांघिक प्रयत्नांचे आणि बांधिलकीचे प्रशिक्षण देणे गरजेचे ठरले आहे! शस्त्रक्रियेसाठी एकत्र जमलेल्या विविध तज्ज्ञांनी कोणत्याही बाबींकडे दुर्लक्ष न करता, एकत्रितपणे, उद्‌भवणाऱ्या समस्यांचे निराकरण करण्यासाठी झटले पाहिजे.

माझी समजूत अशी होती की, असे यशस्वी सांघिक प्रयत्न घडणे नशिबावरच अवलंबून असते. असे यशस्वी सांघिक प्रयत्न मी क्वचितप्रसंगी अनुभवले आहेत. काही अत्यंत गंभीर प्रकारच्या शस्त्रक्रियांच्या वेळी तिथे उपस्थित असलेल्या सर्वांनी एकत्रितपणे अटीतटीचे प्रयत्न करून यश खेचून आणलेले मी पाहिले आहे. मला आठवतेय की, एका ऐंशी वर्षांच्या रुग्णावर तातडीने शस्त्रक्रिया करण्याची वेळ आली होती. एका आठवड्यापूर्वीच त्याच्या हृदयावर शस्त्रक्रिया करण्यात आलेली

होती आणि त्यातून तो चांगला बरा होत होता. परंतु एका रात्री त्याच्या पोटात अचानकपणे सतत तीव्र वेदना होऊ लागल्या. सकाळी त्या वाढतच गेल्या. त्याला तपासण्यासाठी मला बोलावण्यात आले. तो अंथरुणात वेदनांनी तळमळत पडला होता. त्याच्या हृदयाचे ठोके अनियमित पडत होते आणि मिनिटाला शंभराहून अधिक पडत होते. त्याचा रक्तदाब घसरत चाललेला होता. त्याच्या पोटाला मी कुठेही स्पर्श केला, तरी वेदना असह्य होऊन तो किंचाळत होता.

ही काही तरी गंभीर गोष्ट आहे, हे त्याला कळत होते. त्याचे डोके तल्लखपणे काम करत होते. तो घाबरलेलासुद्धा नव्हता.

वेदनांशी लढताना दातांवर दात दाबून धरलेल्या अवस्थेत त्याने मला प्रश्न केला, "आपण आता काय करायला हवं?"

मी त्याला समजावून सांगितले की, त्याच्या आतड्यांना रक्तपुरवठा करणाऱ्या रोहिणीत रक्ताची गुठळी अडकली आहे. त्यामुळे त्याच्या आतड्यांना रक्तपुरवठा होत नाहीये. हा एक प्रकारचा 'स्ट्रोक'च आहे, परंतु यात मेंदूचा रक्तपुरवठा थांबण्याऐवजी आतड्यांचा रक्तपुरवठा थांबला आहे. रक्तपुरवठा थांबल्यामुळे त्याच्या आतड्यांना जंतुसंसर्ग होऊन, ती सडून फुटण्याचा संभव आहे. शस्त्रक्रियेखेरीज यावर दुसरा उपाय नाही. परंतु मी त्याला प्रांजळपणे सांगितले की, शस्त्रक्रियेनंतरसुद्धा तो वाचेलच अशी खातरी देता येणार नाही. अशा शस्त्रक्रियेनंतर फक्त ५०% रुग्णच त्यातून उठतात. तो त्यातून उठला, तरी इतर अनेक समस्यांना त्याला तोंड द्यावे लागेल. त्याला श्वसनासाठी व्हेंटिलेटर आणि अन्न देण्यासाठी नाकातून नळीसुद्धा घालावी लागू शकेल. तो आधीच एका मोठ्या शस्त्रक्रियेला सामोरा गेला होता! तो अशक्त झाला होता आणि तरुणही नव्हता. शस्त्रक्रियेसाठी त्याच्या मनाची तयारी आहे का, असा प्रश्न मी त्याला केला.

त्याने संमती दिली, परंतु तत्पूर्वी मी त्याच्या पत्नीशी आणि मुलाशी बोलावे, असे त्याने मला सांगितले. मी त्यांच्याशी फोनवर संपर्क साधला. त्यांनी मला शस्त्रक्रियेची परवानगी दिली. मी ऑपरेटिंग-रूमच्या अधीक्षकांशी संपर्क साधून त्यांना सर्व परिस्थिती समजावून सांगितली. मला ऑपरेटिंग-रूम आणि शस्त्रक्रियेसाठी अन्य सहायक ताबडतोब हवे आहेत, असे मी त्यांना सांगितले. जे कोणी सहायक तेव्हा उपलब्ध असतील, ते मला चालतील, असे मी त्यांना सांगितले.

आम्ही त्याला तासाभरातच ऑपरेटिंग-रूममध्ये नेले. इतर लोक एकत्र आले आणि आम्ही कामाला सुरुवात केली, तेव्हा मला सर्वांमध्ये एकवाक्यता आणि सांघिक प्रयत्नांसाठी खरोखरीची तळमळ आढळली. मदतनीस परिचारिका म्हणजे सर्क्युलेटिंग नर्सने (हीसुद्धा शल्यचिकित्सागृहाच्या निर्जंतुक वातावरणात काम करते. शल्य चिकित्सागृह तयार करते आणि शस्त्रक्रिया चालू असतानाच्या सर्व

प्रक्रियांवर लक्ष ठेवून त्या निर्जंतुक वातावरणात पार पडत आहेत, याची खातरी ती करते.) रुग्णाला स्वत:ची ओळख करून दिली आणि प्रत्येक जण काय करणार आहे, हे समजावून सांगितले. स्क्रब नर्स म्हणून उपस्थित असलेल्या स्टीव्हने आधीच निर्जंतुक केलेला गाऊन व हातमोजे चढवले होते आणि निर्जंतुक केलेली उपकरणे त्याने सज्ज ठेवली होती. झी हा ज्येष्ठ भूलतज्ज्ञ होता आणि थॉर हा त्याचा निवासी मदतनीस होता. ते एकमेकांशी चर्चा करून निर्णय घेत होते आणि औषधे व उपकरणे मागत होते. जोएक्विम हा शल्यविशारदाचा मदतनीस 'फोले' कॅथेटर घेऊन जवळ उभा होता. रुग्णाला भूल दिली गेल्याबरोबर तो रुग्णाच्या मूत्राशयात कॅथेटर घालण्यासाठी सज्ज होता.

घड्याळ टिकटिकत होते. आम्ही जेवढा जास्त वेळ लावला असता, तेवढे आतडे जास्त निकामी झाले असते. जेवढे आतडे जास्त निकामी झाले असते, तेवढीच रुग्णाची परिस्थिती अधिक गंभीर झाली असती आणि त्याची जगण्याची शक्यता कमी झाली असती. प्रत्येकालाच याची जाणीव होती आणि हीच गोष्ट खूप महत्त्वाची होती. बऱ्याचदा परिस्थितीचे गांभीर्य सर्वांच्या लक्षात आलेले नसते, पण या लोकांच्या ते लक्षात आले होते. ते भराभर, पद्धतशीरपणे आणि एकत्रितपणे काम करत होते. रुग्णाची परिस्थिती गंभीर होती, पण त्यातून मार्ग काढता येईल अशी आम्हाला खातरी वाटत होती. आमच्या प्रयत्नांच्या आड काहीही येणार नाही, असा आम्हाला विश्वास वाटत होता.

हा रुग्ण चांगलाच जाडजूड आणि उंच होता. त्याची मान आखूड होती आणि फुप्फुसांमध्ये फारसा जोर नव्हता. अशा माणसाला भूल देताना त्याच्या नाकात नळी घालणे अवघड जाऊ शकते. परंतु झी या भूलतज्ज्ञाने आम्हाला याची पूर्वसूचना दिली होती आणि अडचण आल्यास काय करायचे, याची पर्यायी योजना व त्यासाठीची आयुधे आम्ही आधीच तयार ठेवली होती. जेव्हा जोएक्विमने आणि मी रुग्णाचे पोट उघडले, तेव्हा त्याच्या मोठ्या आतड्याच्या उजव्या भागाला जंतुसंसर्ग होऊन तो सडलेला दिसला. तो भाग काळा ठिक्कर पडला होता, परंतु आतडे फुटलेले नव्हते. उरलेले तीन-चतुर्थांश मोठे आतडे आणि संपूर्ण लहान आतडे ठीकठाक होते, ही आनंदाची गोष्ट होती. समस्या आटोक्यात होती. त्याच्या मोठ्या आतड्याचा उजवा सडलेला भाग आम्ही काढून टाकू लागलो, तेव्हा लक्षात आले की त्याचे उरलेले मोठे आतडेसुद्धा खराब झाले आहे. उरलेले आतडे निरोगी असते, तर गुलाबी रंगाचे दिसले असते; याऐवजी त्याला जागोजागी चवली-पावलीच्या आकाराचे जांभळ्या रंगाचे चट्टे पडलेले दिसत होते. मोठ्या आतड्याच्या उजव्या बाजूला रक्तपुरवठा करणाऱ्या रोहिणीत रक्ताची गुठळी अडकून तिथला रक्तप्रवाह तर खंडित झालाच होता, पण आतड्याच्या डाव्या भागात रक्तपुरवठा

करणाऱ्या शाखांमध्येसुद्धा लहान गुठळ्या अडकून तिथलासुद्धा रक्तप्रवाह अडला होता. आम्हाला रुग्णाचे चार फुटांचे संपूर्ण मोठे आतडे काढून टाकावे लागले. त्याला ऑस्टोमी (मलविसर्जनासाठीची पिशवी) लावावी लागली. पुढला विचार करून स्टीव्हने जे ला 'री ट्रॅक्टर' (शस्त्रक्रियेदरम्यान फाडलेली कातडी ताणून बाजूला करून, त्याच स्थितीत ठेवण्यासाठीचा चिमटा) तयार ठेवा, अशी सूचना दिली. मी रुग्णाच्या पोटाला मोठा छेद द्यावा, असे जोएक्विमने मला सुचवले. तो मला प्रत्येक गोष्टीत साह्य करत होता. चिमटा लावणे, कापणे, शिवणे, गाठ मारणे– सर्व बाबतीत तो तत्परतेने मदत करत होता. रुग्णाच्या आतड्याला चिकटलेल्या रक्तवाहिन्या आम्ही अलगदपणे दूर करत असताना रुग्णाच्या जखमी भागांतून जोराचा रक्तस्राव सुरू झाला. सडलेल्या आतड्यामुळे रक्ताची गोठण्याची क्षमता कमी झाली होती. त्यामुळे इतक्या प्रचंड प्रमाणावर रक्तस्राव होऊ लागला होता. परंतु झी आणि थॉर यांनी रक्तात पुरेसे द्रवपदार्थ सोडले आणि रुग्णाचा रक्तदाब सुरुवातीपेक्षा सुधारलाच. रुग्णाला अतिदक्षता विभागात ठेवावे लागेल, असे मी म्हणालो. तेव्हा झी मला म्हणाला की, त्याने याची आधीच सोय केली आहे आणि अतिदक्षता विभागाच्या प्रमुखाला रुग्णाच्या परिस्थितीची कल्पना दिली आहे.

आम्ही आपापल्या विषयांचे तज्ज्ञ म्हणून काम न करता अशा प्रकारे एकजुटीने काम केल्यामुळेच हा रुग्ण बचावला. दोन तासांत आम्ही ही शस्त्रक्रिया पूर्ण केली. रुग्णाचा रक्तदाब, नाडी, श्वसनवेग, तापमान या सर्व महत्त्वाच्या गोष्टी उत्तम होत्या. आणखी थोड्याच दिवसांत तो हॉस्पिटलमधून घरी जाऊ शकला. त्याच्या कुटुंबीयांनी याचे श्रेय मला दिले. ते श्रेय स्वीकारायला मला आवडले असते; परंतु मी मनोमन जाणून होतो की, उत्कृष्ट सांघिक प्रयत्नांमुळेच आम्ही यश खेचून आणू शकलो होतो.

हे सांघिक प्रयत्न माझ्यामुळे शक्य झाले, असेही मी म्हणू शकत नव्हतो. ते सांघिक प्रयत्न कसे काय घडून आले, हेदेखील एक गूढच होते. ती वेळच बरी होती आणि जे लोक त्या शस्त्रक्रियेसाठी उपलब्ध होते, त्यांच्या तारा जुळल्या होत्या! झी समवेत मी खूप वेळा शस्त्रक्रिया केलेल्या आहेत, पण मी जे किंग किंवा स्टीव्हबरोबर अनेक महिन्यांत काम केले नव्हते आणि जोएक्विमबरोबर काम केल्याला तर त्याहूनही जास्त महिने झाले होते. थॉरबरोबर मी फक्त एकदाच काम केले होते. आम्ही सहा जणांनी एकत्रितपणे या आधी कधीही शस्त्रक्रिया केलेली नव्हती. मोठ्या हॉस्पिटलमध्ये ही नेहमीचीच गोष्ट असते. मी जेथे काम करतो, त्या हॉस्पिटलमध्ये बेचाळीस ऑपरेटिंग-रूम्स आहेत. तेथे हजाराहून जास्त कर्मचारी तैनात असतात. नव्या परिचारिका, तंत्रज्ञ, शिकाऊ डॉक्टर्स, निवासी डॉक्टर्स, इतर

डॉक्टर्स सतत येतच असतात. दर वेळी ऑपरेटिंग-रूममध्ये एक तरी नवा चेहरा दिसतो. त्यामुळे शस्त्रक्रिया यशस्वी होण्यासाठी अत्यावश्यक असलेला सांघिक प्रयत्न किती चांगला होईल याची खातरी देता येत नाही. परंतु या रुग्णाच्या बाबतीत आम्हा सहा जणांच्या तारा उत्तम जुळल्या आणि ती शस्त्रक्रिया बिनबोभाट, चुटकीसरशी पार पडली. ती करताना आम्हा सर्वांनाच आनंद वाटला.

मी म्हटले की, हे दैवयोगानेच शक्य झाले. पण कदाचित तो केवळ दैवयोग नसेलही! टोराँटो, हॉपकिन्स आणि कैझर येथील चेकलिस्ट्स पाहून अशी शक्यता खूपच वाटतेय. कोणत्याही शस्त्रक्रियेला प्रारंभ करण्यापूर्वी शस्त्रक्रियेच्या गटाने त्या रुग्णाच्या स्थितीबद्दल निदान मिनिटभर तरी एकमेकांशी चर्चा करावी, असा या चेकलिस्टचा आग्रह होता. या कलमामागचा हेतू हाच असणार की, तेथील उपस्थित कर्मचाऱ्यांमध्ये एकीची सांघिक भावना निर्माण व्हावी. त्यांनी त्यांच्या चेकलिस्टमध्ये आणखी एक कलम समाविष्ट केलेले होते : शस्त्रक्रियेत भाग घेणाऱ्या कर्मचाऱ्यांनी मिनिटभर थांबून आपापली नावे एकमेकांना सांगावीत.

जॉन्स हॉपकिन्सच्या चेकलिस्टमध्ये या कलमाचा अगदी स्पष्ट उल्लेख केला होता. शस्त्रक्रियेला प्रारंभ करण्यापूर्वी नव्या गटातील प्रत्येकाने आपले नाव आणि आपले काम इतरांना सांगावे, असा तो नियम होता. उदाहरणार्थ : ''मी अतुल गवांदे, शल्यविशारद'', ''मी जे पॉवर्स, सर्क्युलेटिंग नर्स'', ''मी झी झियाँग, भूलतज्ज्ञ'' अशा प्रकारे ओळख करून द्यावी.

मला हा प्रकार थोडा गमतीशीरच वाटला आणि त्याने विशेष काय साध्य होणार, असा प्रश्नसुद्धा पडला. परंतु, हा नियम हुशारीने तयार करण्यात आल्याचे माझ्या लवकरच लक्षात आले. वेगवेगळ्या व्यवसायांतील लोकांचे संशोधन करून मानसशास्त्रज्ञांनी निष्कर्ष काढला होता की, एकमेकांची नावे ठाऊक असलेल्या लोकांचा सांघिक प्रयत्न अधिक चांगला होतो. खरं तर सामान्य व्यवहारज्ञानामुळेच हा मुद्दा लक्षात यायला हवा! ब्रायन सेक्स्टन या जॉन्स हॉपकिन्समधील मानसशास्त्रज्ञाने संशोधन करून प्रसिद्ध केले होते की, ऑपरेटिंग-रूममध्येसुद्धा परस्परांची ओळख करून घेतली की, सांघिक प्रयत्नांचा दर्जा सुधारतो. पण एका संशोधनात त्यांनी शस्त्रक्रिया पूर्ण करून शल्यचिकित्सागृहाबाहेर पडलेल्या लोकांना दोन प्रश्न विचारले होते : आत्ताच पूर्ण केलेल्या शस्त्रक्रियेच्या वेळी त्यांच्या मते परस्परसंवाद किती चांगला होता? आणि त्या गटातील कर्मचाऱ्यांची नावे काय होती? या संशोधकांना आढळले की, अर्ध्याअधिक वेळी या कर्मचाऱ्यांना एकमेकांची नावे माहीतच नव्हती. परंतु जेव्हा त्यांना एकमेकांची नावे माहीत होती, तेव्हा त्यांच्या मते

शस्त्रक्रियेच्या वेळी परस्परसंवादाचा दर्जा अधिक चांगला होता.

जॉन्स हॉपकिन्समधल्या आणि इतर ठिकाणच्या संशोधकांना असेसुद्धा आढळले होते की, जेव्हा शस्त्रक्रियेपूर्वी आपली नावे सांगायची आणि आपल्या शंकांना वाचा फोडायची संधी परिचारिकांना दिली जाते, तेव्हा समस्यांवर विचार करून मार्ग शोधून काढायची त्यांची तत्परता अधिक दिसते. संशोधक याला 'क्रियाशील करण्याची युक्ती' (activation phenomenon) असे नाव देतात. सुरुवातीलाच लोकांना अभिव्यक्तीची संधी दिली की, त्यांना सहभागाची आणि जबाबदारीची जाणीव होते आणि ते मोकळेपणाने शंका व्यक्त करू लागतात.

अशी संशोधने सीमित स्वरूपाची होती आणि त्यामुळे त्या निष्कर्षांना अंतिम सिद्धांत मानता येणार नाही, परंतु प्राथमिक परिणाम तरी लक्षणीय होते. शल्यविशारदाने घेतलेले शिक्षण आणि अनुभव यांखेरीज इतर कशामुळेही शस्त्रक्रियेदरम्यान रुग्णाला फायदा होत असल्याचे सिद्ध झालेले नाही. मात्र, तीन वेगवेगळ्या शहरांमध्ये शस्त्रक्रिया करणाऱ्या गटाने या अगदी वेगळ्या प्रकारच्या चेकलिस्ट्स वापरात आणल्या होत्या आणि त्याचे उत्तम परिणाम दिसून आले होते!

जॉन्स हॉपकिन्स येथे संशोधकांनी त्यांच्या चेकलिस्टचा सांघिक कामावर होणारा परिणाम मोजला होता. अकरा शल्यविशारदांनी ही चेकलिस्ट शस्त्रक्रियेच्या वेळी वापरून पाहण्याचे कबूल केले होते. या अकरा शल्यविशारदांपैकी सात जण सर्वसाधारण शस्त्रक्रिया करत असत, दोघे जण प्लॅस्टिक सर्जन होते आणि दोघे जण मज्जासंस्थांचे शल्यविशारद (neuro surgeons) होते. तीन महिन्यांनी शस्त्रक्रियेत भाग घेणाऱ्या लोकांचे आपण उत्तम सांघिक प्रयत्न करत असल्याचे मत ६८% वरून ९२% वर पोहोचले होते.

दक्षिण कॅलिफोर्नियातील कैझर हॉस्पिटलमध्ये संशोधकांनी त्यांच्या चेकलिस्टबद्दलची माहिती पस्तीसशे शस्त्रक्रियांच्या वेळी सहा महिने गोळा केली. त्या सहा महिन्यांच्या कालावधीत कर्मचाऱ्यांच्या मते, सांघिक प्रयत्नांचा दर्जा 'चांगला' यावरून 'असाधारण' इतका उंचावला होता. कर्मचाऱ्यांचे समाधान १९% नी वाढले होते. ऑपरेटिंग-रूम परिचारिकांचे नोकऱ्या सोडून देण्याचे प्रमाण २३% वरून ७% इतके खाली गेले होते. चेकलिस्टमुळे अनेक संभाव्य चुका टळल्या. शस्त्रक्रियेपूर्वीच्या सवाल-जवाबांच्या खातरजमेच्या वेळी एकदा लक्षात आले की, अँटिबायोटिकऐवजी पोटॅशिअम क्लोराइडची कुपी ठेवण्यात आलेली होती. ही चूक रुग्णाच्या जिवावर बेतू शकली असती. दुसऱ्या एका वेळी चेकलिस्टमुळे लक्षात आले की, कागदावर नोंद करण्यात चूक होऊन थोरॅकोस्कोपी या पाव इंच जखमेवर भागणाऱ्या शल्यचिकित्सेऐवजी थोरॅक्टॉमी लिहिले गेले आहे. थोरॅक्टॉमीमध्ये छाती फाडून उघडी करावी लागते

आणि पुढपासून मागपर्यंत खूप मोठी जखम होते. ही चूक वेळेत लक्षात आली आणि रुग्णाचा संभाव्य त्रास वाचला.

टोरॉंटो येथे संशोधकांनी चेकलिस्टच्या फायद्याचे मूल्यमापन करण्यासाठी स्वत: तिथे उभे राहून शस्त्रक्रिया बघितल्या. फक्त अठरा शस्त्रक्रियांच्या वेळी त्यांनी चेकलिस्ट वापरली जाताना त्यांनी प्रत्यक्ष पाहिली. या अठरांपैकी दहा शस्त्रक्रियांच्या वेळी त्यांच्या चेकलिस्टमुळे मोठ्या चुका वेळेत लक्षात आल्या. काही वेळी अँटिबायोटिक द्यायचे विस्मरण झाले होते, एकदा रक्ताची सोय करण्यात आलीय की नाही याबद्दल संदेह होता, अनेकदा त्या रुग्णांचे खास प्रश्न या चेकलिस्टमुळे वेळेत लक्षात आले होते.

त्यांनी एका अशाच गोष्टीचा अभ्यास नमूद केला. एका रुग्णाच्या पोटावर शस्त्रक्रिया केली जात असताना त्याला मज्जारज्जूतून भूल देणारे औषध टोचले जाणार होते. अशा प्रकारे भूल दिली गेली, तर रुग्णाला थोडीशी जरी वेदना जाणवू लागली, तर त्याने ते ताबडतोब डॉक्टराला सांगायचे असते. कारण वेदना जाणवणे म्हणजे भूल देण्यासाठी टोचल्या गेलेल्या औषधाचा परिणाम कमी होत चालल्याचे लक्षण असते. असे झाले की, त्या रुग्णाला पुन्हा भूल देणारे औषध टोचावे लागते. परंतु या रुग्णाला मज्जातंतूच्या गंभीर विकारामुळे तोंडाने बोलणे शक्य होत नसे. त्याऐवजी तो हाताने खुणा करून संवाद साधत असे. सर्वसाधारणपणे शस्त्रक्रियेच्या वेळी, आम्ही रुग्णाच्या हातापायांची हालचाल होऊ देत नाही, कारण निर्जंतुक केलेल्या आवरणाबाहेर त्याचे हात-पाय निघून शल्यविशारदाला किंवा शस्त्रक्रियेच्या जागेला त्यांचा स्पर्श व जंतुसंसर्ग होण्याचा धोका असतो. या रुग्णाच्या बाबतीत मात्र त्याच्या हातांच्या हालचालींवर निर्बंध आणून चालले नसते. कारण भूल ओसरू लागून वेदना होत आहेत, हे तो केवळ हातांच्या खुणांद्वारेच सांगू शकला असता. परंतु शस्त्रक्रियेसाठी एकत्र जमलेल्या विशेषज्ञांना शस्त्रक्रिया प्रत्यक्ष सुरू होईपर्यंत याबद्दल काहीही कल्पना नव्हती. आता मुख्य शल्यविशारद ऑपरेटिंग-रूममध्ये आला. त्याने निर्जंतुक केलेला गाऊन व हातमोजे चढवले आणि तो ऑपरेटिंग टेबलाजवळ आला, परंतु चेकलिस्टचा वापर होत असल्यामुळे तो क्षणभर थांबला आणि त्याने उपस्थित असलेल्या इतरांशी शस्त्रक्रियेबद्दल धावती चर्चा केली. टोरॉंटोमधील अहवालात त्या वेळी झालेले संभाषण उद्‌धृत केलेले आहे :

शल्यविशारदाने प्रश्न केला, ''भूल देण्याबद्दल काही विशेष सूचना आहेत?''

भूलतज्ज्ञ म्हणाला, ''त्याला 'डिसार्थिआ' (बोलण्याची असमर्थता) आहे.''

शल्यविशारदाने क्षणभर विचार केला, 'या समस्येमुळे मज्जासंस्थेची परिस्थिती कळणे अवघड होणार आहे.'

भूलतज्ज्ञाने होकार दिला आणि पुढे म्हटले, "हाताने खुणा करून भूल उतरत असल्याची सूचना द्यायला मी त्याला शिकवले आहे."

शल्यविशारद म्हणाला, "असे असेल, तर त्याचे हात बंधनात असता कामा नयेत, ते हालचालीसाठी मोकळे ठेवले पाहिजेत."

भूलतज्ज्ञाने मान डोलावून होकार दर्शवला. त्यानंतर शस्त्रक्रिया करणाऱ्या गटाने इतर कशालाही त्याच्या हाताचा स्पर्श होऊ न देता, ते मोकळे कसे ठेवावेत, ही क्लृप्ती शोधून काढली.

भूलतज्ज्ञ म्हणाला, "खोलीत आपण इतके सारे जण असल्यामुळे जो आवाज आणि हालचाली होत असतील, त्यामुळे आपल्याला रुग्णाशी संवाद साधायला अडचण होईल, अशी मला काळजी वाटतेय."

शल्यविशारद म्हणाला, "पूर्ण शांतता पाळा, अशी आपण सर्वांना विनंती करू या."

प्रश्न सुटला होता!

ही अशी अनेक सर्वेक्षणे उपलब्ध होती, परंतु त्यातील कोणतेही सर्वेक्षण परिपूर्ण नव्हते. त्यामुळे WHO ला जी गोष्ट साध्य करून घ्यायची होती, त्यासाठी योग्य अशी चेकलिस्ट बनवता येऊन तो हेतू साध्य होईल, अशी खातरी देता येत नव्हती. शस्त्रक्रियेदरम्यान उद्‌भवणाऱ्या गंभीर समस्यांमध्ये कमी खर्चात मूल्यमापन करण्याजोगी प्रचंड घट व्हावी, अशी WHO ची अपेक्षा होती. परंतु जिनिव्हामधील आमचे चर्चासत्र संपले, तेव्हा सुरक्षित शस्त्रक्रियेसाठी चेकलिस्ट तयार करून तिचा मोठ्या प्रमाणावर प्रयोग करून पाहावा, असे आम्ही एकमताने ठरवले.

यावर काम करणाऱ्या गटाने वापरात आणल्या गेलेल्या वेगवेगळ्या चेकलिस्ट्स एकत्र करून एकच मोठी चेकलिस्ट तयार केली. 'थांबून खातरी करा' अशा प्रकारचे, विमानोड्डाणास वापरले जातात त्या धर्तीचे, तीन भाग त्यात होते. तीन वेगवेगळ्या वेळी, शस्त्रक्रिया करणाऱ्या गटाने चेकलिस्टची खातरजमा केल्यानंतरच पुढले काम सुरू करायचे होते. रुग्णाला भूल देण्यापूर्वी थांबून काही गोष्टींची खातरी करून घ्यायची होती. रुग्णाला भूल देऊन झाल्यावर, पण त्याच्या देहावर चाकू चालवण्यापूर्वी, पुन्हा एकदा त्या गटाने इतर गोष्टींची खातरी करून घ्यायची होती आणि शस्त्रक्रिया पूर्ण होऊन रुग्णाला ऑपरेटिंग-रूमबाहेर नेण्यापूर्वी तिसऱ्यांदा थांबून काही अंतिम गोष्टींची खातरी करून घ्यायची होती. ॲलर्जी, ॲंटिबायोटिक्स, भूल देण्याची उपकरणे अशा गोष्टींचे वेगवेगळ्या तीन विभागांत वर्गीकरण करण्यात आले होते.

शस्त्रक्रियेच्या वेळचा धोका कमी करतील अशा इतर काही गोष्टी सुचवण्याचा अंतर्भाव या तीन विभागांमध्ये करून घेण्यात आला होता. त्याखेरीज, शस्त्रक्रिया करणाऱ्या गटाने एकमेकांशी संवाद साधून एकमेकांची नावे जाणून घ्यावीत आणि शस्त्रक्रियेबद्दल आधी काही खास समस्यांबद्दल चर्चा करावी, असेही नमूद करण्यात आले होते. यात 'संपर्क चेकलिस्ट'चासुद्धा समावेश करण्यात आला होता.

आम्ही तयार केलेल्या या नव्या चेकलिस्टची अचूकता पडताळून पाहण्यासाठी जगभरातील निवडक हॉस्पिटलमध्ये तिचा वापर करून पाहावा, असे आम्ही ठरवले. त्यासाठी WHO ने अनुदानसुद्धा दिले. मी खूपच उत्तेजित झालो होतो आणि आशावादाने सळसळत होतो. बोस्टनला परत येता क्षणी, ही चेकलिस्ट स्वतःच वापरून पाहावी, असे मी ठरवले. मी या चेकलिस्टच्या छापील प्रती बनवल्या आणि त्या ऑपरेटिंग-रूममध्ये नेल्या. जिनिव्हामध्ये मी नव्याने काय काम शिकलो, ते मी तेथील परिचारिकांना आणि डॉक्टर्सना विशद केले.

''तर मग ही प्रत्येक चेकलिस्ट आपण वापरून पाहू या?'' मी विचारले. शस्त्रक्रियेसाठीची सामग्री तपासून पाहाण्यापासून ते अँटिबायोटिक देण्यापर्यंत आणि गटाने परस्परसंवाद व चर्चा करेपर्यंतच्या सर्व मुद्द्यांचा समावेश या चेकलिस्टमध्ये करण्यात आलेला होता. इतर लोकांनी माझ्याकडे अविश्वासाची संशयी नजर टाकली, तरीसुद्धा त्यांनी चेकलिस्ट वापरून पाहायला होकार दिला. ''तुम्ही म्हणाल तसे!'' ते म्हणाले. मी काही तरी मुलखावेगळी संकल्पना त्यांच्यापुढे मांडण्याची काही ही पहिलीच वेळ नव्हती!

मी ही चेकलिस्ट 'डी' नावाच्या सर्क्युलेटिंग नर्सच्या हातात दिली आणि योग्य वेळी त्यातील पहिल्या विभागाची खातरजमा आमच्याकडून करून घ्यायला सांगितले. पंधरा मिनिटांनी आम्ही रुग्णाला भूल देण्याच्या तयारीत होतो, तेव्हा मी क्षणभर थांबलो आणि प्रश्न केला, ''थांबा! चेकलिस्टचं काय झालं?''

डी म्हणाली, ''मी आधीच खातरजमा केलीय.''

तिने मला तो कागद दिला. त्यातील सर्व मुद्द्यांवर तिने 'बरोबर' अशा खूणा केलेल्या दिसल्या.

''नाही.. नाही.. तसे नाही! ही खातरजमा तोंडी व्हायला हवी!'' मी म्हणालो, ''सर्वांनी मिळून ही खातरजमा करायला हवी!''

''इथे असं कुठे लिहिलंय?'' तिने मला विचारले.

तिचा मुद्दा बरोबर होता. त्यावर कुठेही असे लिहिलेले नव्हते.

''तरीसुद्धा तोंडी खातरजमा करा.'' मी म्हटले.

'डी'ने खांदे उडवले आणि ती यादी वाचायला प्रारंभ केला. पण यादीतले

काही काही मुद्दे संदिग्ध होते. रुग्णाला कशाची ॲलर्जी आहे हे ठाऊक असण्याची खातरजमा तिने करायला हवी, की तिने कशाची ॲलर्जी आहे, हे मोठ्याने वाचून दाखवायला हवे, याबद्दल तिच्या मनात संदेह होता. ती यादी चाचपडत वाचायला लागल्यावर काही मिनिटांतच सर्वांना वैताग आला. प्रत्यक्ष रुग्णसुद्धा टेबलावर चुळबुळू लागला.

"सारं काही आलबेल?" रुग्णाने विचारले.

"हो.. हो.. काळजी करू नका. आम्ही फक्त चेकलिस्टनुसार खातरी करून घेत होतो."

पण माझ्याही सहनशक्तीला ओहोटी लागली होती. ही चेकलिस्ट फारच लांबलचक होती. ती संदिग्ध होती. एका सीमेपलीकडे या चेकलिस्टमुळे टेबलावरच्या रुग्णाकडे दुर्लक्ष होऊ लागल्यासारखे वाटू लागले होते.

तो दिवस संपता-संपता आम्ही त्या चेकलिस्टला रामराम ठोकला; तर जगभर ती चेकलिस्ट वापरायची बातच सोडा! एका ऑपरेटिंग-रूममध्येसुद्धा ती वापरता आलेली नव्हती!

६. चेकलिस्ट फॅक्टरी

चेकलिस्ट वापरण्याच्या पहिल्याच प्रयोगात इतका मार खाल्ल्यानंतर मी जी गोष्ट केली, ती मी सुरुवातीलाच करायला हवी होती! मी वाचनालयात गेलो आणि विमानोड्डाणासाठी चेकलिस्ट कशी बनवली जाते, यावरचे काही लेख मी शोधून काढले. बांधकाम व्यवसायात वापरल्या जाणाऱ्या चेकलिस्ट्ससुद्धा अप्रतिम असतात; परंतु अनेक महिने चालू असलेल्या प्रकल्पांसाठी त्या बनवण्यात आलेल्या असतात. शस्त्रक्रियेत प्रत्येक मिनिट महत्त्वाचे असते, हाताशी असलेला सीमित वेळ ही शस्त्रक्रियेच्या वेळची मोठी समस्या असते. परंतु हीच समस्या विमानोड्डाणाच्या वेळीसुद्धा असते; असे असूनही वैमानिकांसाठीची चेकलिस्ट परिपूर्ण असते.

मी शोधून काढलेल्या लेखांमध्ये मला सिॲटलमधील बोइंग कंपनीतील डॅनिएल बूरमनचा एक लेख सापडला. मी त्याच्याशी फोनवर संपर्क साधला. तो एक अत्यंत अनुभवी वैमानिक असून गेली तीन वर्षे तो चेकलिस्ट्स आणि बोइंग ७४७-४००पासून पुढच्या सर्व विमानांसाठीच्या विमानोड्डाणासाठीच्या नियंत्रण यंत्रणा बनवण्यात गुंतलेला होता. सर्वांत नवीन, ७८७ ड्रीमलाइनर ह्या बोइंग विमानासाठीच्या 'फ्लाईट डेक'चा आराखडा बनवणाऱ्या विशेषज्ञ तंत्रज्ञांपैकी तो एक होता. या विमानासाठी त्यांनी वैमानिकासाठीच्या नियंत्रण यंत्रणा, फ्लाइट डेकवरची दृश्य यंत्रणा आणि विविध चेकलिस्ट्स बनवल्या होत्या. बोइंग कंपनीच्या

विमानोड्डाणविषयक तत्त्वज्ञानाचा तो अधीक्षक समजला जात असे. तुम्ही जेव्हा बोइंग विमानात पाय ठेवता, तेव्हा तुमच्या विमानाच्या कॉकपिटमधले वैमानिक आणि अन्य कर्मचारी विमानोड्डाणाचे कोणते नियम पाळणार आहेत, याबद्दल त्यांचे निश्चित नियम असतात. ते कोणत्या गोष्टी क्रमवार करतात, ते हाताने कोणत्या गोष्टी करतात, कोणत्या गोष्टी ते संगणकावर सोपवतात, अवचित उद्भवलेल्या समस्येवर त्यांची कोणती प्रतिक्रिया असावी, या सर्व गोष्टींबाबत त्यांचे अधिनियम असतात. हे सिद्धांत प्रत्यक्ष वापरामध्ये परिवर्तित करण्याचा विस्तृत अनुभव डॅन बूरमनएवढा इतर कुणालाही नव्हता. पंचाहत्तर वर्षांपूर्वी, बोइंगच्या B-17 या विमानासाठी चेकलिस्ट बनवणाऱ्या वैमानिकांच्याच कुळातला हा माणूस आहे! गेली अनेक वर्षे असंख्य विमान अपघातांचा आणि घडत आलेल्या जवळपास सर्व विमान अपघातांचा त्याने सखोल अभ्यास केलेला आहे. मानवी चुका कशा टाळाव्यात, या विषयाला त्याने विज्ञानाचे रूप दिले आहे.

मला कामानिमित्त सिअॅटलला जायचे होतेच आणि त्याने मोठ्या मनाने मला भेटीची परवानगी दिली. भाड्याने घेतलेली गाडी घेऊन हेमंत ऋतूतल्या एके दिवशी मी शहराबाहेर असलेल्या बोइंगच्या मुख्यालयात पोहोचलो. वाटेतला रस्ता सपाट आणि लांबलचक होता. बोइंगचे मुख्यालयसुद्धा अगदी सर्वसाधारण प्रकारचे होते. बसक्या आयताकृती इमारतींचा तो समूह एखाद्या पैशांची चणचण असलेल्या प्रांतीय विश्वविद्यालयाच्या इमारतींसारखा दिसत होता. फक्त या इमारतींमागे डांबरी धावपट्टी आणि विमाने ठेवलेली विमानगृहे (hangar) दिसत होती. चौकशी-कक्षापाशी मला भेटायला बूरमन आला. तो एक्कावन्न वर्षांचा होता. वैमानिक सर्वसाधारणत: असतात, तसा तो अगदी सडसडीत अंगकाठीचा होता. त्याने उघड्या कॉलरचा शर्ट घातलेला होता. तो कंपनीतील अधिकारी न वाटता अभियांत्रिकीचा एखादा प्राध्यापकच वाटत होता. त्याने आच्छादित पदपथावरून मला ३-८०० या इमारतीत नेले. ही इमारतसुद्धा अगदी साधीसुधी आणि व्यावहारिक उपयुक्ततेचीच होती. चंदेरी गणवेशातल्या वैमानिकांचे पिवळे पडत चाललेले फोटो एका धूळभरल्या शो-केसमध्ये ठेवलेले दिसत होते. त्या शोकेसला १९६३च्या दशकानंतर, कुणीही हात लावला नसावा, असे तिचे एकंदर स्वरूप होते. विमानाच्या चाचण्या घेणाऱ्या कक्षात ट्यूबलाईट्सचा उजेड होता आणि त्यात तपकिरी रंगाच्या छोट्या-छोट्या खोल्यांसारखे कक्ष केलेले होते. या कक्षांच्या मधोमध बिनखिडक्यांचे एक चर्चागृह (कॉन्फरन्स रूम) होते. त्यात आम्ही बसलो. यू. एस. एअरवेज, डेल्टा, युनायटेड आणि अन्य विमान कंपन्यांसाठी बनवलेल्या चेकलिस्टच्या ढिगावारी थप्प्या एका भिंतीपाशी रचून ठेवलेल्या होत्या.

माहिती पुस्तकांमधली एक माहिती पुस्तिका बूरमनने माझ्या हातात ठेवली.

ती गोलाकार तारेच्या बांधणीत बांधलेली माहिती पुस्तिका होती. ती दोनशे पानी होती आणि त्यात मधोमध पिवळ्या रंगांच्या खुणांच्या अनेक फिती लावलेल्या दिसत होत्या. एके काळी विमानोड्डाणासाठीची चेकलिस्ट केवळ एका कार्डावर मावत असे. त्यात विमान धावपट्टीवर धावत नेण्यासाठी, हवेत उडवण्यासाठी आणि पुन्हा जमिनीवर उतरवण्यासाठीच्या साध्या-सोप्या सूचना लिहिलेल्या असत. त्या काळापासून चेकलिस्टमध्ये खूपच उत्क्रांती घडून आलेली दिसत होती. त्याने मला त्या चेकलिस्टची माहिती द्यायला सुरुवात केली, तेव्हा माझ्या लक्षात आले की; त्या माहिती पुस्तिकेत केवळ एकच चेकलिस्ट नव्हती, तर त्यात अनेक वेगवेगळ्या चेकलिस्ट्स होत्या. प्रत्येक चेकलिस्ट अगदी संक्षिप्त स्वरूपाची होती. त्यात बहुधा एकाच पानावर मोठ्या ठळक अक्षरांमध्ये– सहज वाचता येण्याजोग्या फक्त काही ओळी लिहिलेल्या दिसत होत्या. विमानोड्डाणाच्या वेळी उद्‌भवणाऱ्या विविध समस्यांचा परामर्श घेणारी ही चेकलिस्टची परिपूर्ण संहिताच होती.

सर्वांत आधी वैमानिकांसाठीची सर्वसाधारण चेकलिस्ट दिलेली होती. विमानोड्डाणासाठी नित्य वापरल्या जाणाऱ्या प्रक्रियांची ती जंत्री होती. इंजिन चालू करण्यापूर्वी कोणत्या गोष्टी तपासायच्या, गेटपासून बाजूला होण्यापूर्वी कोणत्या गोष्टींची खातरजमा करायची, धावपट्टीकडे जाण्यापूर्वी कोणत्या गोष्टींची खातरी करून घ्यायची– अशांपैकी गोष्टींची ती यादी होती. ती फक्त तीन पानांची होती. उरलेल्या माहिती पुस्तिकेत सर्व प्रकारच्या आणीबाणीच्या वेळी वापरण्याजोग्या चेकलिस्ट्स दिलेल्या होत्या. कॉकपिटमधून धूर निघू लागला, आणीबाणीच्या सूचना देणारे वेगवेगळ्या रंगाचे दिवे झळकू लागले, रेडिओ चालेनासा झाला, कॉकपिटच्या यंत्रणा निकामी झाल्या, इंजिन बंद पडले अशा गोष्टींबद्दलच्या त्या चेकलिस्ट्स होत्या. बऱ्याचशा वैमानिकांच्या पूर्ण व्यावसायिक आयुष्यात यांतल्या अनेक गोष्टी कधीही त्यांच्या वाट्याला येत नाहीत. परंतु गरज पडली, तर मदत व्हावी म्हणून या चेकलिस्ट्स बनवण्यात आलेल्या होत्या.

विमान आकाशातून मार्गस्थ होत असताना अचानक DOOR FWD CARGO (सामान ठेवलेल्या पुढल्या कक्षाचा दरवाजा अर्धवट उघडल्याची) सूचना देणारा दिवा सुरू झाला; तर काय करावे, यासाठीची चेकलिस्ट बूरमनने मला दाखवली. सामान ठेवलेल्या पुढच्या कक्षाचा दरवाजा नीट, घट्ट बंद नसण्याची सूचना देणारा दिवा लागला; तर खूपच धोक्याची परिस्थिती उद्‌भवू शकेल, अशी खूणगाठ बांधावी लागते. १९८९मध्ये झालेल्या अशाच एका दुर्घटनेचा त्याने अभ्यास केला होता. त्यात नेमकी हीच समस्या उद्‌भवली होती. इलेक्ट्रिकल शॉर्टसर्किट (विद्युत यंत्रणेत बिघाड) होऊन, बोइंग ७४७ विमानाच्या सामानाच्या कक्षाच्या दरवाजाची

कडी उघडली गेली होती. युनायटेड एअरलाइन्सचे विमान होनोलुलू हून न्यूझीलंडमधील ऑकलंडला निघाले असताना ही गोष्ट घडली होती. विमानात ३३७ प्रवासी बसले होते. विमान बावीस हजार फूट उंचीवरून जात होते आणि प्रवाशांना पुरेसा प्राणवायू मिळावा म्हणून विमानातला हवेचा दाब नियंत्रित केलेला होता. इतक्या उंचीवरून विमान जात असताना सामानाच्या कक्षाच्या दरवाजाची कडी निघणे, ही अत्यंत धोक्याची घटना असते. जर तो दरवाजा पुरेसा उघडला आणि त्यातून हवा बाहेर जायला सुरुवात झाली, तर विस्फोट होऊ शकतो. होनोलुलूहून निघालेल्या या विमानात असा विस्फोट होऊन सामानाच्या कक्षाचा दरवाजा ताबडतोब सुटा होऊन बाहेर खेचला गेला. त्याच्याबरोबर त्याच्या वरच्या भागातल्या विमानातल्या अनेक खिडक्या आणि बिझनेस-क्लासमधील (खास वर्गातील) पाच ओळींतील खुर्च्या बाहेर खेचल्या गेल्या. नऊ प्रवासी सुमद्रात पडून नाहीसे झाले. जवळच्या खुर्च्यांवरच्या लोकांनी खुर्चीचे पट्टे कमरेला घट्ट बांधून ठेवलेले असल्यामुळेच ते बचावले होते. वाटेत उभी असलेली हवाईसुंदरीसुद्धा जवळजवळ बाहेर खेचली जातच होती, पण एका प्रवाशाने प्रसंगावधान राखून तिचा पाय घट्ट धरून ठेवला आणि ती मोठ्या भगदाडातून बाहेर खेचली जाता-जाता वाचली.

ही दुर्घटना टाळण्याएवढा वेळच वैमानिकांना मिळालेला नव्हता. सामान कक्षाच्या दरवाजाची कडी ढिली होऊन विस्फोट होणे आणि नऊ माणसे बाहेर खेचली जाणे याला फक्त दीड सेकंद पुरला होता. यानंतर बोइंग कंपनीने सामान कक्षाच्या दरवाजांसाठीच्या विद्युतयंत्रणेत सुधारणा केल्या. कोणतीही कडी १००% बिनचूक काम करू शकत नाही, म्हणून त्यांनी आणखी कड्या बसवल्या. एक कडी निकामी झाली, तर DOOR FWD CARGO चा दिवा लागून, त्याबद्दल उपाय करण्यासाठी वैमानिकांना आता आणखी वेळ मिळाला असता, विस्फोट थांबवण्यासाठी आता संधी मिळाली असती; त्यासाठी चेकलिस्ट आवश्यक होती.

जेव्हा एक कडी उघडते, तेव्हा दरवाजाशी खटपट करण्यात कर्मचाऱ्यांनी वेळ वाया घालवू नये आणि इतर कड्या टिकाव धरतील असेही धरून चालू नये, असे बूरमनने मला सांगितले. त्याऐवजी विमानाच्या आतला आणि विमानाबाहेरचा हवेचा दाब सारखा करण्याचा प्रयत्न करावा. तुम्ही विमानातला हवेचा दाब जितका जास्त खाली आणाल, तेवढीच दरवाजाचा विस्फोट होण्याची शक्यता कमी होईल.

विमानातला हवेचा दाब कमी करण्याची अगदी सोपी रीत असते. तुम्ही आणीबाणीच्या वेळी वापरायचे एक बटण दाबलेत की, विमानातली हवा आणि आतला हवेचा दाब फक्त तीन सेकंदांत कमी करता येतो. परंतु या उपायात

अडचणी आहेत. पहिली गोष्ट म्हणजे, विमानातील हवेचा दाब अचानक कमी केला की, प्रवाशांना अतिशय अस्वस्थ वाटू लागते आणि त्यामुळे कानांमध्येसुद्धा वेदना होऊ लागतात. अर्भकांच्या कानातल्या युस्टेशियन ट्यूब्ज पुरेशा विकसित झालेल्या नसल्यामुळे त्यांना विशेष त्रास होतो. दुसरी गोष्ट म्हणजे, विमान वीस ते तीस हजार फूट उंचीवरून जात असताना हवेचा दाब एकाएकी कमी केला की, प्रवाशांच्या देहाला आणि मेंदूला प्राणवायूचा पुरेसा पुरवठा होऊ शकत नाही. माऊंट एव्हरेस्टच्या शिखरावर सोडून दिल्यासारखी परिस्थिती अनुभवाला येते.

अशा वेळी काय घडेल याचा मोलाचा धडा युनायटेड एअरलाइन्सच्या या विमान दुर्घटनेमुळे शिकायला मिळाला होता. या विमानाच्या सामान कक्षाच्या दरवाजाशी विस्फोट झाल्यानंतर विमानातला हवेचा दाब ताबडतोब कमी झाला. त्यानंतर प्रवासी आणि कर्मचारी यांच्या दृष्टीने पुरेसा प्राणवायू न मिळणे, हाच सर्वांत मोठा धोका ठरला. भगदाडातून बाहेर खेचले जाण्याची भीती आता उरलेली नव्हती. पंधरा गुणिले दहा फुटांचे ते प्रचंड भगदाड होते, त्यापासून पुरेशा सुरक्षित अंतरावर राहणे सर्वांना शक्य झाले होते, परंतु आतले तापमान झपाट्याने खाली उतरले. गोठवून टाकेल अशी थंडी जाणवू लागली. प्राणवायूची पातळी इतकी खाली गेली की, कर्मचाऱ्यांना घेरी येऊ लागली. आणीबाणीच्या यंत्रणेमुळे ऑक्सिजन मुखवटे ताबडतोब खाली आले, परंतु विमानातला प्राणवायूचा साठा फक्त दहा मिनिटे पुरेल एवढाच असतो. ऑक्सिजन मास्कची यंत्रणा खातरीने काम करेल, असेही सांगता येत नाही. त्या वेळी नेमके असेच झाले.

सामानकक्षाचा दरवाजा विस्फोटाने उडून गेल्यापासूनचे कॉकपिटमधले सर्व संभाषण तेथील व्हॉईस रेकॉर्डरवर नोंदले गेले.

कॅप्टन : ते काय होतं?

फर्स्ट ऑफिसर : ठाऊक नाही.

वैमानिकांनी कंट्रोल टॉवरला काही तरी दुर्घटना घडल्याची माहिती कळवली. दोनच सेकंदांत विमानातला हवेचा दाब आणि प्राणवायूची पातळी झपाट्याने खाली गेली.

फर्स्ट ऑफिसर : डेव्ह, तुझा मास्क चढव.

कॅप्टर : हो!

फर्स्ट ऑफिसर : होनोलुलू सेंटर कॉटिनेंटल वन हेवी– आम्ही डावीकडे वळावे, अशी तुम्ही सूचना दिली होती का?

रेडिओ : कॉंटिनेंटल वन हेवी होकार देत आहे.

फर्स्ट ऑफिसर : आम्ही डावीकडे वळत आहोत.

कॅप्टन : मला ऑक्सिजन मिळत नाही.

फर्स्ट ऑफिसर : मी काय करू?

कॅप्टन : खड्ड्यात जा!

फर्स्ट ऑफिसर : तू ठीक आहेस?

कॅप्टन : हो.

फर्स्ट ऑफिसर : तुला ऑक्सिजन मिळतोय? आम्हाला मिळत नाही.

फ्लाइट इंजिनिअर : नाही. मलासुद्धा ऑक्सिजन मिळत नाही.

विस्फोटामुळे ऑक्सिजन पुरवठा करणाऱ्या नळ्या निकामी झाल्या होत्या, असे नंतर केलेल्या तपासाच्या वेळी लक्षात आले. नशीब बलवत्तर होते म्हणूनच कॉकपिटमधील कर्मचारी विमानावर ताबा ठेवून ते पुरेसे खाली उतरवू शकले आणि सर्वांना पुरेसा प्राणवायू मिळू लागला. वैमानिक मागे वळून होनोलुलू विमानतळ गाठू शकले. अठरा कर्मचारी आणि भयभीत झालेले उर्वरित ३२८ प्रवासी बचावले.

वैमानिकांनी यातून काय धडा शिकावा, हे सरळसोपे नाही. जर तुम्ही तीस हजार फुटांवरून विमान नेत असाल आणि DOOR FWD CAGO अशी धोक्याची सूचना देणारा दिवा लागला; तर विमानाच्या आतला आणि विमानाबाहेरचा हवेचा दाब सारखा करण्यासाठी योग्य ते बटण दाबणे आणि सामानकक्षाचा दरवाजा विस्फोटाने उडू न देणे ही चतुराईची गोष्ट ठरेल खरी, पण त्यामुळे कुणालाच पुरेसा प्राणवायू मिळणार नाही. बूरमन म्हणाला की, असे न करता शक्य तेवढ्या झपाट्याने विमान तीस हजार फूट उंचीवरून आठ हजार फूट उंचीवर आणावे. त्या उंचीवर विमान आणल्यावर विमानातला हवेचा दाब कमी करण्यात काहीही अडचण नसते, कारण आठ हजार फुटांवर विमान आणले की, त्या हवेत विमानातल्या लोकांना पुरेसा प्राणवायू मिळू शकतो (आठ हजार फूट ही कोलेराडोतील आस्पेन गावाएवढी उंची झाली!). असे केले की, युनायटेड एअरलाइन्समध्ये विस्फोट होऊन दरवाजा उडाला, तशी दुर्घटना घडण्याचा धोका उरत नाही.

'DOOR FWD CARGO' चेकलिस्टमध्ये या क्रमवार करायच्या गोष्टी स्पष्टपणे दिलेल्या होत्या. आणीबाणीच्या वेळी कर्मचाऱ्यांना त्या सुलभतेने करता याव्यात, या दृष्टीने अत्यंत काळजीपूर्वक योजना करून ही चेकलिस्ट बनवली गेली होती, असे बूरमनने मला सांगितले. बोइंग कंपनी दर वर्षी शंभर चेकलिस्ट्स बनवत

असते. त्यांतील काही नव्या असतात; तर काही जुन्या चेकलिस्टच्याच सुधारित आवृत्ती असतात. या सर्व चेकलिस्ट्स अत्यंत काळजीपूर्वक, साधकबाधक विचाराअंती बनवल्या गेलेल्या असतात. बूरमनचा 'उड्डाण-नियोजन गट' (Flight Operations Group) हा चेकलिस्ट्स बनवण्याचा एक कारखानाच आहे. या चेकलिस्ट्स कशा प्रकारे परिणामकारक ठरतील, याचा इथल्या तज्ज्ञांच्या गाठी अनेक वर्षांचा भरपूर अनुभव आहे.

बूरमन म्हणाला की, चेकलिस्ट्स बऱ्या आणि वाईट अशा दोन्ही प्रकारच्या असू शकतात. वाईट चेकलिस्ट्स संदिग्ध असतात आणि अचूक नसतात. त्या फारच लांबलचक असतात. त्या वापरायला अवघड आणि अव्यवहार्य असतात. टेबलापाशी बसणाऱ्या आणि कोणत्या परिस्थितीत त्या वापरल्या जाणार आहेत याबद्दल सर्वस्वी अनभिज्ञ असलेल्या माणसांनी त्या बनवलेल्या असतात. ही चेकलिस्ट वापरणारे लोक मठ्ठ आहेत, असे गृहीत धरून त्यात प्रत्येक पावलासाठी सूचना केलेल्या असतात. अशा चेकलिस्ट्स लोकांच्या मेंदूला चालना देण्याऐवजी लोकांचे मेंदू निष्क्रिय करून टाकतात.

याउलट, चांगल्या चेकलिस्ट्स नेमक्या कृती सांगतात. त्या अचूक असतात, मुद्देसूद असतात आणि अत्यंत कठीण परिस्थितीतसुद्धा त्या सहजपणे वापरता येतात. त्यात प्रत्येक गोष्टीची जंत्री दिलेली नसते. चेकलिस्ट वाचून कुणी विमान उडवू शकलेले नाही! त्याऐवजी चांगली चेकलिस्ट फक्त अत्यंत महत्त्वाच्या मुद्द्यांची आठवण करून देते. जे मुद्दे अत्यंत अनुभवी व्यावसायिकसुद्धा विसरू शकेल, तेवढेच मुद्दे चांगल्या चेकलिस्टमध्ये समाविष्ट केलेले असतात. सर्वांत महत्त्वाची गोष्ट म्हणजे, चांगल्या चेकलिस्ट्स व्यवहार्य असतात.

बूरमनने ठासून सांगितले की, चेकलिस्ट्सची उपयुक्तता सीमित असते. गुंतागुंतीची प्रक्रिया किंवा वास्तवता किंवा अवघड यंत्र कसे हाताळायचे याची आठवण तज्ज्ञांना राहावी, अशा हेतूने चेकलिस्ट्स बनवल्या जातात. कशाला अग्रक्रम द्यावा आणि गटाने सहकार्याने कसे काम करावे, हे चेकलिस्ट्समुळे स्पष्ट होते. परंतु फक्त चेकलिस्ट वाचून कुणालाही एखादे काम पार पाडता येत नाही.

उदाहरणार्थ– कॉकपिटमध्ये DOOR FWD CARGO याचा दिवा लागला की, चेकलिस्ट वाचावी, ही काही वैमानिकाची पहिली प्रतिक्रिया असणे शक्य नाही. कित्येक वेळा असा दिवा चुकून लागलेला असतो. विमान नीटपणे चाललेले असते, कसलेही जोराचे आवाज येत नसतात; फक्त हा दिवा लागतो! विमानतळावरील कर्मचाऱ्यांनी उड्डाणापूर्वी सामानकक्षाचे दरवाजे तपासलेले असतात आणि त्यांना त्यात काहीच समस्या आढळलेली नसते. शिवाय पाच लाखांतील एकाच विमानोड्डाणात कोणत्याही प्रकारचा अपघात घडत असतो त्यामुळे कर्मचाऱ्याला स्वत:लाच

समस्येचे निवारण करावे लागते. कुणाला तरी विद्युत मंडल (electrical circuit) तपासायला सांगावे, असा मोह त्याला होणे शक्य असते. काही तरी गंभीर समस्या आहे, असे लगोलग न समजण्याचा मोह होणे शक्य असते.

पण असे असूनही वैमानिक दोन कारणांस्तव चेकलिस्टकडे वळतात. एक तर तसे करायचे प्रशिक्षण त्यांना दिलेले असते. विमानोड्डाणाच्या प्रशिक्षणाला सुरुवात केल्याच्या पहिल्या दिवसापासून त्यांनी बोध घेतलेला असतो की, त्यांची स्मरणशक्ती व निष्कर्ष काढण्याची कुवत या दोन्ही गोष्टी बेभरवशाच्या असतात आणि ही गोष्ट लक्षात ठेवली; तरच ते जिवंत राहणार असतात. दुसरी गोष्ट म्हणजे, चेकलिस्टची उपयुक्तता सिद्ध झालेली आहे; त्या कामाला येतात! वैमानिकांना आपल्या अंत:प्रेरणेनुसार काम न करता, शिस्तबद्ध कार्यपद्धतीनुसार काम करायचे कितीही प्रशिक्षण दिलेले असले, तरी ते चेकलिस्टवर आंधळा विश्वास कधीच टाकत नाहीत. वैमानिकांसाठीच्या चेकलिस्ट्स कधीच परिपूर्ण नसतात. काही चेकलिस्ट्स गोंधळात पाडतात, संदिग्ध असतात किंवा सदोष असतात. असे असले, तरीसुद्धा वैमानिकाचा तिच्यावर विश्वास असतो. आणीबाणीची परिस्थिती उद्भवली की, ते हमखास त्यांच्या चेकलिस्टवर भिस्त ठेवून वागतात.

होनोलुलूहून दुर्घटनेत सापडलेल्या युनायटेड एअरलाइन्सच्या विमानाच्या कॉकपिटमधील व्हॉइस रेकॉर्डरवर ध्वनिमुद्रित झालेले वैमानिकांचे संभाषण खूपच उद्‍बोधक आहे. त्यांनी चेकलिस्टचे काटेकोरपणे पालन केल्याचे आढळते. ही परिस्थिती भीषण होती. दुर्घटनेमुळे ठिकऱ्या झालेले विमानाचे भाग इकडे-तिकडे उडत होते. कानठाळ्या बसेलसा गोंगाट चाललेला होता. वैमानिकांची हृदये नक्कीच धडधडत असणार! त्यांना एकाच वेळी अनेक गोष्टींवर नजर ठेवावी लागत होती. प्राणवायूचा अभाव हा गंभीर प्रश्न होताच. त्याखेरीज विस्फोटामुळे ठिकऱ्या झालेले विमानाच्या सांगाड्याचे भाग विमानाच्या उजव्या पंखाखालच्या क्रमांक तीनच्या इंजिनात उडून गेलेले होते आणि ते इंजिन बंद पडले होते. क्रमांक चारच्या इंजिनावर आणखी काही अवशेष आदळले होते आणि त्या इंजिनाने पेट घेतला होता. विमानाच्या पंखांच्या बाहेरच्या कडेवरील झडपांचे नुकसान झाले होते. कॉकपिटमध्ये बसून आता काय करावे याचा विचार करणाऱ्या कर्मचाऱ्यांना खरोखर काय घडले आहे याची अजिबातच कल्पना नव्हती. काहीही असले, तरी खराब झालेली इंजिने बंद करणे आवश्यक होते. एअर ट्रॅफिक कंट्रोलला (विमान वाहतूक नियंत्रण केंद्राला) आणीबाणीच्या गंभीर परिस्थितीची कल्पना देणे गरजेचे होते. सुरक्षित उंचीपर्यंत विमान खाली उतरवणे भाग होते. विमानाचे कोणते भाग काम करत आहेत याचा अंदाज बांधणे गरजेचे होते. कॉकपिटमधल्या इन्स्ट्रुमेंट पॅनेलवर घणघणाऱ्या कोणत्या धोक्याच्या सूचनांकडे लक्ष हवे आणि कोणत्या

समस्यांकडे दुर्लक्ष केले तरी चालेल, याचा निर्णय घेणे आवश्यक होते आणि विमान समुद्रात उतरवायचे की, ते होनोलुलूला परत न्यायचे, हे ठरवायचे होते. अशा वेळी विमानातले कर्मचारी अंत:प्रेरणेवर भिस्त ठेवतात, की शिस्तबद्धपणे आखून दिलेल्या कार्यपद्धतीनुसार निर्णय घेतात, यावर अशा संकटातून वाचणे अवलंबून असते.

तर मग युनायटेड एअरलाइन्सच्या कर्मचाऱ्यांनी तेव्हा काय केले? त्यांनी प्रथम त्यांची चेकलिस्ट नजरेखालून घातली.

व्हॉईस रेकॉर्डरवर ध्वनिमुद्रित झालेले संभाषण ऐका :

कॅप्टन : मी चेकलिस्ट वाचू?
फ्लाइट इंजिनिअर : मी ती बाहेर काढलीय, तू तयार झालास की वाचतो.
कॅप्टन : मी तयार आहे.

त्यांना खूप गोष्टी लक्षात घेऊन निर्णय घ्यायचे होते. कोणत्या गोष्टींचा प्रथम अवलंब करायचा, याबद्दल त्यांना योग्य ती निवड करायची होती. आखून दिलेल्या नियमांनुसार त्यांनी विमान कमी उंचीवर नेले, दोन खराब झालेली इंजिने बंद केली. पंखांचे नुकसान झाले असूनही विमान खाली उतरवता येईल की नाही, याचा अंदाज घेतला. विमानाचे वजन कमी करण्यासाठी थोडं इंधन ओतून वजन हलके केले आणि ते विमान होनोलुलूला यशस्वीपणे उतरवले.

वैमानिकांना चेकलिस्ट्स विश्वासार्ह वाटतात आणि चांगल्या चेकलिस्ट्स बनवणाऱ्या बूरमनसारख्या लोकांकडे याचे श्रेय जाते. आमच्या शस्त्रक्रियांसाठीच्या चेकलिस्टमध्ये प्रचंड सुधारणा घडवून आणणे गरजेचे होते, हे मला स्पष्टपणे उमगले!

जेव्हा तुम्ही चेकलिस्ट बनवत असता, तेव्हा तुम्हाला महत्त्वाचे अनेक निर्णय घ्यावे लागतात, असे बूरमनने मला सांगितले. ज्या जागी क्षणभर चेकलिस्ट वापरात आणायची असेल, ती जागा तुम्ही स्पष्टपणे नमूद करणे आवश्यक आहे (जेव्हा पूर्वसूचनेचा दिवा लागून 'इंजिन बंद पडलेय' हे तुम्हाला स्पष्टपणे कळते, तेव्हा अशा घटना वगळता इतरत्र वरील मुद्दा महत्त्वाचा ठरतो). तुमची 'खातरी करून घ्या' अशा धर्तीची चेकलिस्ट बनवणार की 'वाचा आणि त्यानुसार करा' अशी चेकलिस्ट बनवणार, हा पुढचा निर्णय असतो. 'खातरी करून घ्या' धर्तीच्या चेकलिस्ट वापरताना गटातले लोक आपापली कामे स्मरणशक्ती आणि अनुभव यांच्या जोरावर पार पाडत असतात. बऱ्याचदा ते आपापली कामे वेगवेगळी पार

पाडत असतात. पण त्यानंतर ते सर्व जण क्षणभर थांबतात. ते चेकलिस्टनुसार खातरजमा करून घेतात की, आवश्यक अशा सर्व गोष्टी केल्या गेलेल्या आहेत किंवा नाहीत. याउलट, 'वाचा आणि त्यानुसार करा' अशी चेकलिस्ट वापरणारे लोक त्यात लिहिलेल्या गोष्टी क्रमवार करत जातात. पाककृतीनुसार पदार्थ बनवण्यासारखी ही पद्धत असते! जेव्हा तुम्ही नव्या प्रकारची चेकलिस्ट बनवत असता, तेव्हा या दोन प्रकारांपैकी कोणत्या प्रकारची चेकलिस्ट बनवणे योग्य ठरेल, हे तुम्हाला परिस्थितीनुरूप ठरवायचे असते.

चेकलिस्ट खूप लांबलचक असता कामा नये. काही जणांचे म्हणणे असते की, त्यात पाच ते नऊ मुद्द्यांपेक्षा जास्त गोष्टी असू नयेत, कारण स्मरणशक्तीची मर्यादा तेवढीच असते. बूरमनच्या मते, या मुद्द्यांचे तंतोतंत पालन करायलाच हवे, असे नाही.

तो म्हणाला, "हे त्या-त्या परिस्थितींवर अवलंबून असते. काही वेळा तुमच्या हाती केवळ वीस सेकंद असतात. इतर काही वेळा तुमच्यापाशी अनेक मिनिटांचा अवधी असतो."

परंतु प्रत्येक वेळी थांबून चेकलिस्टचा वापर सुरू केला की, साठ ते नव्वद सेकंदांनंतर त्या चेकलिस्टमुळे इतर गोष्टींवरून चित्त विचलित होते. मग लोक चेकलिस्टच्या पायऱ्या गाळू लागतात. त्यामुळे ज्या पायऱ्या बऱ्याचदा लोक विसरतात; परंतु ज्या विसरणे अत्यंत धोक्याचे असते, अशाच गोष्टींचा समावेश चेकलिस्टमध्ये करावा आणि ती सुटसुटीत करावी (कोणत्या पायऱ्या अत्यावश्यक आहेत आणि लोक त्या किती वेळा विसरतात, ही माहिती विमानोड्डाणाच्या चेकलिस्टसाठी अत्यावश्यक असते; परंतु ती नेहमी उपलब्ध असतेच, असे नाही.)

बूरमनने पुढे सांगितले की, चेकलिस्टचे शब्द सोपे आणि नेमके असावेत. त्या-त्या व्यवसायात परिचित असलेलीच भाषा वापरली जावी. चेकलिस्ट कशी दिसते, ही गोष्टसुद्धा महत्त्वाची असते. आदर्श चेकलिस्ट एका पानात मावते. त्यात गिचमिड आणि अनावश्यक असे रंग टाळावेत. त्यात कॅपिटल आणि स्मॉल (उदा. A, a अनुक्रमे) अशा दोन्ही प्रकारच्या अक्षरांचा समावेश केल्यास ती वाचायला सुलभ जातात. (त्याने हेल्वेटिका (१९५७मध्ये स्विस टाइपस्पेस डियनर मॅक्स मीडिगर याने सुचवलेला अक्षरांचा टाईप) मधले 'सॉ सेरिफ' (हा अक्षरांच्या वळणाचा एक प्रकार आहे. त्यात अक्षराच्या टोकाच्या कलाकुसरीला फाटा दिलेला असतो. उदा. A असे न लिहिता **A** असे लिहितात) धर्तीचे अक्षराचे वळण वापरावे असेही सुचवले.)

आमची शस्त्रक्रियेसाठीची चेकलिस्ट बनवताना आम्ही या गोष्टी लक्षात घेतल्या होत्या. आमची चेकलिस्ट लहान आकाराची करणे अत्यावश्यक होते आणि

त्यातले काही मुद्दे स्पष्ट आणि नि:संदिग्ध असणे आवश्यक होते. आम्ही ते सहजपणे वापरू शकू, असे मला वाटत होते. परंतु आणखी एका मुद्द्याबद्दल बूरमन खूपच आग्रही दिसला. आपण कितीही काळजीपूर्वक आणि विचारपूर्वक चेकलिस्ट बनवलेली असली, तरी प्रत्यक्ष कामकाजासाठी ती वापरून पाहिली गेली पाहिजे; कारण खऱ्या जगातील समस्या खूपच जटिल स्वरूपाच्या असतात. बूरमनच्या म्हणण्याप्रमाणे, चेकलिस्टचा पहिला खर्डा अशा प्रत्यक्ष वापरानंतर बदलावाच लागतो. चेकलिस्ट उपयुक्त ठरेपर्यंत सातत्याने पुन:पुन्हा वापरून तिच्यात आवश्यक ते बदल करावेच लागतात.

मी त्याला म्हटले की, शस्त्रक्रियेत अशा बाबी पडताळून पाहणे सोपे नाही. तो म्हणाला की, विमानोड्डाणातसुद्धा ते वापरून पाहणे सोपे नसते. तुम्ही विमानोड्डाणाच्या वेळी सामानकक्षाचा दरवाजा उघडा करून, कर्मचारी या आणीबाणीला कसे सामोरे जाताहेत ते पाहू शकत नाही; पण त्यासाठीच त्यांनी 'फ्लाइट सिम्युलेटर्स' (विमानोड्डाणाचा प्रत्यक्ष अनुभव घडवणारी आभासमय प्रतिरूप) बनवली आहेत. त्याने त्यांतले एक मला दाखवण्याची तयारी दर्शवली.

विमानाचे कॉकपिट बघायला मिळेल, हे कळल्यावर एखादे लहान मूल जसे हर्षोत्फुल्ल होईल, तशी माझी अवस्था झाली. मी त्याला म्हणालो की, मला ते खूपच आवडेल.

थोडेसे अंतर चालून गेल्यावर आम्ही शेजारच्या एका इमारतीत प्रवेश केला. नेहमीप्रमाणे धातूचे दरवाजे उघडून आम्ही आत शिरलो आणि पेटीच्या आकाराच्या 'स्पेस कॅप्सूल' (अंतराळयान) मध्ये शिरलो. आम्ही एका फलाटासारख्या उंचवट्यावर उभे होतो. ती स्पेस कॅप्सूल आमच्याच पातळीवर होती आणि ज्या तीन प्रचंड हायड्रोलिक लेगवर (पाण्याच्या दाबात वरखाली करता येण्याजोगे पाय) ती कॅप्सूल उभी होती, ते खालच्या मजल्यावर होते. बूरमन मला त्या पेटीच्या आकाराच्या खोलीत घेऊन गेला. आत बोइंग 777-200 ER या विमानाच्या कॉकपिटची हुबेहूब प्रतिकृती उभी होती. त्याने मला डावीकडच्या कॅप्टनच्या आसनावर बसायला सांगितले आणि तो उजवीकडच्या आसनावर बसला. त्याने मला पट्टे कसे बांधायचे ते दाखवले. विमानाच्या कॉकपिटच्या प्रतिकृतीच्या खिडकीच्या जागी तीन काळे प्लाझ्मा स्क्रीन्स होते. एका मदतनीसाने ते चालू करून दिले.

बूरमनने मला विचारले, "तुला कुठला विमानतळ हवाय? आपल्या संगणकावर जगभरातील जवळजवळ प्रत्येक विमानतळ उपलब्ध आहे."

मी सिॲटलचा टाकोमा विमानतळ निवडला. मी तिथे आदल्या दिवशीच उतरलो होतो आणि बघता-बघता प्लाझ्मा स्क्रीनवर विमानतळाची धावपट्टी आली. ते पाहून मी थक्कच झालो. आमचे विमान गेटपाशी लागलेले दिसत होते.

सामानाच्या गाड्या घेऊन चाललेल्या लोकांची मागे-पुढे हालचाल चालू होती. इतर विमाने गेटला लागताना किंवा गेटपासून दूर जाताना स्क्रीनवर काही अंतरावर जा-ये करताना दिसत होती.

बूरमनने मला चेकलिस्टनुसार खातरजमा करायला शिकवले. माझ्या डावीकडच्या भिंतीवर चेकलिस्ट्सच्या पुस्तकासाठी जागा ठेवलेली होती. मी ते पुस्तक हाताने केव्हाही काढू शकलो असतो. पण मधल्या स्क्रीनवर दिसणारी इलेक्ट्रॉनिक चेकलिस्ट वैमानिक सरसकट वापरत असत. स्क्रीनवरची चेकलिस्ट वाचून कशी खातरजमा करून घेतली जाते, हे बूरमनने मला दाखवले.

"ऑक्सिजन–" तो म्हणाला आणि त्याचा पुरवठा नीटपणे होत असल्याची खातरी कशी करून घ्यायची, हे त्याने मला दाखवले.

मी उत्तर देणे अपेक्षित होते, "तपासले. १०० टक्के."

"उड्डाण-यंत्रणा (Flight Instruments)?" तो म्हणाला आणि त्याने मला विमानाची दिशा आणि उंची यांचे आकडे कुठे बघायचे, ते दाखवले.

आमच्या प्रारंभीच्या कॉकपिटच्या तपासणीत आम्हाला उड्डाणापूर्वी फक्त चार गोष्टींकडे बघायचे होते. इंजिन सुरू करण्यापूर्वी आम्हाला आणखी सहा गोष्टी तपासायच्या होत्या. त्याखेरीज विमान पुढे नेण्यासाठी (taxi) आणि हवेत उचलण्यासाठी (take off), वैमानिक आणि सहायक वैमानिक यांच्याशी तोंडी चर्चा करून योजना व काही शंका यांना वाचा फोडायची होती. बूरमनने माझ्याशी ही चर्चा पार पाडली.

त्याची 'टेक ऑफ'ची योजना, माझ्या आकलनानुसार, 16L या धावपट्टीच्या सर्वसाधारण पद्धतीचा टेक ऑफ करण्याची होती; तशी अनेक नॉट्स वेगाने विमान हवेत उंच नेऊन ते आग्नेय दिशेला नेत वीस हजार फुटांची उंची गाठायची, अशीही त्याची योजना होती. त्याने रेडिओ सेटिंगबद्दल काही तरी महत्त्वाची माहिती दिली. मग त्याने अनेक अगम्य गोष्टींची माहिती दिली. टेक ऑफच्या वेळी इंजिन बंद पडले आणि आपण जमिनीवरच असलो, तर थांबायचे; जमिनीवरून हवेत वर गेलो असलो आणि दुसरे इंजिन चालू असले, तर वर जात राहायचे आणि दुसरे इंजिनसुद्धा बंद पडले असले, तर विमान सुरक्षितपणे उतरवता येईल अशी जागा शोधायची. मी सारे समजल्याप्रमाणे मान डोलावली.

"तुला कोणत्याही गोष्टीबाबत काही काळजी वाटतेय?" त्याने विचारले.

"नाऽही." मी उत्तर दिले.

त्याने इंजिने सुरू केली. जरी प्रत्यक्षात तिथे इंजिने नव्हती, तरी ती चालू होत असल्यासारखा थरथराट मला ऐकू येऊ लागला. त्या गोंगाटात ऐकू यावे म्हणून बोलताना आम्हाला मोठ्याने बोलणे भाग पडले. धावपट्टीवर विमान नेण्यापूर्वी

आम्ही पुन्हा एकदा थांबलो आणि आणखी पाच गोष्टी तपासल्या : इंधन गोठू नये म्हणून उपाययोजना करायला हवी होती का, आपोआप ब्रेक लागतील अशी योजना केली होती का, विमानोड्डाणाची यंत्रणा तपासली होती का?, जमिनीवरली यंत्रणा ठाकठीक आहे ना आणि सूचनादर्शक कोणतेही दिवे लागत नव्हते ना?

या तीन चेकलिस्ट्सना अजिबात वेळ लागला नाही. प्रत्येक चेकलिस्टला जास्तीत जास्त तीन सेकंद आणि तोंडी चर्चेला एखादे मिनिट लागले असावे. इतका थोडा वेळ पुरणे हा काही केवळ योगायोग नव्हता, असे बूरमनने मला सांगितले. या विमानाच्या प्रतिकृतीत (सिम्युलेटरमध्ये) वैमानिकांनी सुरुवातीचे चेकलिस्टचे खर्डे वापरताना तज्ज्ञांनी अनेक तास खर्चून पाहणी केली होती. प्रत्येक खर्ड्याला लागणारा वेळ मोजून, त्याची लांबी घटवून, त्यात बारीकसारीक सुधारणा केल्या होत्या. फक्त अत्यावश्यक एवढेच मुद्दे त्यांनी समाविष्ट केले होते.

आम्ही सर्व चेकलिस्ट्सनुसार खातरजमा करून घेतल्याची बूरमनची खातरी झाल्यानंतर त्याने मला विमान गेटजवळून दूर नेण्याची परवानगी दिली. सिम्युलेटरमधील या उड्डाणाच्या वेळी मी मुख्य वैमानिक होतो. त्याने मला पायाने ब्रेक खाली दाबून तो सोडायला शिकवले. विमान पुढे जाऊ लागल्यावर मला हादरा जाणवला. डावीकडचे सुकाणू वापरून मी विमानाची दिशा बदलू लागलो. गोल फिरणारी धातूची मूठ उजवीकडे फिरवली की, ते डावीकडे जात होते. मधल्या पॅनेलवर तीन दांड्या होत्या. त्या वापरून विमानाचा वेग नियंत्रित करता येत होता. पहिल्या प्रथम विमान नागमोडी जात होते, पण धावपट्टीवर पोहोचेपर्यंत काय करायचे, याचा मला अंदाज आला. मी विमान थांबवले, पायाने ब्रेक दाबले आणि उड्डाणाला परवानगी मिळायची वाट पाहू लागलो. बूरमनने टेक ऑफ पूर्वीची चेकलिस्ट काढली.

"फ्लॅप्स?" तो म्हणाला.

"बसवलेत." मी उत्तर दिले.

मला या साऱ्याची मोठीच मौज वाटू लागली होती. कंट्रोल टॉवरने आम्हाला उड्डाणाची परवानगी दिली. मी ब्रेक्स सोडले. थ्रॉटल किती दाबायचे, ते बूरमनने मला दाखवले. धावपट्टीवर आमच्या विमानाचा वेग वाढू लागला. आधी वेग कमी होता, परंतु नंतर रॉकेटच्या वेगाने विमान गेल्याचा भास होऊ लागला. धावपट्टीवर विमान मधोमध राहावे म्हणून मी डावीकडचे आणि उजवीकडचे रडार-पेडल दाबून धरत होतो. मग मला परवानगी मिळताक्षणी मी स्टिअरिंग व्हीलसारखे दिसणारे चाक मागे खेचले. विमान अलगद हवेत झेपावल्याचा भास होऊ लागला. सिम्युलेटरवर ते कसे शक्य होते, ते मला ठाऊक नाही; पण आम्ही हवेत झेपावत असल्याचा भास झाला खरा!

आम्ही ढगांची उंची गाठली. शहर खूपच खाली राहिले होते. आम्ही हळूहळू

वीस हजार फूट उंचीवर पोहोचले आणि त्या क्षणीच DOOR FWD CARGO ही सूचना देणारा दिवा चालू झाला. सिम्युलेटरमध्ये यासाठीच आम्ही बसलो होतो, याचे मला जवळजवळ विस्मरणच झालेले होते. इलेक्ट्रॉनिक चेकलिस्टच्या पहिल्या दोन ओळी स्क्रीनवर दिसू लागल्या. पण सारी चेकलिस्ट एकाच वेळी नजरेखालून घालता यावी, म्हणून डावीकडच्या कप्प्यातले पुस्तकच मी उचलले.

त्यात दिलेली चेकलिस्ट 'वाचा आणि त्यानुसार करा' अशा प्रकारची होती. त्यात फक्त सातच ओळी होत्या. त्या पानावर विशद केलेले होते की, पुढच्या सामानकक्षाचा दरवाजा घट्ट बंद झालेला नव्हता आणि तो विस्फोटाने तुटून जाऊ नये अशी योजना करणे, हे आमचे लक्ष्य होते.

हे काही खरे विमान नव्हते. हा नुसता आभास होता हेसुद्धा मला पक्के ठाऊक होते, तरीसुद्धा माझ्या हृदयाचे ठोके जलद पडू लागले होते. चेकलिस्ट सांगत होती की, विमानातील हवेचा दाब अर्धा कमी करा. प्रत्यक्षात चेकलिस्ट म्हणत होती LDG ALT SELECTOR (ही केबिनमधील हवेचा दाब नियंत्रित करण्यासाठीची यंत्रणा होती.) बूरमनने ही यंत्रणा डोक्यावरील पॅनेलवर कुठे आहे, ते मला दाखवले. 'बाहेर खेच आणि ८०००वर आण' असा चेकलिस्टचा आदेश होता. मी त्याप्रमाणे केले.

चेकलिस्टमधली त्यापुढची सूचना होती की, विमान सुरक्षित ठेवून शक्य तितके खाली किंवा आठ हजार फुटांच्या उंचीला (यातला जो आकडा जास्त असेल तेवढे) आणायचे. मी झडप पुढे ढकलून विमानाचे नाक खाली केले. कुठे आकडे दिसतील, ते बूरमनने दाखवले. काही मिनिटांतच आम्ही आठ हजार फूट उंचीवरून पुढे जाऊ लागलो. आता चेकलिस्टची या पुढील सूचना होती की, हवा बाहेर सोडण्याच्या झडपा हाताने खेचायच्या आणि हवेचा उरलेला दाब घालवण्यासाठी त्या तीस सेकंद दाबून धरायच्या. मी तसे केले आणि काम भागले. विमानात विस्फोट झाला नाही. आम्ही सुरक्षित राहिलो. मला बूरमनची पाठ थोपटावीशी वाटत होते. चेकलिस्ट वापरून विमान चालवणे सोपे आहे, असे म्हणावेसे वाटत होते.

अर्थात आणखी अशा अनेक गोष्टी होत्या, ज्यांचा उल्लेख चेकलिस्टमध्ये केलेला नव्हता. कंट्रोल टॉवरशी संपर्क साधून आणीबाणीची परिस्थिती ओढवण्याची बातमी देणे, ही गोष्ट चेकलिस्टमध्ये समाविष्ट करण्यात आलेली नव्हती. विमानावरच्या कर्मचाऱ्यांना याची माहिती देणे, विमान उतरवण्याच्या दृष्टीने सुरक्षित असा सर्वांत जवळचा विमानतळ कोणता याचा निर्णय घेणे, सामान-कक्षाचा दरवाजा तपासून घेणे– या गोष्टी चेकलिस्टमध्ये समाविष्ट केलेल्या नव्हत्या. त्या गोष्टी मी केल्या नव्हत्या, परंतु बूरमनने त्या पार पाडल्या होत्या. बूरमनने मला सांगितले की, या

गोष्टींचा समावेश चेकलिस्टमध्ये जाणूनबुजून केला गेलेला नव्हता. जरी या गोष्टी करणे अतिशय महत्त्वाचे असले, तरी अनुभवी वैमानिक गरज पडली की, त्या गोष्टी केल्यावाचून कधीही राहत नाहीत. त्यामुळे या गोष्टी चेकलिस्टमध्ये समाविष्ट करण्याची काहीही आवश्यकता नाही. एवढेच नव्हे; तर त्यांचा समावेश करणे अयोग्य ठरेल, असा त्याचा युक्तिवाद होता.

गुंतागुंतीची कामे पार पाडताना चेकलिस्ट्स कशा उपयुक्त ठरतात, याबद्दल लोकांचे भरपूर गैरसमज असतात. चेकलिस्ट्स प्रत्येक पाऊल आखून देत असतात. तज्ज्ञ व्यावसायिकांचे कौशल्य वाढवणारी ती छोटी आणि उपयुक्त जंत्री असते. या चेकलिस्ट्स सोप्या असतात, झरझर वापरण्याजोग्या असतात आणि त्यामुळेच त्या व्यवहार्य ठरतात आणि त्यांचा वापर केल्यामुळे लाखो लोकांचे प्राण वाचतात.

विमानोड्डाणातील चेकलिस्टची आणखी एक कहाणी आहे. ही घटना नुकतीच घडलेली आहे. दि. १७ जानेवारी २००८ रोजी ब्रिटिश एअरवेजची फ्लाईट-३८ बीजिंगहून अकरा तासांनी लंडनजवळ पोहोचली. विमानात १५२ लोक होते. बोइंग-७७७ हीथ्रो विमानतळावर उतरायच्या तयारीत होते. मध्यान्ह होऊन गेलेली होती. ढग तुरळक आणि विखुरलेले होते. सहा मैलांवरचे स्पष्टपणे दिसत होते. वारा मंद होता. हिवाळा असूनही हवा सौम्य होती. तापमान ९०° फॅरनाइट होते. इथवर विमान अगदी बिनबोभाट आले होते.

मग विमानतळापासून दोन मैल अंतरावर दाट वस्तीच्या निवासस्थानांवरून ७२० फूट उंचीवरून विमान येत असताना विमानाची इंजिने बंद पडली. या टप्प्यावर विमानाचा वेग थोडासा वाढवून ते खाली उतरवणे गरजेचे असतानाच इंजिने नेमकी बंद पडली. पहिल्यांदा उजवे आणि मग डावे इंजिन बंद पडले. वैमानिकाचा सहायक विमान उतरवण्यासाठीची यंत्रणा पाहत होता. त्याने कितीही दाबले, तरी इंजिने चालू होईनात. कारण काय ते कळत नव्हते, पण इंजिनांची घरघर पूर्णपणे बंद पडली होती.

त्याने विमानाच्या पंख्यांच्या झडपा शक्य तेवढ्या ताणून विमान तरंगत पुढे नेण्याचा प्रयत्न केला. विमान ठरलेल्या मार्गाने खाली उतरवण्याचा त्याने शक्य तेवढा प्रयत्न केला, पण विमानाचा वेग झपाट्याने कमी होत होता. साडेतीन लाख पौंड वजनाचा दगड आकाशातून खाली कोसळावा, तसे ते विमान खाली येऊ लागले. अपघाताची चौकशी करणारे लोक नंतर म्हणाले की, सेकंदाला तेवीस फूट या गतीने ते विमान खाली येत होते. ते ताशी १२४ मैल वेगाने तेव्हा पुढे चाललेले होते.

दैव बलवत्तर म्हणूनच कुणी दगावले नाही. विमानतलेही कुणी दगावले नाही

आणि जमिनीवरलेही कुणी दगावले नाही. जवळच्या घरांच्या छपरांवर ते विमान आदळू शकले असते; पण तसे झाले नाही. हीथ्रो विमानतळाजवळच्या रस्त्यावरून जाणाऱ्या गाड्यांतील प्रवाशांना ते विमान वेगाने खाली येताना दिसले आणि आपण त्याखाली चिरडून मरणार, असे त्यांना वाटू लागले. आंतरराष्ट्रीय दृष्ट्या महत्त्वाची गोष्ट अशी होती की, त्यातल्या एका गाडीतून ब्रिटनचे प्रधानमंत्री गॉर्डन ब्राऊन चीनला पहिली राजकीय भेट देण्यासाठी विमानतळावरच्या त्यांच्या विमानाकडे निघाले होते. पंतप्रधानांचा मदतनीस त्या गाडीतून प्रवास करत होता. त्याने लंडनच्या 'डेली मिरर' या वृत्तपत्राला नंतर सांगितले, "ते विमान दिव्याच्या खांबाला जवळजवळ घासून खूप वेगाने झपाट्याने खाली येत होते. ते आमच्या डोक्यावर अवघ्या काही यार्ड अंतरावर होते."

विमानतळाभोवतीच्या रस्त्यापलीकडच्या गवताळ कुरणात ते विमान आदळले. आदळताना प्रचंड मोठा आवाज आला, असे ही घटना प्रत्यक्ष पाहणाऱ्या एका व्यक्तीने नंतर सांगितले. विमानाच्या नाकाखालची चाके ताबडतोब तुटली. उजवीकडचा लँडिंग गिअर विमानापासून अलग झाला. त्याची पुढली दोन चाके निखळली आणि विमानाच्या सांगाड्याच्या उजवीकडच्या मागच्या भागावर गिअर आपटले. एक गिअर प्रवाशांच्या खुर्च्यांच्या २९व्या आणि ३०व्या ओळींच्या मधून घुसून वर आला. विमानाचा डावीकडला मुख्य लँडिंग गिअर विमानाच्या पंखातून वर घुसला. जेटचे चौदाशे लिटर इंधन खाली वाहू लागले. बघ्यांना ठिणग्या पडलेल्या दिसल्या, परंतु नशिबाने त्या इंधनाने पेट घेतला नाही. जोरात आदळल्यामुळे जरी विमान कामातून गेले होते, तरी सुदैवाने प्रवाशांना फारशी इजा झाली नव्हती. विमान जमिनीवरून हजार फूट घसरत पुढे गेले होते, त्यामुळे त्याचा वेग कमी होऊन धक्क्याची तीव्रता कमी झाली होती. फक्त दहा-बारा प्रवाशांनाच हॉस्पिटलमध्ये दाखल करावे लागले. पाय तुटणे, ही सर्वांत गंभीर इजा होती.

AAIB (Air Accidents Investigation Branch – विमान अपघातांचे अन्वेषण करणारे पथक) चे लोक तासाभरात अपघातस्थळी पोहोचले आणि काय घडले असावे याचा शोध घेऊ लागले. महिन्याने आणि त्यानंतर चार महिन्यांनी त्यांनी सादर केलेले प्राथमिक अहवाल काहीही कारण न कळल्यामुळे उद्भवलेल्या वैफल्याने भरलेले होते. त्यांनी विमानाचे सर्व भाग सुटे करून तपासून पाहिले होते. इंजिने, इंधन पुरवणारी यंत्रणा, डेटा-रेकॉर्डर या सर्व गोष्टी त्यांनी अलग करून तपासल्या. त्यांना इंजिनांमध्ये कोणताही दोष आढळला नाही. त्यांना डेटा रेकॉर्डरवरून मिळालेल्या माहितीनुसार, कोणत्या तरी कारणाने इंजिनापर्यंत इंधनाचा प्रवाह नीटपणे पोहोचत नव्हता. परंतु इंधन वाहून नेणाऱ्या नळ्यांची तपासणी बॉरॉस्कोप नावाच्या यंत्राने केली असता, त्यांच्यात काहीही दोष आढळला नव्हता किंवा त्यात

काहीही अडकून अडथळा आलेला दिसत नव्हता. इंधनाचा प्रवाह नियंत्रित करणाऱ्या झडपा आणि विजेच्या तारासुद्धा उत्तम स्थितीत होत्या; त्यांत कोणताही बिघाड झालेला नव्हता. इंधनाच्या टाकीत कोणताही कचरा आढळला नव्हता; त्यामुळे तो कचरा इंधन वाहून नेणाऱ्या नळ्यांमध्ये अडकून इंधनाचा प्रवाह खंडित झाला असेल, ही शंका उरली नाही.

त्यामुळे प्रत्यक्ष इंधनाकडेच सर्वांचे लक्ष वळले. अन्वेषण केल्यावर, ते सर्वसाधारण प्रकारचे जेट A-1 इंधन असल्याचे स्पष्ट झाले. परंतु हे विमान उत्तर ध्रुवीय भागावरून आलेले होते. त्यामुळे अन्वेषकांना प्रश्न पडला होता की, वाटेत इंधन गोठले असेल का? त्यामुळे विमान कोसळले असेल का आणि अन्वेषक अपघातस्थळी पोहोचण्यापूर्वी गोठलेले इंधन वितळून पूर्वस्थितीला आल्यामुळे ही गोष्ट त्यांच्या लक्षात आली नसेल का? ब्रिटिश एअरवेजच्या या विमानाने चीन आणि मंगोलियाच्या सीमा विभागावरून विमान आणले होते. तेथील आजूबाजूच्या हवेचे त्या हिवाळ्याच्या दिवशी नोंदले गेलेले तपामान होते -८४ अंश फॅरेनहाइट. विमान उरल पर्वत ओलांडून स्कॅंडिनेव्हिया (डेन्मार्क, स्वीडन, नॉर्वे, आइसलॅंड या देशांचा समूह) वरून जात असताना तेथील तापमानाची नोंद -१०५ अंश फॅरेनाइट इतकी कमी होती. उत्तर ध्रुवीय विमान प्रवासात हे तापमान फारच कमी समजले जात नाही. जेट A-1 इंधन -४३° फॅरेनहाइटला गोठत असले, तरी बाहेरच्या त्याहून कमी तापमानामुळे उद्‌भवणारा धोका टाळण्याची सोय करण्यात यश मिळाले आहे, अशी कल्पना होती. जी विमाने उत्तर ध्रुवीय मार्गाने जातात, त्यांतील इंधन कमालीच्या थंड तापमानात सुरक्षित राखण्याची सोय करण्यात आलेली असते. वैमानिकसुद्धा इंधनाचे तापमान सतत मोजत असतात. प्रवासी विमान वाहतुकीसाठी उत्तर ध्रुवीय मार्ग फेब्रुवारी २००७ पासून खुला करण्यात आला. तेव्हापासून त्या मार्गाने अपघात न होता, हजारो विमानांनी ये-जा केलेली होती. प्रत्यक्षात, ब्रिटिश एअरवेजच्या या विमानाचे न्यूनतम तापमान -२९ अंश फॅरेनाइट एवढेच नोंदले गेले होते. इंधनाच्या गोठण्याच्या तापमानाहून हे पुष्कळच जास्त होते. आणखी महत्त्वाची गोष्ट म्हणजे, उतरताना हे विमान लंडनच्या सौम्य हवेत पोहोचले होते. ते उरल पर्वतासारख्या भीषण थंडीतून येत नव्हते आणि अशा वेळी इंजिने बंद पडली होती.

असे मुद्दे लक्षात येऊनसुद्धा अन्वेषकांना अजूनही वाटत होते की, उत्तर ध्रुवीय भागावरून येण्याचा या अपघाताशी संबंध असला पाहिजे. त्यांनी त्यामागची गुंतागुंतीची कारणपरंपरा विशद केली. जेट इंधनात सर्वसाधारणपणे थोडेसे बाष्प नेहमीच आढळते. गॅलनभर इंधनामध्ये दोन थेंब इतके या बाष्पाचे नगण्य प्रमाण असते. थंड हवेतून विमान प्रवास करत असते, तेव्हा हे बाष्प

नेहमीच गोठते आणि बर्फाच्या स्फटिकांच्या रूपात ते इंधनात तरंगते. यामुळे आजवर कधीच गंभीर प्रश्न उद्भवलेला नव्हता. परंतु कदाचित खूप लांबच्या, संथ अशा उत्तर ध्रुवीय विमानप्रवासात इंधनाचा प्रवाह इतका संथपणे होत असावा की, बाष्पाचे हे स्फटिक इंधनाच्या टाकीच्या तळाशी गाळासारखे एकत्र जमा झाले असावेत. आणि हा प्रवास तसाच होता. मग विमान खाली उतरताना इंधनाचा प्रवाह जोराने वाढवावा लागला असताना, तळातील बाष्पाच्या स्फटिकांचा हा गाळासारखा समूह एकदम पुढे आला असावा आणि त्यामुळे इंधन वाहून नेणाऱ्या नळ्या तुंबून गेल्या असाव्यात.

या शंकेला दुजोरा देणारा ठोस पुरावा अन्वेषकांकडे नव्हता. एखादा माणूस अंथरुणात गुदमरून मेला असावा आणि प्राणवायूचे सारे परमाणू खोलीच्या दुसऱ्या भागात अचानक निघून गेल्यामुळे तो गुदमरला असावा, यासारखीच वरील कारणमीमांसा हास्यास्पद वाटू शकली असती. ही कारणमीमांसा शक्यतेच्या पलीकडची आहे. प्रत्यक्षात असे घडेल यावर विश्वास बसत नाही. असे असूनही, सत्यता पडताळून पाहण्यासाठी अन्वेषकांनी इंधनयंत्रणेत पाणी सोडले आणि तापमान पाणी गोठवण्याएवढे कमी केले. त्यांच्या निदर्शनाला आले की, खरोखरच बर्फाचे सूक्ष्म स्फटिक बनले होते आणि त्यामुळे इंधनवाहू नळ्या नक्कीच तुंबल्या असत्या.

विमान अपघात घडल्यानंतर आठ महिने उलटले, तरी अन्वेषकांना एवढेच कारण देता आले होते. असाच आणखी एखादा अपघात घडण्यापूर्वी काही तरी पावले उचलली पाहिजेत, अशी चिंता सर्वांनाच लागली होती. जर ही कारणमीमांसा बरोबर असली, तर पुन्हा असा प्रश्न उद्भवू नये म्हणून अर्ध्या विमानप्रवासात काही गोष्टी करण्याची युक्ती अन्वेषकांनी सुचवली. जेव्हा इंजिनाला ऊर्जा मिळेनाशी होते, तेव्हा वैमानिक पहिली प्रतिक्रिया म्हणून इंजिने जोराने सुरू करण्यासाठी दाब वाढवतात. परंतु इंधनात जर बर्फाचे स्फटिक जमा झालेले असले, तर अशा प्रकारे इंधनाचा प्रवाह वाढवू पाहिल्यावर इंधनवाहू नळ्यांत बर्फाचे आणखी स्फटिक येतील आणि तुंबून राहतील. त्यामुळे अन्वेषकांनी ठरवले की, अशा वेळी वैमानिकांनी नेमकी उलट गोष्ट करावी. त्यांनी इंजिन काही काळ अगदी कमीत कमी मात्रेत चालू ठेवावे. असे केले की, इंधनाचा प्रवाह कमी होतो आणि नळ्यांतील बर्फ वितळवायला तेथील उष्णता-प्रवाहक-यंत्रणेला पुरेसा अवसर मिळतो. त्यासाठी केवळ काही सेकंद पुरेसे होतात आणि इंजिने पुन्हा चालू होऊ शकतात. अन्वेषकांचा असा कयास होता आणि त्यानुसार त्यांनी उपाय सुचवला.

त्यामुळे २००८च्या सप्टेंबर महिन्यात अमेरिकेतील फेडरल एव्हिएशन

ॲडमिनिस्ट्रेशनने (राष्ट्रीय विमानप्रवास व्यवस्थापनाने) तपशीलवार उपाययोजना जाहीर केली. उत्तर ध्रुवीय विमानप्रवासात वैमानिकांनी इंधनात बर्फाचे स्फटिक जमा होऊ नयेत म्हणून कोणती काळजी घ्यावी, कोणत्या कार्यपद्धतीचा अवलंब करावा आणि तरीसुद्धा इंजिने बंद पडली, तर ती पुन्हा कशा पद्धतीने चालू करावीत, यासाठीची ही तपशीलवार सूची होती. जगभरातील वैमानिकांनी या समस्येची व त्यावरील उपायांची माहिती महिन्याभरात करून घ्यावी आणि त्या कार्यपद्धतीचा वापर सुरू करावा, अशी त्यांच्याकडून अपेक्षा होती. ही घटना व त्यानंतरची कारणमीमांसा, उपाय आणि उपायांची कार्यवाही मला सांगावीशी वाटली; कारण जगभरातील वैमानिकांनी ही गोष्ट आत्मसात करून घेतली, ही लक्षणीय बाब आहे!

या सूचनेची कार्यवाही अर्थातच चेकलिस्टच्या आधारे झाली. चेकलिस्टची कार्यवाहीसुद्धा अत्यंत उद्‌बोधक आहे. परंतु तत्पूर्वी अन्य व्यवसायांत असे मोठे अपयश आल्यावर काय घडते, त्याकडे आपण एक नजर टाकू या. बऱ्याचशा व्यवसायांत अपघात आणि अपयश वाट्याला आले की, त्याबद्दल क्वचितच अन्वेषण केले जाते. वैद्यकशास्त्र, शिक्षणव्यवसाय, वकिलीव्यवसाय, आर्थिक जगत किंवा अन्य कोणत्याही व्यवसायात– जिथे अपयश टी.व्ही. वरील बातम्यांद्वारे जगभरात प्रसृत केले जात नाही, तिथे– अपयशाचे अन्वेषणही केले जात नाही. एका प्रकारच्या चुकीची झळ हजारोंना बसू शकते; पण एका वेळी त्याची झळ जेव्हा एकाच व्यक्तीला बसत असते, तेव्हा आपण अपयशामागचे कारण शोधायची तसदी घेत नाही.

कधी कधी मात्र अशा अपघातांचे अन्वेषण केले जाते आणि त्यानंतर ती गोष्ट आपण अधिक चांगल्या प्रकारे करायला शिकतो. परंतु त्यानंतर काय होते? अन्वेषणात सापडलेल्या गोष्टी एखाद्या शिक्षणक्रमात किंवा चर्चासत्रात ऐकवल्या जातात. कधी कधी व्यावसायिक मासिकांत किंवा पाठ्यपुस्तकांत त्यांची वर्णी लागते. बऱ्याचदा आपण एखादी जाडजूड आचारसंहिता प्रकाशित करतो. परंतु याची माहिती सर्वांना होऊन त्याची कार्यवाही होण्यासाठी कधी कधी अनेक वर्षांचा काळ जावा लागतो.

उदाहरणार्थ– वैद्यकशास्त्रातील एका संशोधन प्रकल्पात, उपचारांच्या वेळी लागलेले नऊ महत्त्वाचे शोध अभ्यासले गेले. त्यातला एक शोध होता की, न्यूमोकॉकस व्हॅक्सिनचा (लशीकरण) श्वसनप्रतिकारांपासून संरक्षण देण्यासाठी जो फायदा होता; तो फक्त मुलांनाच नव्हे, तर प्रौढांनासुद्धा होतो. श्वसनविकार हे मृत्यूसाठीचे महत्त्वाचे कारण असते. या संशोधन प्रकल्पात संशोधकांना आठवले की, अमेरिकेतील अशा रुग्णांवर या उपायाचा वापर सुरू करायला डॉक्टरांनी

तब्बल सतरा वर्षं घेतली.

असा विलंब लागण्यामागचे कारण आळशीपणा किंवा अनुत्सुकता हे नसते, असे डॅन बूरमनसारखे तज्ज्ञ जाणून असतात. बऱ्याचदा महत्त्वाच्या शोधाची कार्यवाही केली न जाण्यामागचे कारण असते की, हा शोध सोप्या, सुसूत्र, व्यवहार्य कार्यपद्धतीत परिवर्तित केला गेलेला नसतो. वैमानिकांच्या जगतात जर असे शोध सोप्या चेकलिस्टमध्ये परिवर्तित न करता लांबलचक शोधनिबंधांच्या रूपात सादर केले गेले, तर त्यांचा वापर होणे शक्य तरी असेल का? वैद्यकव्यवसायात दर वर्षी सात लाख लेख प्रकाशित होत असतात व संशोधनाच्या एवढ्या महापुरातून हाती कोणती रत्ने लागणार?

जेव्हा विमान अपघाताचे अन्वेषण करणाऱ्या तज्ज्ञांनी जाडजूड शोधनिबंध प्रकाशित केला, तेव्हा बूरमन आणि त्याच्या सहकाऱ्यांनी त्यातले महत्त्वाचे मुद्दे लक्षात घेऊन ते चेकलिस्टमध्ये बंदिस्त केले. उत्तर ध्रुवीय विमानप्रवासासाठी जी खास चेकलिस्ट बनवलेली होती, त्याची सुधारित आवृत्ती काढून त्यात बूरमनने हे मुद्दे समाविष्ट केले. त्यांनी ही चेकलिस्ट सुटसुटीत कशी करावी यावर खूप साधक-बाधक विचार केला. बर्फाच्या स्फटिकांमुळेच इंजिन बंद पडतेय आणि ते बंद पडण्याचे इतर काहीही कारण नाही, याची खातरी वैमानिकांनी कशी करून घ्यावी, या मुद्द्यावर बूरमन आणि त्याच्या सहकाऱ्यांनी खूपच वेळ खर्च केला. त्यानंतर त्यांनी जी चेकलिस्ट बनवली, ती त्यांनी सिम्युलेटरमध्ये वापरून पाहिली आणि त्यात आणखी सुधारणा केल्या.

बूरमनच्या या गटाला ही चेकलिस्ट वापरून पाहून त्यात सुधारणा करायला दोन आठवडे लागले. त्यानंतर त्यांनी ती चेकलिस्ट बोइंग-७७७ विमानाच्या जगभरातल्या प्रत्येक मालकाकडे पाठवून दिली. सर्वांनी नाही, तरी बऱ्याच जणांनी त्यात त्यांना आवश्यक वाटणारे फेरबदल केले. प्रत्येक वैद्यकीय महाविद्यालय किंवा हॉस्पिटल वेगवेगळ्या प्रकारे गोष्टी करत असते; त्याचप्रमाणे विमान कंपन्यासुद्धा वेगवेगळी कार्यप्रणाली वापरत असतात आणि त्यानुसार त्यांनी चेकलिस्टमध्ये आवश्यक ते फेरबदल करावेत, यासाठी त्यांना मुभा दिलेली असते. (प्रत्येक विमान कंपनीची स्वत:ची अशी नेमकी कार्यप्रणाली असल्यामुळे, जेव्हा दोन विमान कंपन्या एकत्रित केल्या जाऊन संयुक्त विमान कंपनी बनते, तेव्हा विमान कंपन्यांच्या वैमानिकांचे अटीतटीचे वाद होतात.) नव्या सूचना प्रसारित झाल्यापासून फक्त एका महिन्यात वैमानिकांच्या हाती नवी चेकलिस्ट देण्यात आली किंवा ती कॉकपिटमधील संगणकावर टाकली गेली आणि त्याहूनही महत्त्वाची गोष्ट म्हणजे, वैमानिकांनी ती वापरली!

आम्हाला कसे कळले? आम्हाला कळले, कारण २६ नोव्हेंबर २००८ रोजी

जवळजवळ तशीच दुर्घटना घडणार होती. त्या वेळी हे डेल्टा एअरलाइन्सचे शांघायहून अॅटलांटाला येणारे विमान होते. त्यात २४७ लोक होते. हे बोइंग-७७७ विमान मॉंटॅना राज्यातील ग्रेट फॉल्स या गावावरून एकोणचाळीस हजार फूट उंचीवरून चालले होते. त्या वेळी उजवीकडील इंजिन क्रमांक दोन बंद पडले. त्यानंतर केलेल्या अन्वेषणात सिद्ध झाले होते की, इंधनवाहू नळ्या बर्फाच्या स्फटिकांमुळे तुंबलेल्या होत्या. पहिल्या विमान अपघाताच्या अन्वेषकांनी लावलेला शोध खरा ठरला होता. त्यानंतर अशी गोष्ट पुन्हा घडू नये, म्हणून बोइंग कंपनीने काही तांत्रिक बदलही केले. पण त्या क्षणी, अशा प्रकारे एक इंजिन बंद पडणे आणि तेसुद्धा मॉंटॅना राज्यातील उत्तुंग पर्वतांवरून जाताना बंद पडणे अतिशय धोक्याचे ठरले असते.

परंतु या वेळी काय करायचे हे वैमानिकाला आणि सहायक वैमानिकाला पूर्णपणे ठाऊक होते. त्यांनी त्यांची चेकलिस्ट बाहेर काढली आणि त्यातील सूचनांचे तंतोतंत पालन केले. त्यामुळेच ते बंद पडलेले इंजिन पुन्हा चालू झाले. त्यातल्या २४७ लोकांचे प्राण वाचले. त्यानंतर ते विमान इतक्या संथपणे अजिबात गचके न बसता पुढे गेले की, प्रवाशांच्या काही लक्षातसुद्धा आले नाही.

शस्त्रक्रियांच्या वेळी अशाच गोष्टी घडाव्यात, अशी मी आशा करत होतो!

७. परीक्षा

मी बोस्टनला परत गेल्यावर माझ्या संशोधकांच्या गटाच्या मागे लागलो की, आपणही आमची शिशु अवस्थेतली चेकलिस्ट अधिक व्यवहार्य बनवू या. वैमानिकांच्या जगतातले अनुभव फारच उद्‌बोधक होते. त्यापासून धडे शिकून आम्ही आमची चेकलिस्ट अधिक नि:संदिग्ध बनवली. ती जलदपणे वापरण्याजोगी सुटसुटीत केली. 'वाचा आणि त्यानुसार करा (READ-DO)' ऐवजी 'खातरी करून घ्या (DO-CONFIRM)' अशा प्रकारची चेकलिस्ट आम्ही बनवली. आपापली कामे करण्याची लोकांना मोकळीक देऊनसुद्धा, त्यांनी योग्य ठिकाणी थांबावे आणि अत्यावश्यक गोष्टींचे विस्मरण झालेले नाही याची खातरजमा करावी, असा आमचा हेतू होता. ही नवी चेकलिस्ट आमच्या आधीच्या चेकलिस्टहून खूपच चांगली होती.

त्यानंतर आम्ही ती वैद्यकीय जगातील 'सिम्युलेटर'मध्ये वापरून पाहिली. आमचा सिम्युलेटर होता सामाजिक स्वास्थ्य विद्यालयातील (School of Public Health) माझ्या संशोधन कक्षातील कॉन्फरन्स-रूम. मी एका सहायकाला टेबलावर झोपायला सांगितले. ती आमची रुग्ण होती. शल्यविशारद, त्याच्या मदतनीस, दोन परिचारिका आणि भूलतज्ज्ञ यांच्या भूमिका आम्ही वेगवेगळ्या लोकांना वठवायला सांगितले. परंतु सुरुवातीलाच आमच्यापुढे समस्या उभी राहिली.

सर्व गोष्टी थांबवून, चेकलिस्टनुसार खातरजमा करायचा आदेश कुणी द्यायचा? हा मुद्दा आम्ही संदिग्धच ठेवला होता, पण तो महत्त्वाचा निर्णय ठरला. शस्त्रक्रियेच्या वेळी सर्वांचे लक्ष वेधून घेण्यासाठी ठासून बोलणे अतिशय गरजेचे असते. असा अधिकार फक्त शल्यविशारदालाच असतो. मी सुचवले की, शल्यविशारदाने सर्वांना थांबवून चेकलिस्टची कार्यवाही करवून घेतली, तर बरे पडेल. माझी सूचना धुत्कारली गेली! कुणी तरी माझ्या निदर्शनाला आणून दिले की, वैमानिकांच्या जगतात विमान न चालवणारा वैमानिकच चेकलिस्टची कार्यवाही करत असतो आणि त्यामागे तसेच कारण असते! विमान चालवणाऱ्या वैमानिकावरच चेकलिस्टनुसार खातरजमा करायचे काम सोपवले, तर महत्त्वाच्या गोष्टींवरून त्याचे लक्ष ढळेल आणि चेकलिस्टनुसार नीटपणे खातरजमा केली जाणार नाही. याशिवाय जबाबदारी वाटून दिल्यामुळे प्रत्येकाला संदेश मिळेल की, फक्त कॅप्टनवरच नव्हे; तर विमान सुखरूपपणे नेण्याची जबाबदारी सर्व जणांवर आहे आणि या प्रक्रियेत प्रश्न विचारायचा अधिकार प्रत्येक व्यक्तीला दिलेला आहे! त्यामुळे थांबवून चेकलिस्टनुसार खातरजमा करायची जबाबदारी आम्ही सर्क्युलेटिंग नर्सवर सोपवली.

तिने पेनने खुणा करून खातरजमा करायला हवी. आम्ही ठरवले की, तसे करण्याची गरज नाही. ही काही अहवाल लिहिण्याची प्रक्रिया नव्हती. शस्त्रक्रियेसाठी उपस्थित असलेल्या सर्वांनी संवाद साधून सर्व महत्त्वाचे मुद्दे लक्षात घेतल्याची खातरी करून घ्यावी, एवढाच आपला हेतू होता.

आमच्या चेकलिस्टमधील प्रत्येक ओळीवर साधक-बाधक विचार करावा लागला. चेकलिस्टच्या प्रत्येक नव्या सुधारित आवृत्तीची कार्यवाही करताना लागलेला वेळ आम्ही मोजला. तीन वेळा थांबून गोष्टींची खातरजमा करायची होती– भूल देण्यापूर्वी, शस्त्र चालवण्यापूर्वी आणि रुग्णाला शस्त्रक्रियेनंतर खोलीबाहेर नेण्यापूर्वी. या तिन्ही वेळी साठ सेकंदांहून जास्त वेळ लागून चालले नसते आणि आम्हाला ते अद्याप जमलेले नव्हते. शस्त्रक्रियेच्या खोलीतील तणावपूर्ण वातावरणात जर ही चेकलिस्ट नीटपणे वापरली जायला हवी असली, तर ती चटकन वापरण्याजोगी सुटसुटीत असणे अत्यंत महत्त्वाचे होते. जे मुद्दे जिवावर बेतण्याजोगे नव्हते, ते काढून टाकण्यावाचून आमच्यापुढे दुसरा पर्याय नव्हता!

परंतु चेकलिस्ट बनवताना हीच गोष्ट सर्वांत कठीण ठरली. चेकलिस्ट सुटसुटीत असूनही परिणामकारक असणे या परस्परविरोधी गोष्टी आहेत. चेकलिस्टमधले खूप मुद्दे गाळले, तर पुरेशा गोष्टींची खातरजमा होणे शक्य नाही आणि त्यामुळे वैद्यकीय सेवा सुधारणेही शक्य नाही! चेकलिस्टमध्ये खूप मुद्दे ठेवले, तर ती वापरणे व्यवहार्य ठरणार नाही! त्याखेरीज एखादा मुद्दा

एखाद्या तज्ज्ञाला खूपच महत्त्वाचा वाटत असला, तरी दुसऱ्याला तो तेवढाच महत्त्वाचा वाटेल, असेही नाही. २००७च्या वसंत ऋतूत आम्ही आंतरराष्ट्रीय तज्ज्ञांच्या आमच्या 'ष्ठ च्या गटाची लंडनमध्ये बैठक घेतली. त्यात या प्रश्नांची उत्तरे शोधण्याचा आम्ही प्रयत्न केला. कोणते मुद्दे ठेवावेत आणि कोणते मुद्दे टाळावेत, यांवर विविध तज्ज्ञांमध्ये वादंग माजला!

उदाहरणार्थ– युरोप आणि अमेरिका येथे घेतलेल्या संशोधन प्रकल्पांमुळे लक्षात आलेले आहे की, खूप वेळ चालणाऱ्या शस्त्रक्रियांच्या वेळी, रुग्णाला deep venous thrombosis चा (पायातील रक्तवाहिनीतील रक्ताची गुठळी त्याच्या फुप्फुसांमध्ये अडचण आणणे आणि जिवावर बेतणे) धोका असतो. रक्त पातळ करणारी हेपॅरिनसारखी औषधे लहान मात्रेत टोचून किंवा त्यांच्या पायांवर घट्ट बसणारे स्टॉकिंग्ज (मांडीपर्यंत येणारे मोजे) घालून हा धोका खूपच कमी करता येतो. परंतु चीन आणि भारतातील संशोधकांनी हा मुद्दा अमान्य केला. त्यांच्या देशातील रुग्णांना रक्ताच्या गुठळ्या होऊन त्यामुळे मृत्यू ओढवण्याचे प्रमाण पाश्चिमात्य देशांहून खूपच कमी होते. त्याखेरीज गरीब आणि मध्यमवर्गीय देशांमध्ये स्टॉकिंग्ज किंवा हेपॅरिन हे उपाय परवडण्याजोगे तर नव्हतेच; शिवाय अननुभवी डॉक्टरने हेपॅरिन टोचताना डोस देताना थोडीशीही चूक केली असती, तरी रुग्ण दगावला असता. त्यामुळे हा मुद्दा आम्ही चेकलिस्टमधून वगळला!

शस्त्रक्रियेच्या खोलीत लागणाऱ्या आगींबद्दलसुद्धा आम्ही चर्चा केली. शस्त्रक्रिया करणारे लोक उच्च दाबाच्या विद्युतभारावर चालणाऱ्या उपकरणांवर (high voltage electrical equipments) अवलंबून असतात. कॉटरी यंत्रणा किंवा कधी कधी 'arc' (विजेमुळे तापून पांढरी झालेली लोखंडी कमान) यांवर ते अवलंबून असतात. या गोष्टी वापरत असताना तिथे जवळच कधी कधी प्राणवायूचा सिलिंडर असतो, त्यामुळे कदाचित आग लागू शकते. शुद्ध प्राणवायूमुळे कोणतीही गोष्ट त्वरित पेट घेऊ शकते आणि अशी आग भीतिप्रद असते. रुग्णाच्या अंगावरचे निर्जंतुक केलेले आवरण, घशा-नाकात घातलेल्या नळ्या यांपैकी कोणतीही गोष्ट त्वरित पेट घेऊ शकते. जर शस्त्रक्रियेसाठी जमलेल्या तज्ज्ञांनी ऑक्सिजन सिलिंडरमधून गळती होत नसल्याची खातरजमा करून घेतली, सिलिंडरमधून अगदी कमी प्रमाणात प्राणवायू सोडला, अल्कोहोल असलेल्या जंतुनाशकांचा वापर कमीत कमी केला (अल्कोहोलसुद्धा त्वरित पेट घेते); तर अशा आगी लागणार नाहीत. थोडीशी पूर्वतयारी केलेली असली, तर चुकून अशी आग लागलीच; तरी रुग्णाला होणारी इजा टाळता येईल. यासाठी गॅसच्या झडपा, धोक्याच्या घंटा, आग विझवण्यासाठीचे सिलिंडर्स या गोष्टी कुठे आहेत याची माहिती प्रत्येक व्यक्तीला

असायला हवी! या गोष्टींचा समावेश चेकलिस्टमध्ये सहजतेने करता येणार होता.

परंतु जंतुसंसर्ग, रक्तस्राव आणि भूल देताना झालेल्या चुका ह्या शस्त्रक्रियेदरम्यान जगभरात जिवावर बेतणाऱ्या गंभीर स्वरूपाच्या गोष्टी आहेत. आगी लागण्याच्या घटना फारच क्वचित घडतात. अमेरिकेत दर वर्षी कोट्यवधी शस्त्रक्रिया केल्या जातात. त्यांपैकी केवळ शंभर शस्त्रक्रियांच्या वेळी आगी लागण्याच्या घटना घडतात आणि फारच कमी वेळा त्यातील रुग्ण दगावतात. त्या तुलनेत शस्त्रक्रियेनंतर तीन लाख रुग्णांना शस्त्रक्रियेच्या जागी जंतुसंसर्ग होतो आणि अशा जंतुसंसर्गानंतर आठ हजार लोक मृत्युमुखी पडतात. आगींमुळे मृत्यू ओढवण्यावर उत्तम नियंत्रण असल्याचे दिसत होते, त्यामुळे आगी पूर्णपणे टाळण्यासाठी आवश्यक अशा पायऱ्यांचा समावेश आम्ही चेकलिस्टमध्ये केला नाही आणि चेकलिस्ट सुटसुटीत ठेवली.

हे निर्णय घेण्यामागे कोणतेही शास्त्रशुद्ध किंवा सयुक्तिक कारण नव्हते. चुकीच्या रुग्णावर किंवा रुग्णाच्या देहाच्या चुकीच्या बाजूवर शस्त्रक्रिया केली जाण्याची घटनासुद्धा क्वचितच घडते. पण अशा गोष्टी टाळण्यासाठी खातरजमा पट्‌कन करता येते आणि अमेरिकेसकट अनेक देशांत तशी खातरजमा करण्याची पूर्वापार पद्धत आहे. त्यामुळे चेकलिस्टमध्ये या गोष्टीचा अंतर्भाव करण्यात आला.

शस्त्रक्रिया करणाऱ्या तज्ज्ञांमध्ये परस्पर-संवाद नसल्यामुळे अनेक संकटे ओढवू शकतात. असे घडू नये, म्हणून शस्त्रक्रिया करणाऱ्या गटाने परस्परांशी ओळख करून घ्यावी आणि शस्त्रक्रियेला प्रारंभ करण्यापूर्वी त्याबद्दलच्या महत्त्वाच्या मुद्द्यांवर चर्चा करावी, असा उपाय सुचवण्यात आलेला होता. त्याची उपयुक्तता सिद्ध झालेली नसली, तरी हा मुद्दा अत्यंत महत्त्वाचा असल्यामुळे आम्ही चेकलिस्टमध्ये त्याचा समावेश केला आणि त्याची उपयुक्तता पडताळून पाहण्याचा निर्णय घेतला.

लंडनमधील आमच्या बैठकीनंतर आम्ही कमी प्रमाणात म्हणजे एका वेळी एकाच रुग्णावर या चेकलिस्टचा प्रयोग करून पाहिला. आम्ही बनवलेला चेकलिस्टचा प्राथमिक खर्डा लंडनमधील गट वापरून पाहाणार होता आणि आम्हाला अनुभवाच्या आधारे त्यात काही बदल सुचवणार होता. त्यानंतर हाँगकाँगमधील गट ही सुधारित चेकलिस्ट वापरून पाहणार होता. प्रत्येक वेळी चेकलिस्ट वापरली गेली की, त्यात सुधारणा सुचवल्या जाऊन नवी सुधारित आवृत्ती बाहेर पडत होती. अशा प्रकारे चेकलिस्टमध्ये अधिकाधिक सुधारणा होत गेली. एका टप्प्यानंतर, करता येण्याजोगे सारे काही केले गेले आहे, असे

आम्हाला वाटले. आता आमच्याजवळ जी चेकलिस्ट होती, ती सगळीकडे दाखवण्याच्या योग्यतेची बनलेली होती.

WHO च्या 'सुरक्षित शस्त्रक्रियेसाठीच्या चेकलिस्ट'च्या अंतिम खर्ड्यात एकंदर एकोणीस गोष्टींची खातरजमा करून घ्यायची होती. भूल देण्यापूर्वी सात मुद्दे तपासायचे होते. शस्त्रक्रिया करणाऱ्या संघाने खातरी करून घ्यायची होती की, खुद्द रुग्णाने (किंवा त्याच्या प्रतिनिधींनी) त्याची ओळख पटवून दिलेली आहे आणि शस्त्रक्रियेसाठी परवानगीसुद्धा दिलेली आहे. कोणत्या अवयवावर, देहाच्या कोणत्या बाजूला शस्त्रक्रिया करायची आहे, याबद्दल खातरी करून घ्यायची होती. रुग्णाच्या देहावर लावलेला पल्स-ऑक्सिमीटर (प्राणवायूची पातळी मोजणारे यंत्र) काम करत आहे याचीसुद्धा खातरजमा करायची होती. रुग्णाला कोणत्याही औषधांची ॲलर्जी आहे का याची खातरी करून घ्यायची होती. फुप्फुसांकडे हवा जाण्यात कोणतीही अडचण आहे का किंवा येऊ शकेल का, याचा आढावा घेऊन त्यानुसार योग्य ती सामग्री व यंत्रणा यांची सिद्धता ठेवायची होती (भूल देताना ही गोष्ट फार धोक्याची ठरू शकते). शेवटी शस्त्रक्रियेत रक्तस्राव होऊन अर्ध्या लिटरपेक्षा जास्त रक्त जाणार असले, तर देहात सोडण्यासाठी रक्त, इतर द्राव व द्राववाहक नलिका तयार ठेवल्याची खातरी करून घ्यायची होती. (मोठ्यांना अर्धा लिटर व बालकांना त्यांच्या आकारमानानुसार योग्य अशा रक्तस्रावापेक्षा जास्त रक्त जाणार असेल, तर या गोष्टींची सिद्धता ठेवली जाणे गरजेचे होते).

भूल दिल्यानंतर, परंतु शस्त्र चालवण्यापूर्वी आणखी सात मुद्दे तपासून पाहायचे होते. शस्त्रक्रिया करणाऱ्या संघाने एकमेकांशी नावानिशी व आपापल्या कामांची ओळख करून घ्यायची होती. कोणत्या रुग्णावर, त्याच्या देहाच्या कोणत्या बाजूच्या अवयवावर शस्त्रक्रिया केली जाणार आहे, हे सर्वांना कळले आहे, याची खातरी करून घ्यायची होती. शस्त्रक्रियेसाठी आवश्यक अशा रेडिओलॉजीच्या प्रतिमा (X-RAY, MRI, Ultrasound) दिसतील अशा लावून ठेवलेल्या असल्याची खातरी करून घ्यायची होती. या सर्व संघाला शस्त्रक्रियेबद्दलची माहिती करून देणे, या शस्त्रक्रियेच्या दृष्टीने गंभीर अशा गोष्टींची चर्चा करणे, या शस्त्रक्रियेला किती वेळ लागेल, रुग्णाचे किती रक्त जाणे अपेक्षित आहे; भूलतज्ज्ञ व त्याच्या सहायकाने त्यांची भूल देण्याची योजना व त्यांना वाटत असलेल्या काळज्या इतरांना सांगणे, परिचारिकांना सामग्रीची उपलब्धता, निर्जंतुकीकरण आणि त्यांना रुग्णाबाबत वाटणाऱ्या चिंता यांबद्दल सांगणे या गोष्टी पार पाडायच्या होत्या.

अखेरीस, शस्त्रक्रिया संपल्यावर आणि रुग्णाला शस्त्रक्रियेच्या खोलीबाहेर

नेण्यापूर्वी अखेरच्या पाच मुद्द्यांची खातरजमा करून घ्यायची होती. सर्क्युलेटिंग नर्सने अहवालात नोंदवलेले शस्त्रक्रियेचे नाव बरोबर आहे की नाही, याची खातरी करून घ्यायची होती. पॅथॉलॉजिस्टकडे पाठवल्या जाणाऱ्या रुग्णाच्या टिश्यू सँपल्सवर तेच नाव घातल्याची खातरी तिने करून घ्यायची होती. सगळ्या सुया, स्पंज आणि हत्यारे पहिल्याच संख्येत असल्याची (चुकून एखादे रुग्णाच्या शरीरात राहून न गेल्याची) खातरी करून घ्यायची होती आणि पुढील शस्त्रक्रियेपूर्वी कोणत्याही सामग्रीबद्दल काही समस्या असली, तर त्याबद्दल सांगायचे होते. शस्त्रक्रिया करणाऱ्या संघातील सर्वांनी, शस्त्रक्रियेनंतर रुग्ण बरा होण्यासाठी त्यांनी केलेल्या योजना व त्यांना वाटत असलेल्या चिंता एकमेकांना तोंडी सांगायच्या होत्या. सर्व माहिती स्पष्टपणे सर्वांपर्यंत पोहोचण्याची खातरी अशा प्रकारे करून घ्यायची होती.

शस्त्रक्रियेच्या एकोणीसहून खूपच जास्त पायऱ्या असतात. त्यांतील काही सोप्या व काही गुंतागुंतीच्या पायऱ्यांचा समावेश आम्ही चेकलिस्टमध्ये केला होता आणि साध्या-साध्या गोष्टी विसरल्या जात नाहीत याची खातरी करून घेतली होती (योग्य वेळी अँटिबायोटिक देणे, ॲलर्जी लक्षात घेणे, चुकीचा रुग्ण किंवा त्याचा चुकीच्या बाजूचा अवयव शस्त्रक्रियेसाठी घेतला जात नाही ना, याची खातरी करून घेणे वगैरे.). एकमेकांशी संवाद साधण्यासाठी चेकलिस्टमध्ये ज्या मुद्द्यांचा समावेश करण्यात आला होता, त्यामुळे हा संघ सहकार्याने काम करताना बारीकसारीक गोष्टी लक्षात घेऊन समस्यांचे आगाऊच अवलोकन करेल, हे अपेक्षित होते. परंतु ही चेकलिस्ट खरोखरच उपयुक्त ठरून रुग्णांना पोहोचणारी हानी कमी झाली असती का? आम्हाला तेच तर पडताळून पाहायचे होते.

हे पडताळून पाहण्यासाठी आम्ही ही 'सेफ सर्जरी चेकलिस्ट' (सुरक्षित शस्त्रक्रिया चेकलिस्ट) जगभरातील आठ हॉस्पिटल्समधील रुग्णांवर वापरून पाहायचे ठरवले. हा आकडा पुरेसा मोठा असल्यामुळे दिसणारे परिणाम उद्‌बोधक ठरले असते आणि आमच्या लहानशा संशोधन गटाला आणि WHO ने देऊ केलेल्या बेताच्या निधीला झेपेल असा हा आकडा होता. या प्रकल्पात भाग घेण्याची इच्छा प्रदर्शित करणारे डझनवारी अर्ज आमच्याकडे आले. आम्ही निवडीसाठी काही निकष ठेवले. हॉस्पिटलच्या प्रकल्पावरील नेत्याला इंग्रजी भाषा बोलता आली पाहिजे. त्याच्या हाताखालच्या कर्मचाऱ्यांसाठी चेकलिस्टचे अनुवाद योग्य त्या भाषेत करून त्याच्या प्रती त्यांना द्यायची आमची तयारी होती, परंतु आठ देशांतील आठ प्रकल्प नेत्यांशी वेगवेगळ्या आठ भाषांमध्ये संवाद साधण्याची आमची

कुवत नव्हती. हॉस्पिटलची जागा, तिथे प्रवास करता येण्याच्या दृष्टीने सुरक्षित असायला हवी होती. उदाहरणार्थ– एका इराकी हॉस्पिटलमधील प्रमुख शल्यविशारदाने आमच्या प्रकल्पात भाग घेण्याची इच्छा मोठ्या उत्साहाने प्रदर्शित केली होती. आम्हाला त्याला सहभागी करून घ्यायला आवडलेसुद्धा असते; परंतु युद्धभूमीवर संशोधन प्रकल्प राबवणे सुज्ञपणाचे ठरले नसते.

प्रकल्पात भाग घेणारी हॉस्पिटल्स श्रीमंत देशांतील, गरीब देशांतील आणि मध्यम देशांतील अशी वेगवेगळ्या प्रकारची असावीत, असे मला वाटत होते. मी या मुद्द्यावर आग्रह धरल्यामुळे WHO मुख्यालयातील लोक विचारात पडले. एका अधिकाऱ्याने मला सांगितले की, WHO स्वाभाविकपणेच जगातील गरीब देशांना मदत करायला अग्रक्रम देत असते. श्रीमंत देशातील अहवालांमधून माहिती गोळा करण्यात जो प्रचंड पैसा खर्च होईल, तेवढाच कमी पैसा गरीब देशात मिळेल, असे त्यांना वाटत होते. परंतु मी ग्रामीण भारतापासून हार्वर्डपर्यंत सर्व प्रकारच्या हॉस्पिटल्समधील शस्त्रक्रिया पाहिलेल्या होत्या आणि सर्व प्रकारच्या हॉस्पिटल्समध्ये वाट्याला येणारे अपयशसुद्धा जवळून पाहिले होते. मला खातरी वाटत होती की, या सर्व ठिकाणी चेकलिस्ट उपयुक्त ठरेल आणि रुग्णांचा फायदा होईल. जर श्रीमंत देशांमधून ती उपयुक्त ठरली, तर गरीब देशांना त्या चेकलिस्टचा वापर करून पाहण्याची स्फूर्तीही मिळेल. त्यामुळे जर श्रीमंत देशांतील हॉस्पिटल्सनी संशोधनासाठीचा सगळा नाही तरी बराचसा खर्च उचलण्याची तयारी दाखवली, तर त्यांचा समावेश त्यात करावा, असा निर्णय आम्ही घेतला.

सरतेशेवटी, सर्वांत महत्त्वाचा मुद्दा होता– तो म्हणजे, प्रकल्पात भाग घेणाऱ्या हॉस्पिटल्सचा. त्यांच्या वाट्याला येणाऱ्या समस्या, मृत्यू, कार्यप्रणालीचे अपयश या गोष्टी विचारात घेणे महत्त्वाचे होते. चेकलिस्टच्या वापरापूर्वी आणि चेकलिस्टच्या वापरानंतर आम्हाला मोजमाप घ्यायची परवानगी मिळणेही गरजेचे होते. अशी परवानगी देणे, हा हॉस्पिटल्सच्या दृष्टीने सोपा निर्णय नसतो. अगदी सर्वांत श्रीमंत हॉस्पिटल्सनासुद्धा ही आकडेवारी ठाऊक नसते. ही आकडेवारी प्रत्यक्षात आल्यावर, त्यांच्या दृष्टीने पेचप्रसंग उभा राहू शकतो. असे असूनही जगभरातील आठ हॉस्पिटल्स या प्रकल्पात उत्साहाने सहभागी झाली.

त्यातली चार हॉस्पिटल्स होती श्रीमंत देशांतली आणि ती जगभरातील सुप्रसिद्ध हॉस्पिटल्समध्ये गणली जात होती. ही हॉस्पिटल्स होती– सिॲटलमधील युनिव्हर्सिटी ऑफ वॉशिंग्टन मेडिकल सेंटर, कॅनडातील टोरॉंटो जनरल हॉस्पिटल, लंडनमधील सेंट मेरीज् हॉस्पिटल आणि न्यूझीलंडमधील सर्वांत मोठे ऑकलंड सिटी हॉस्पिटल. इतर चार हॉस्पिटल्स मध्यम व निम्न आर्थिक स्तरातील देशांमधली होती आणि ती नेहमीच कामात अत्यंत गुंतलेली असत. मनिलातील फिलिपिन्स

जनरल हॉस्पिटल (हे आमच्या प्रकल्पातील सर्वांत श्रीमंत हॉस्पिटल्सच्या दुप्पट आकाराचे होते), अम्मान-जॉर्डन येथील प्रिन्स हम्जा हॉस्पिटल (हे तेथील सरकारने दुथडी भरून वाहणाऱ्या निर्वासित जनतेसाठी नव्याने बांधले होते), नवी दिल्ली येथील सेंट स्टीफन्स हॉस्पिटल (हे शहरातील धर्मादाय हॉस्पिटल होते) आणि इफाकारा-टांझनिया येथील सेंट फ्रान्सिस डेसिग्नेटेड हॉस्पिटल (तेथील दहा लाख ग्रामीण ज़नतेची सेवा करणारे हे एकमेव हॉस्पिटल होते.) या हॉस्पिटल्सचा समावेश आमच्या प्रकल्पात होता.

प्रकल्पाच्या दृष्टीने इतके वैविध्य हास्यास्पद ठरलं असतं. श्रीमंत देशातला स्वास्थ्यावरचा वार्षिक खर्च माणशी काही हजार डॉलर्स एवढा प्रचंड होता; तर भारत, फिलिपिन्स, पूर्व आफ्रिका इथे तो जेमतेम दोन आकडी होता. उदाहरणच द्यायचे, तर युनिव्हर्सिटी ऑफ वॉशिंग्टन मेडिकल सेंटर यांचे वार्षिक अंदाजपत्रक एक बिलियन डॉलर्स (शंभर कोटी डॉलर्स) इतके प्रचंड होते. संपूर्ण टांझानिया देशाच्या वार्षिक अंदाजपत्रकाच्या ते दुपटीने अधिक होते. त्यामुळे या आठ हॉस्पिटल्समध्ये केल्या जाणाऱ्या शस्त्रक्रियांमध्ये जमीन-अस्मानाचा फरक होता. एका टोकाच्या हॉस्पिटलमध्ये सर्वांत अद्ययावत, अत्याधुनिक सुविधा होत्या. त्यांच्या आधारे ते रोबॉटिक प्रोस्टॅटेक्टॉमीपासून (रोबोटच्या (यंत्रमानवाच्या) साह्याने प्रोस्टेट ही ग्रंथी काढून टाकण्याची शस्त्रक्रिया) लिव्हर ट्रान्सप्लांट (यकृत प्रत्यारोपण) यांसारख्या अवघड शस्त्रक्रियांबरोबर शेकडो पूर्वनियोजित, कमी धोक्याच्या, एका दिवसात रुग्ण घरी जाऊ शकेल अशा शस्त्रक्रिया (हर्निया, ब्रेस्ट बायॉप्सी – वक्षातील उती तपासणीसाठी काढणे, मुलांच्या कानांना जंतुसंसर्ग झाल्यास कानातील द्राव वाहून नेण्यासाठी कानात छोट्या नलिका घालणे वगैरे) सहजतेने पार पाडू शकत असत. दुसऱ्या टोकाची गरीब देशातली हॉस्पिटल्स अपुऱ्या संख्येतले कर्मचारी आणि अपुरी सामग्री यांमुळे आणीबाणीच्या शस्त्रक्रियांना अग्रक्रम देत असत. अडलेल्या गर्भवतीचे प्राण वाचवण्यासाठी सिझेरिअन करणे किंवा अपघातात जखमी झालेल्यांवर शस्त्रक्रिया करणे, इत्यादी. जेव्हा ही वेगवेगळी हॉस्पिटल्स, ॲपेंडेक्टमी (ॲपेंडिक्स काढून टाकणे), मास्टेक्टमी (वक्ष काढून टाकणे), मांडीच्या मोडलेल्या हाडात दांडी बसवून ते सांधणे यांसारख्या समान स्वरूपाच्या शस्त्रक्रिया करत असत; तेव्हासुद्धा आर्थिक भिन्नतेमुळे त्यांची कार्यपद्धती सर्वस्वी भिन्न असे. गरीब देशातील हॉस्पिटल्समध्ये साधनसामग्री तोकडी असे, डॉक्टर्सचे प्रशिक्षण बेताचेच असे. रुग्ण हॉस्पिटल्समध्ये गंभीर परिस्थितीत येऊन पोहोचत असे (ॲपेंडिक्स फुटणे, वक्षातला कर्करोग प्रमाणाबाहेर फैलावणे, मांडीचे मोडलेले हाड जंतुसंसर्ग-दूषित होणे वगैरे).

असे असूनसुद्धा आम्ही या वेगवेगळ्या प्रकारच्या आठ हॉस्पिटल्सचा समावेश

आमच्या प्रकल्पात केला. या हॉस्पिटल्सची तुलना करणे हा काही आमचा हेतू नव्हता. आमचा हेतू होता की, चेकलिस्टचे अवलंबन केल्यामुळे रुग्णांना मिळणाऱ्या सेवेत सुधारणा होते आहे की नाही, याचा अभ्यास करणे. संशोधनाचे संयोजक म्हणून आम्ही हॉस्पिटल्ससाठी स्थानिक लोकांना कामावर घेतले. शस्त्रक्रियेमुळे उद्‌भवणाऱ्या समस्या आणि मृत्यू यांची बिनचूक माहिती गोळा करण्याचे प्रशिक्षण आम्ही त्यांना दिले. कोणत्या गोष्टींना समस्या हे बिरुद द्यावे, याबद्दल आम्ही हात राखून निकष बनवले. शस्त्रक्रियेनंतर उद्‌भवलेली समस्या खरोखरच गंभीर प्रकारची असेल; उदाहरणार्थ– न्यूमोनिया, हृदयविकाराचा झटका, पुन्हा शस्त्रक्रिया करण्याची गरज पडेल एवढा रक्तस्राव, नोंद झालेला जखमेतला जंतुसंसर्ग; तरच त्याबद्दल माहिती गोळा केली जाऊन ती अहवालात समाविष्ट केली जात असे आणि या समस्या हॉस्पिटलमध्ये प्रत्यक्ष पाहिलेल्या असाव्यात, सांगोपांगीच्या नसाव्यात, असा दंडक आम्ही घालून दिला होता.

शस्त्रक्रियेसंदर्भातली माहिती आम्ही प्रत्येक हॉस्पिटल्समधील शस्त्रक्रियेच्या फक्त चार खोल्यांमधून (ऑपरेटिंग-रूम्समधून) गोळा करायचे ठरवले. चेकलिस्ट वापरात आणण्यापूर्वी तीन महिने आम्ही अशी माहिती गोळा करू लागलो. जगभरातील हॉस्पिटल्समधील रुग्णांना कोणत्या प्रतीची सेवा दिली जाते याचा तो बोलका आलेखच होता. जी परिस्थिती आढळली, ती अस्वस्थ करणारी होती.

जवळजवळ चार हजार प्रौढ व्यक्तींवरील शस्त्रक्रियेसंदर्भातील माहिती आम्ही गोळा केली होती. त्यांच्यापैकी चारशेहून अधिक रुग्णांच्या बाबतीत शस्त्रक्रियेनंतर गंभीर स्वरूपाच्या समस्या उद्‌भवल्या होत्या. त्यांच्यापैकी छप्पन्न लोक मृत्यू पावले. यांपैकी अर्ध्या समस्या जखमेत जंतुसंसर्ग झाल्यामुळे उद्‌भवलेल्या होत्या. आणखी पंचवीस टक्के रुग्णांवरील शस्त्रक्रियेत तांत्रिक दोष असल्यामुळे त्यांचा रक्तस्राव थांबवण्यासाठी किंवा झालेली चूक सुधारण्यासाठी त्यांच्यावर पुन्हा एकदा शस्त्रक्रिया करणे गरजेचे ठरले होते. अशा समस्या सहा ते एकवीस टक्के रुग्णांच्या बाबतीत उद्‌भवलेल्या होत्या. आम्ही ज्या ऑपरेटिंग-रूम्समधून माहिती गोळा करत होतो, तेथे गंभीर प्रकारच्या शस्त्रक्रियाच केल्या जात होत्या, हे नमूद करणे गरजेचे आहे. सरधोपट शस्त्रक्रियांनंतर गुंतागुंत उद्‌भवण्याचे प्रमाण कमी असते. तरीसुद्धा या माहितीमुळे आमच्या समजुतीला दुजोराच मिळाला. जगात कुठेही शस्त्रक्रिया केली गेली, तरी त्यात धोका असतो आणि गंभीर अपाय होण्याचा संभव असतो.

या परिस्थितीत सुधारणा घडवायला सर्वत्र वाव असेल, ही आमची समजूतसुद्धा खरी ठरली. आमच्या प्रकल्पात समाविष्ट असलेल्या कोणत्याही हॉस्पिटलमध्ये

शस्त्रक्रिया करणाऱ्या गटाने रुग्णाच्या गंभीर समस्यांवर आधीपासून विचार, परस्पर-चर्चा करून तोडगे शोधून ठेवलेले असावेत, अशी प्रथा घालून दिलेली दिसली नाही. शस्त्रक्रिया सुरक्षितपणे पार पडावी यासाठी अत्यंत महत्त्वाच्या असलेल्या सहा गोष्टींबद्दल आम्ही माहिती गोळा केली– शस्त्रक्रियेपूर्वी वेळेवर अँटिबायोटिक दिले जाणे, रुग्णासाठी वापरला जाणारा पल्स-ऑक्सिमीटर (प्राणवायूची पातळी मोजणारं यंत्र) नीटपणे काम करत असल्याची खातरजमा करून घेणे, श्वसनासाठी नळी घालताना काही धोका उद्भवणार नाही याची खातरी करून घेणे, रुग्णाचे नाव आणि त्यावर केल्या जाणाऱ्या शस्त्रक्रियेचे नाव याची तोंडी खातरी करून घेणे; ज्या रुग्णांना गंभीर स्वरूपाचा रक्तस्राव होत असेल, त्यांना शिरेतून द्राव व रक्त देण्यासाठी नळ्या घालणे; शस्त्रक्रिया संपली की स्पंज, सुऱ्या, कात्र्या अशा शस्त्रांची मोजणी करून त्या रुग्णाच्या शरीरात त्यांपैकी काही राहिले नसल्याची खातरी करून घेणे– या अगदी प्राथमिक स्वरूपाच्या गोष्टी आहेत. तरीसुद्धा या गोष्टी नीटपणे केल्या जात नाहीत, अशी परिस्थिती सर्वत्र आढळली. सर्वोत्कृष्ट हॉस्पिटल्समध्येसुद्धा या प्राथमिक सहा चाचण्यांपैकी एक करायला विसरण्याचे प्रमाण ६% होते. सोळा शस्त्रक्रियांपैकी एका शस्त्रक्रियेत यातली एक गोष्ट विसरली जात होती आणि सरासरी आकडेवारी काढली, तर दोन-तृतीयांश रुग्णांच्या बाबतीत एक तरी गोष्ट विसरली जात होती; मग तो देश श्रीमंत असो की गरीब असो! जगभरातील शस्त्रक्रियांमध्ये अशा चुका सर्रास घडत होत्या.

मग, २००८च्या वसंत ऋतूपासून प्रकल्पातील आठ हॉस्पिटल्स आमची दोन मिनिटांची आणि एकोणीस मुद्द्यांची चेकलिस्ट वापरू लागली. चेकलिस्टच्या प्रती या हॉस्पिटल्सच्या ऑपरेटिंग-रूम्समध्ये वाटल्या की काम भागेल, असे काही आम्हाला वाटत नव्हते! त्यासाठी हॉस्पिटल्समधील नेत्यांनी ही संकल्पना पद्धतशीरपणे गळी उतरवण्याचा विडा उचलणे गरजेचे होते. त्यांनी तसे केले! त्यांनी केवळ त्यांच्या शल्यविशारदांच्या पुढेच नव्हे; तर त्यांच्या भूलतज्ज्ञांच्या, परिचारिकांच्या आणि शस्त्रक्रियेत सहभागी अन्य कर्मचाऱ्यांच्या पुढे या संकल्पनेचे सादरीकरण मोठ्या तळमळीने केले. या हॉस्पिटल्समधील किती शस्त्रक्रियांच्या वेळी अपयश येते, याची माहिती आम्ही त्यांना पुरवली. त्यामुळे आपण कोणती समस्या दूर करण्यासाठी झटत आहोत, हे त्यांना स्पष्टपणे उमगले. आम्ही त्यांना पॉवरपॉइंट आणि यू ट्यूबवरील सादरीकरणे दाखवली. एकात 'सुरक्षित शस्त्रक्रियेसाठीची चेकलिस्ट' कशी वापरावी हे दाखवले होते, तर दुसरीत ती कशी वापरू नये याचे मोठे विनोदी सादरीकरण केलेले होते.

आम्ही हॉस्पिटल्सच्या नेत्यांना विनंती केली की, त्यांनी प्रारंभी ही चेकलिस्ट

फक्त एकाच ऑपरेटिंग-रूममध्ये वापरावी; जिथे ज्येष्ठ शल्यविशारद स्वत: शस्त्रक्रिया करणार आहे आणि त्याच्या मदतीला अनुभवी भूलतज्ज्ञ व परिचारिका उभ्या आहेत, अशाच ठिकाणी ती वापरात आणावी. या चेकलिस्टमध्ये प्रत्येक हॉस्पिटल्सच्या प्रथेनुसार मोठ्या सुधारणा कराव्या लागणार होत्या. हे काम अनुभवी लोकांनी पार पाडणे सयुक्तिक ठरले असते. चेकलिस्टमधील मुद्द्यांचा क्रम, त्यातील शब्दप्रयोग प्रत्येक हॉस्पिटल्समधील कार्यप्रणालीनुसार बदलावे लागले असते. अनेक हॉस्पिटल्स अनुवादित चेकलिस्ट वापरत होती. इतर काहींनी त्यात आणखी काही मुद्द्यांची भर टाकायची इच्छा दर्शवली होती. काही हॉस्पिटल्सना त्यांची कार्यपद्धतीच या चेकलिस्टमुळे बदलावी लागली असती. उदाहरणार्थ– अँटिबायोटिक्सचा पुरेसा साठा शस्त्रक्रियेच्या खोलीत नेहमी ठेवणे. त्यामुळे ही चेकलिस्ट सर्वप्रथम वापरणारा गट ज्येष्ठ व अनुभवी असावा, त्यांनी त्यात योग्य ते बदल काळजीपूर्वक करावेत आणि सुरुवातीला चेकलिस्टकडे पाठ फिरवू नये, अशी आमची इच्छा होती. तसा आमचा प्रयत्न होता.

चेकलिस्टचा वापर करताना मोठे सांस्कृतिक परिवर्तन घडणेसुद्धा अपरिहार्य होते. अधिकार, जबाबदारी व पुरवल्या जाणाऱ्या सेवेबद्दलच्या अपेक्षा यांत बदल घडणार होते आणि हॉस्पिटल्सनी ते लक्षात घ्यायला हवे होते. जर हॉस्पिटल्समधील ज्येष्ठ, अनुभवी बुजुर्गांनी मनापासून या चेकलिस्टचा स्वीकार केला; तर अन्य कर्मचाऱ्यांची मानसिकतासुद्धा सकारात्मक बनून ते हा बदल स्वीकारतील, असे आम्हाला वाटत होते.

चेकलिस्टचा वापर सुरू झाल्यावर आमच्या संशोधन गटाने प्रवास करून या वेगवेगळ्या हॉस्पिटल्सना भेट द्यायला सुरुवात केली. इतक्या वेगवेगळ्या प्रकारच्या वातावरणात शस्त्रक्रिया केल्या जातात, हे मी प्रथमच पाहत होतो. विविध ठिकाणच्या सुविधांमध्ये जमीन-अस्मानाचे अंतर होते आणि विविध ठिकाणच्या विविध समस्या होत्या.

टांझनियातील हॉस्पिटल त्यांच्या राजधानीपासून दार-ए-सलामपासून दोनशे मैल अंतरावर होते. तेथे जाणारा अरुंद रस्ता काही ठिकाणी मातीचा होता. पावसाळ्यात पूर आला की तिथे सामग्री पोहोचवणे अशक्य होत असे. कित्येकदा अनेक आठवडे औषधे आणि भूल देण्यासाठी आवश्यक असे वायू पोहोचते करता येत नसत. हजारो रुग्णांवर शस्त्रक्रिया करणे गरजेचे असे, परंतु शस्त्रक्रिया करणारे फक्त पाचच शल्यविशारद तिथे तैनात होते. भूल देण्यासाठी फक्त चार कर्मचारी होते. त्यांच्यापैकी कुणापाशीच वैद्यकशास्त्राची पदवी नव्हती. रुग्णाला रक्ताची आवश्यकता पडली, तर त्याचे नातेवाईकच रक्त देत असत आणि ते

पुरेसे नसले, तर कर्मचारी आपले रक्त देत. भूल देण्याची औषधे कर्मचारी अतिशय जपून वापरत. त्यासाठी ते मुख्यत: बधिर करणाऱ्या औषधाचे इंजेक्शन मज्जारज्जूत देत असत. अशा प्रकारे बधिरता आणून ते शस्त्रक्रिया करत असत. असे करता येईल, हे माझ्या डोक्यातही आले नसते! शस्त्रक्रियेच्या वेळी वापरण्याचे त्यांचे हातमोजे ते जपून ठेवून, पुन:पुन्हा निर्जंतुक करून, त्यांना भोके पडेपर्यंत तेच हातमोजे वापरत असत. मलमपट्टीसाठी गॉझच्या पट्ट्या ते स्वत:च कापून तयार करत असत. चहाच्या वेळी जुन्या लाकडी टेबलाभोवती बसून, परिचारिका आणि भूल देणारे कर्मचारी पांढऱ्या सुती कापडाच्या ताग्यातून दुसऱ्या दिवशीच्या शस्त्रक्रियेसाठी आवश्यक त्या आकाराचे तुकडे कापून तयार ठेवत असत.

टांझानियातल्या या हॉस्पिटलपेक्षा किंवा भारतातील ग्रामीण भागात मी पाहिलेल्या हॉस्पिटलपेक्षा दिल्लीतले धर्मादाय हॉस्पिटल खूपच उजवे होते. तिथे बऱ्यापैकी साधनसामग्री होती. कर्मचाऱ्यांना अधिक चांगले प्रशिक्षण मिळालेले होते. परंतु एक कोटी वीस लाख लोकवस्तीच्या शहरातील प्रचंड संख्येने येणाऱ्या रुग्णांवर उपचार करावे लागत होते. रुग्णांची ही प्रचंड संख्या माझ्या अपेक्षेपलीकडली होती. या हॉस्पिटलमध्ये उत्तम प्रशिक्षण मिळालेले सात भूलतज्ज्ञ होते, पण त्यांना वर्षाकाठी वीस हजार शस्त्रक्रिया कराव्या लागत होत्या. ही संख्या किती अफाट होती याची कल्पना येण्यासाठी, आमच्या प्रकल्पातील न्यूझीलंडमधल्या हॉस्पिटलशी तुलना करू या. तेथे इतक्याच रुग्णांवर शस्त्रक्रिया कराव्या लागत असल्या, तरी त्यासाठी ९२ भूलतज्ज्ञ तैनात होते! परंतु साधनसामग्रीचा तुटवडा, वीज जाणे, ताटकळत असलेल्या लोकांच्या रांगा, चौदा-चौदा तास काम करावे लागणे अशा अडचणी सोसूनसुद्धा इथले शस्त्रक्रिया कर्मचारी अमेरिकेतील अनेक हॉस्पिटल्समधल्या कर्मचाऱ्यांच्या तुलनेत खूपच अधिक आनंदाने आणि कुरकुर न करता काम करत होते.

आमच्या प्रकल्पातील विविध हॉस्पिटल्समध्ये फक्त गरीब किंवा श्रीमंत देश एवढाच फरक नव्हता. प्रत्येक हॉस्पिटल्सची एक वेगळीच विशेषता होती. उदाहरणार्थ– लंडनमधील आमचे सेंट मेरीज हॉस्पिटल! या हॉस्पिटलच्या आवाराभोवतीची भिंत लाल विटांची होती; तर हॉस्टिपटलच्या इमारती पांढऱ्या रंगाच्या होत्या. त्या पन्नास वर्षांपूर्वी बांधलेल्या होत्या आणि पॅडिंग्टन्चा प्रचंड मोठा भाग व्यापून उभ्या होत्या. इथेच १९२८मध्ये ॲलेक्झांडर फ्लेमिंगने पेनिसिलिनचा शोध लावला होता. अलीकडे, डेनहॅमचे लॉर्ड डार्झी हे शल्यचिकित्सेचे अध्यक्ष असताना, त्यांच्या मार्गदर्शनाखाली आणि नेतृत्वाखाली किमान इजा पोहोचण्याची शस्त्रक्रिया (minimally invasive surgery) आणि शस्त्रक्रियेची आभासमय नक्कल (surgical simulation) या विषयांत हे जगभरातले आघाडीचे

हॉस्पिटल गणले जाऊ लागले आहे. सेंट मेरीज हे अद्ययावत साधनसामग्री असलेले आणि लंडनमधील सुखवस्तू प्रतिष्ठितांना आकृष्ट करून घेणारे हॉस्पिटल आहे. उदा.– प्रिन्स विल्यम आणि प्रिन्स हॅरी यांचा जन्म इथे झाला आणि इंग्लंडमधील कॉन्झर्व्हेटिव्ह पक्षाचे नेते डेव्हिड कॅमेरून यांच्या अपंग मुलाची देखभाल याच हॉस्पिटलने केली. पण हे झकपक हॉस्पिटल नाही. हे राष्ट्रीय स्वास्थ्य सेवेचा (National Health Service) भाग असलेले सरकारी हॉस्पिटल आहे. ते कोणत्याही ब्रिटिश नागरिकांना नि:पक्षपाती, समान सेवा पुरवते.

सेंट मेरीज हॉस्पिटलमधील सोळा शस्त्रक्रियांसाठीच्या खोल्यांमधून फेरी मारताना, मला त्या माझ्या बोस्टनमधील हॉस्पिटलमधील शस्त्रक्रियेच्या खोल्यांसारख्याच अद्ययावत, अत्याधुनिक साधनसामग्री असलेल्या दिसल्या. असे असले, तरी शस्त्रक्रिया करण्याची पद्धत मात्र खूपच वेगळी होती. इथे रुग्णांना शस्त्रक्रियेच्या खोलीबाहेरच भूल दिली जात असे आणि त्यानंतर त्यांना शस्त्रक्रियेच्या खोलीत नेले जात असे. असा फरक असल्यामुळे चेकलिस्टचा सुरुवातीचा भाग इथे बदलावा लागला असता. इथे भूलतज्ज्ञ आणि परिचारिका मास्क घालत नसत. मला ते मोठे विचित्र वाटले. परंतु विचारांती मला मान्य करावे लागले की, रुग्णावर चाकू चालवला जातो त्याच्या जवळपास जे कर्मचारी उभे नसतात, त्यांनी मास्क घालायची गरज आहे हे सिद्ध झालेले नाही. शस्त्रक्रिया करणारे लोक करत असलेला प्रत्येक शब्दप्रयोग मला अनोळखी वाटत होता. आम्ही सर्व जण इंग्रजीतूनच बोलत असलो, तरी बऱ्याचदा ते कशाबद्दल बोलत आहेत हे मला समजत नव्हते.

जॉर्डनमधील हॉस्पिटलमधले वातावरण अगदी ओळखीचे वाटत असले, तरी एका प्रकारे ते पूर्णत: वेगळेसुद्धा होते. अम्मानमधील शस्त्रक्रियांच्या खोल्यांमध्ये आरामदायक अशी एकही गोष्ट उपलब्ध नव्हती. हा अजूनही विकसनशील अवस्थेतला देशच होता आणि हॉस्पिटलमधली साधनसामग्री जुनाट व अवजड होती; परंतु शल्यविशारद या नात्याने मला ज्या गोष्टी आवश्यक आणि सवयीच्या वाटत होत्या, त्या साऱ्या इथे उपलब्ध होत्या, तसेच वैद्यकीय सेवेचा दर्जासुद्धा उत्तम दिसला. मला भेटलेल्या शल्यविशारदांपैकी एक जण इराकी होता. त्याने बगदादमध्ये प्रशिक्षण घेऊन अनेक वर्षे तिथेच काम केले होते. मग २००३मध्ये अमेरिकेने इराकवर आक्रमण केल्यानंतर तिथे जी अंदाधुंदी माजली, त्यानंतर त्याने आपल्या कुटुंबीयांबरोबर तेथून पळ काढला होता. त्याचे घर, त्याची शिल्लक राहिलेली मालमत्ता आणि त्याचा व्यवसाय सोडून त्याला पळ काढणे भाग पडले. सद्दाम हुसेनच्या कारकिर्दीच्या अखेरच्या काही वर्षांत इराकी वैद्यकीय सेवेची धूळधाण उडण्यापूर्वी तेथील वैद्यकीय सेवा मध्य-पूर्वेतली उत्कृष्ट वैद्यकीय

सेवा समजली जात असे. परंतु या शल्यविशारदाला वाटत होते की, जॉर्डन आता त्या पदाकडे वाटचाल करत आहे आणि जॉर्डनमध्ये काम करता येत असल्याबद्दल तो स्वत:ला नशीबवान समजत होता. दर वर्षी उत्तर भागातील देशातले दोन लाख लोक जॉर्डनमधील वैद्यकीय सेवेचा लाभ घेण्यासाठी तिथे येतात आणि देशाला शंभर कोटी डॉलर्सचे उत्पन्न देतात, असे मला समजले.

मला मात्र एकच प्रश्न पडलेला होता की, ज्या देशात स्त्री आणि पुरुष कधीही एकत्र वावरताना दिसत नाहीत, त्या देशातील शस्त्रक्रियेच्या खोल्यांमधली परिस्थिती कशी असेल? ज्या दिवशी मी जॉर्डनमध्ये पोहोचलो, त्या दिवशी माझ्या रेस्टॉरंटच्या बाहेर बसून मी रस्त्यावरून जाणाऱ्या लोकांना न्याहाळत होतो. स्त्रिया आणि पुरुष नेहमीच वेगवेगळे जाताना दिसत होते. बऱ्याचशा स्त्रियांनी त्यांचे केस झाकून टाकले होते. तिथल्या शस्त्रक्रिया विभागातील निवासी डॉक्टरशी माझी ओळख झाली. तो विशीच्या आतलाच तरुण होता. तो माझ्या जॉर्डन भेटीच्या वेळी मार्गदर्शक म्हणून मला मदत करत होता. आम्ही दोघांनी मिळून एक चित्रपटसुद्धा बघितला. त्याने मला सांगितले की, पदव्युत्तर शिक्षण घेणाऱ्या एका मुलीशी गेली दोन वर्षे त्याची मैत्री आहे. तेव्हा मी त्या विचारले की, तो तिचे केस केव्हा पाहू शकला.

"मी अजूनही पाहिलेले नाहीत." तो म्हणाला.

"कधीच नाहीत?" मी आश्चर्याने विचारले.

"कधीच नाही." तो म्हणाला. त्याला एक-दोन चुकार बटा दिसल्या होत्या. तिचे केस गडद तपकिरी रंगाचे आहेत, एवढे त्याला कळलेले होते. परंतु पाश्चिमात्य पद्धतीच्या मैत्रीच्या (डेटिंग) नातेसंबंधांतसुद्धा अशा सुशिक्षित मुला-मुलींच्या बाबतीतही असे निर्बंध पाळले जात होते.

शस्त्रक्रियेच्या खोल्यांमध्ये काम करणारे सारे शल्यविशारद फक्त पुरुषच होते. बऱ्याचशा परिचारिका स्त्रिया होत्या. अर्धे भूलतज्ज्ञ पुरुष होते आणि अर्ध्या स्त्रिया होत्या. इतक्या विविध श्रेणी पाळल्या जात असताना चेकलिस्टला अपेक्षित अशा सहकार्याच्या पायावरील कामकाज साध्य होणार की नाही, असा मला प्रश्न पडला. शस्त्रक्रियेच्या खोलीतसुद्धा स्त्रियांनी रुमाल बांधून आपले केस झाकून घेतलेले होते. पुरुषांशी नजरानजर होऊ नये म्हणून स्त्रिया कटाक्षाने नजरेला नजर मिळवणे टाळत होत्या. परंतु सारेच दिसते तसे नसते, हे मला हळूहळू उमगत गेले. गरज पडली, तर स्त्रिया हे निर्बंध झुगारून द्यायला आणि स्पष्टपणे बोलायला अजिबात कचरत नव्हत्या. मी एका पित्ताशयाच्या (गॉल ब्लॅडरच्या) शस्त्रक्रियेच्या वेळी तिथे उपस्थित होतो. शल्यविशारदाने वरचा दिवा हलवून नीट करताना त्याचा एक हातमोजा चुकून दूषित करून घेतला. त्याच्या ते

लक्षातही आले नव्हते, परंतु परिचारिकेच्या ते लक्षात आले होते.

तिने अरबी भाषेत (मला कुणी तरी त्याचे भाषांतर करून सांगितले) त्याला सांगितले, ''तुम्ही तुमचा हातमोजा बदलला पाहिजे.''

''काही जरूर नाही.'' तो शल्यविशारद म्हणाला.

''जरूर आहे. मूर्खासारखे बोलू नका.'' ती परिचारिका म्हणाली आणि तिने त्याला तो मोजा बदलायला लावला.

या आठ हॉस्पिटलमध्ये इतकी भिन्नता असूनही कुठल्याही हॉस्पिटल्सच्या शस्त्रक्रियेच्या खोलीत शिरले की, सारे काही किती चिरपरिचित असल्यासारखे वाटते, हे पाहून मला आश्चर्यच वाटले. हॉस्पिटल कुठल्याही देशातले असो; एकदा शस्त्रक्रियेला प्रारंभ झाला की, सारे ओळखीचे वाटू लागते. तुमच्या समोरच्या टेबलावर मानवी देह असतो. त्याच्या आशा-चिंतांनिशी तो देह तुम्ही फाडून उघडा केलेला असतो. तुम्ही त्याच्यावर योग्य ते उपचार करणार, असा विश्वास तुमच्यावर टाकून त्याने आपला देह तुमच्या हाती सोपवलेला असतो. त्याचा विश्वास सार्थ करण्यासाठी तुमच्याबरोबर सहकार्याने काम करणारे इतर लोकही तिथे हजर असतात.

चेकलिस्टची प्राथमिक ओळख करून देताना कधी कधी अडचणी उभ्या राहिल्या. काही ठिकाणी कर्मचाऱ्यांची कमतरता त्रासदायक ठरली. मनिलात दर चार शस्त्रक्रियांसाठी फक्त एकच परिचारिका उपलब्ध होती. कारण उत्तम प्रशिक्षण घेतलेल्या परिचारिकांना अमेरिकेतली आणि कॅनडातील हॉस्पिटल्स पळवून नेत होती. त्यांच्या जागी उभे राहिलेले वैद्यकशास्त्राचे विद्यार्थी चेकलिस्ट वाचून दाखवायला घाबरत होते. त्यामुळे भूल देणाऱ्या कर्मचाऱ्यांवर हे काम सोपवावे लागले. ब्रिटनमध्ये भूल देण्याची प्रक्रिया शस्त्रक्रियेच्या खोलीबाहेरच पार पाडली जात असे. ही वेगळी कार्यप्रणाली लक्षात घेऊन चेकलिस्टमध्ये कसे फेरफार करावेत, हे तेथील स्थानिक कर्मचाऱ्यांना कळत नव्हते.

व्यवहारात चेकलिस्टचा दररोज बिनबोभाट वापर करायला शिकणेसुद्धा सोपे नव्हते. चेकलिस्टशिवाय कामे पार पाडणे तुमच्या अंगवळणी पडलेले असताना, चेकलिस्ट वापरण्याची मानसिकता सहजी तयार होत नाही. कधी कधी शस्त्रक्रिया करणारा गट चेकलिस्टचा कोणता तरी भाग विसरून जात असे. मुख्यत्वेकरून शस्त्रक्रियेनंतर रुग्णाला खोलीबाहेर नेण्यापूर्वीच्या चेकलिस्टमधील गोष्टी विसरल्या जात असत. काही ठिकाणी चेकलिस्ट वापरणे त्यांना खूप त्रासदायक वाटत असे. चेकलिस्ट वापरायला कठीण वाटत होती, असे नव्हते; कारण होते सांस्कृतिक! सुरुवातीला तोंड उघडून बोलायलाच लोकांना संकोच वाटत असे. उदाहरणार्थ– अँटिबायोटिक्स दिली नसली, तर शस्त्रक्रियेला सुरुवात न करता आधी ती

द्यायला हवीत, असे म्हणायची जबाबदारी परिचारिकेवर होती. तिला तसे करणे अवघड वाटत असे. प्रत्येकाचा शस्त्रक्रियेच्या वेळी वागायचा आपला आपला ढंग असतो; विशेषतः शल्यविशारदांचा! काही अबोलपणे काम करतात, काही लहरी असतात, तर काही गप्पिष्ट असतात. चेकलिस्टमधले परस्पर-संवाद साधण्याची गोष्ट पार पाडताना सर्वांची उपस्थिती लक्षात घेऊन त्यानुसार आपला ढंग कसा बदलावा, हे फारच थोड्यांना ताबडतोब उमगले.

शस्त्रक्रियेच्या सुरुवातीलाच आपापली नावे आणि कामे यांची ओळख करून द्यावी, या मुद्द्यावर सर्वाधिक दुमत आढळले. दिल्लीपासून सिॲटलपर्यंतच्या सर्व परिचारिकांना हा मुद्दासुद्धा स्वागतार्ह वाटला, तर शल्यविशारदांना तो त्रासदायक वाटला. असे असूनही जवळजवळ सर्वांनी त्या मुद्द्याबाबत सहकार्य दिले.

जवळजवळ सर्वांनी सहकार्य दिले... सर्वांनी नव्हे! जगभरातील अनेक ऑपरेटिंग-रूम्समधून आमची हकालपट्टी झाली. 'ही चेकलिस्ट म्हणजे वेळेचा केवळ अपव्यय आहे,' असेही आम्हाला ऐकवले गेले. एक-दोन हॉस्पिटल्समधल्या व्यवस्थापकांनी अशा अडेलतट्टू लोकांना इंगा दाखवून त्यांच्यावर चेकलिस्ट वापरण्याची सक्ती करण्याची इच्छा प्रदर्शित केली. आम्ही त्यांना थोपवले. अशा थोड्याशा अडेलतट्टू, हट्टी लोकांवर चेकलिस्ट वापरण्याची सक्ती केली असती, तर उरलेले लोकही नाराज झाले असते. त्याऐवजी 'रुग्णसेवेत सुधारणा घडण्याच्या दृष्टीने एक प्रयत्न' म्हणून चेकलिस्ट सादर केली जावी, असे आम्ही या व्यवस्थापकांना सुचवले. चेकलिस्ट बनवून वापरायला लावण्यामागचा हेतू कितीही स्तुत्य असला, तरी त्याने अपेक्षित ते साध्य होईलच, असे काही आम्ही ठामपणे म्हणू शकत नव्हतो. त्यामुळे झोटिंगशाहीऐवजी आर्जव करणे, हा अधिक सुज्ञपणाचा मार्ग ठरला असता.

असे तुरळक विरोध अनुभवाला आले असले, तरी प्रत्येक ठिकाणी 'सेफ सर्जरी चेकलिस्ट' महिन्याभरात सुसूत्रपणे वापरली जाऊ लागली. आम्ही अभ्यासत असलेल्या प्रत्येक ऑपरेटिंग-रूममधले कर्मचारी ही चेकलिस्ट नियमितपणे वापरू लागले होते. आम्ही रुग्णांवरची माहिती गोळा करत राहिलो. मी मायदेशी परतलो आणि निकालाची वाट पाहू लागलो.

या प्रकल्पाबद्दल माझ्या मनात चिंता होती की, ही चेकलिस्ट वापरात आणल्यानंतर प्रत्येक जागी आम्ही केवळ तीनच महिन्यांच्या कालावधीमध्ये माहिती गोळा करणार होतो. आम्ही फक्त तीनच महिन्यांचा अवधी ठरवण्यामागचे कारण होते की, त्यामुळे आम्हाला आढळलेले फरक केवळ चेकलिस्टमुळे घडलेले आहेत आणि स्वास्थ्य व स्वास्थ्यसेवा यांतील दीर्घकालीन फरकांचा तो परिणाम नाही, हे आम्ही खातरीपूर्वक म्हणू शकलो असतो. परंतु फक्त तीनच महिन्यांच्या अल्प कालावधीत खरोखरच

काही बदलू शकेल का, याचीच मला चिंता वाटत होती. चेकलिस्ट वापरायला लोक अजूनही चुकत-माकत शिकत होते. आम्ही त्यांना शिकण्याच्या दृष्टीने फारच कमी वेळ तर दिलेला नव्हता? विचार करता, आम्ही सुचवलेला बदल अत्यंत अल्प तर नव्हता? आम्ही हॉस्पिटल्सना कोणतीही नवी सामग्री, कर्मचारी किंवा अन्य गोष्टी पुरवलेल्या नव्हत्या. या गोष्टी दिलेल्या नसताना, अत्यंत गरीब हॉस्पिटल्समध्ये रुग्णसेवेत केवळ चेकलिस्टमुळे सुधारणा घडेल, ही अपेक्षा अवाजवी तर नव्हती? आम्ही फक्त एकोणीस मुद्द्यांची एक पानी यादी देऊन ती कशी वापरायची, एवढेच शिकवले होते. ही यादी लहानशी आणि सुटसुटीत व्हावी, म्हणून आम्ही खूपच प्रयत्न केलेले होते. पण आम्ही ती फारच लहान तर केलेली नव्हती? यात आणखी मुद्दे घालायला हवे होते की काय? वैमानिकांसाठी चेकलिस्ट्स बनवणाऱ्या गुरूंकडून आम्ही आणखी बोध तर घ्यायला नको होता ना?

असे प्रश्न पडलेले असतानाच आमच्या कानांवर काही काही उत्साहवर्धक बातम्या पडू लागल्या. लंडनमध्ये गुडघ्याचा सांधा बदलण्याची शस्त्रक्रिया एक हाडांचा शल्यविशारद करत होता. तो आमच्या चेकलिस्टचा सर्वांत कडवा विरोधक होता. परंतु शस्त्र चालवण्यापूर्वी आमच्या चेकलिस्टच्या वापरामुळे सर्वांच्या वेळेतच लक्षात आले की; त्यांच्याजवळ उपलब्ध असलेला कृत्रिम गुडघा या रुग्णाच्या दृष्टीने अयोग्य मापाचा होता आणि योग्य मापाचा कृत्रिम गुडघा त्या वेळी हॉस्पिटलमध्ये उपलब्ध नव्हता. मोठाच अनर्थ टळला आणि तो शल्यविशारद तत्क्षणी आमच्या चेकलिस्टचा भक्त आणि पुरस्कर्ता बनला.

या चेकलिस्टमुळे एक महत्त्वाची चूक भारतातील शल्यचिकित्सकांच्या लक्षात आली. तिथे रुग्णाला शस्त्रक्रियेच्या खोलीत नेण्यापूर्वीच केव्हा तरी अँटिबायोटिक्सचे इंजेक्शन दिले जात असे. रुग्णावर त्यानंतर बऱ्याच वेळाने शस्त्रक्रिया केली गेली की, तोवर त्या अँटिबायोटिकचा प्रभाव शिल्लक राहत नसे. त्यामुळे कर्मचाऱ्यांनी चेकलिस्टच्या सूचनेचे तंतोतंत पालन केले आणि रुग्णाला शस्त्रक्रियेच्या खोलीत नेल्यानंतरच त्याला अँटिबायोटिकचे इंजेक्शन द्यायला सुरुवात केली.

सिॲटलमधील युनिव्हर्सिटी ऑफ वॉशिंग्टन मेडिकल सेंटरमध्ये माझी एक स्नेही कामावर नव्याने रुजू झाली होती. तिने मला सांगितले की, आमची चेकलिस्ट वापरणे तिच्या अगदी सहजी अंगवळणी पडले होते. "परंतु त्यामुळे वेळेत चुका लक्षात येत होत्या का?" मी तिला विचारले.

"प्रश्नच नाही!" तिने उत्तर दिले. अँटिबायोटिक, साधनसामग्री, लक्षात न आलेल्या वैद्यकीय समस्या हे सारे प्रश्न त्यांना चेकलिस्टचा वापर केल्यामुळे वेळेत लक्षात आलेले होते. परंतु तिला त्याहूनही महत्त्वाची वाटणारी गोष्ट होती ती म्हणजे चेकलिस्टचा वापर केल्यामुळे, नंतर रक्तस्राव किंवा तांत्रिक

अडचण अशा समस्या उद्‌भवल्यास, शस्त्रक्रिया करणारा संघ एकत्रितपणे त्या समस्यांचे निराकरण उत्तम प्रकारे करू शकत होता. ''एकत्रितपणे अधिक सहकार्याने आम्ही काम करू शकतोय.'' तिने मला सांगितले.

अशा बातम्या ऐकून माझ्या आशेला पालवी फुटली.

२००८च्या ऑक्टोबर महिन्यात निकाल आमच्या हाती आला. या प्रकल्पावर माझ्याबरोबर संशोधक म्हणून सर्वसाधारण शस्त्रक्रिया (जनरल सर्जरी) या विषयातले दोन शिकाऊ डॉक्टर्स काम करत होते. आठ शहरांतील विविध हॉस्पिटल्समध्ये चाललेल्या या प्रकल्पावर पूर्ण वेळ काम करण्यासाठी ॲलेक्स हेनीस याने प्रशिक्षणातून वर्षाची रजा काढली होती. टॉम वायजर याने WHO च्या चेकलिस्ट प्रकल्पासाठी दोन वर्षं काम केले होते आणि मिळालेल्या माहितीची पुन्हा एकदा खातरी करून घ्यायची जबाबदारी त्याच्यावर सोपवण्यात आली होती. त्या दोघांनी जमवलेल्या माहितीची तिसऱ्यांदा खातरजमा करण्याची जबाबदारी विल्यम बेरी या निवृत्त हृदय शल्यविशारदाने (Cardiac Surgeon) स्वीकारलेली होती. एका ढळत्या दुपारी हे तिघे जण मला भेटायला आले.

"तुम्ही हे बघायलाच हवेत!'' उत्तेजित झालेला ॲलेक्स मला म्हणाला.

त्याने तपशीलवार आकडेमोडीचे कॉम्प्युटर प्रिंटआऊट्स माझ्यापुढे ठेवले आणि तो पद्धतशीरपणे मला त्या नोंदी समजावून देऊ लागला. अंतिम निकाल असा होता की, चेकलिस्ट वापरात आणल्यापासून आठही हॉस्पिटल्समधील शस्त्रक्रियेच्या रुग्णांमध्ये उद्‌भवणाऱ्या गंभीर समस्या ३६% नी कमी झाल्या होत्या आणि मृत्यू ४७% नी घटले होते. हा निकाल आमच्या अपेक्षेपलीकडला आणि आकडेशास्त्रानुसार महत्त्वाचा होता. जंतुसंसर्ग होण्याचे प्रमाण निम्म्यावर आलेले होते. मूळ शस्त्रक्रियेनंतर रक्तस्राव झाल्यामुळे किंवा काही तांत्रिक चूक झालेली असल्यामुळे रुग्णावर पुन्हा शस्त्रक्रिया करावी लागण्याच्या घटना २४% नी घटल्या होत्या. एकूण अभ्यासल्या गेलेल्या ४००० रुग्णांपैकी निदान ४३५ रुग्णांच्या बाबतीत आधीच्या नोंदीनुसार गंभीर समस्या उद्‌भवणे अपेक्षित होते. त्याऐवजी फक्त २७७ रुग्णांना गंभीर समस्यांना सामोरे जावे लागले. चेकलिस्टचा वापर केल्यामुळे १५० रुग्ण हानीपासून आणि २७ रुग्ण मृत्यूपासून बचावले होते.

हे ऐकून मी आनंदाने नाचू लागलो असेन किंवा 'चेकलिस्ट कामाला आली' असे आनंदाने सर्वांना सांगू लागलो असेन, अशी तुमची अपेक्षा असेल; पण प्रत्यक्षात मी तसे काहीच केले नाही. कारण माझ्या मनात खरोखरीच शंका होती. मी नोंदींच्या ढिगात काहीही चुका तर नाहीत ना, याचाच शोध घेऊ लागलो.

मी शंका उपस्थित केली– समजा, ही सुधारणा चेकलिस्टमुळे घडलेली नसेलच आणि या काळात गंभीर स्वरूपाच्या व आणीबाणीच्या फारशा शस्त्रक्रिया कराव्या लागल्याच नसतील तर? मी उपस्थित केलेला प्रश्न ऐकून ॲलेक्स पुन्हा नोंदींकडे वळला. तो म्हणाला, "तुमची शंका चुकीची आहे. चेकलिस्टचा परिणाम अभ्यासला गेला, त्या तीन महिन्यांच्या काळात वस्तुत: पूर्वीपेक्षा जास्तच आणीबाणीच्या आणि गंभीर स्वरूपाच्या शस्त्रक्रिया करण्यात आलेल्या आहेत. प्रसूतीच्या वेळच्या, छातीच्या पिंजऱ्यावरच्या, हाडांवरच्या आणि पोटातल्या अशा सर्व प्रकारच्या शस्त्रक्रियांची टक्केवारी पूर्वीसारखीच आहे."

मी पुढची शंका उपस्थित केली, हा हॉथॉर्न इफेक्ट तर नसेल? शस्त्रक्रिया करते वेळी प्रकल्पाच्या अधीक्षकांची त्यांच्या चेकलिस्टच्या वापरावर नजर असल्यामुळे तर इतरांनी अधिक कार्यक्षमता दाखवली नसेल? असे असेल, तर या यशाचे श्रेय चेकलिस्टला देता येणार नाही. सरतेशेवटी २०% शस्त्रक्रियांच्या वेळी संशोधक माहिती गोळा करण्यासाठी स्वत: शस्त्रक्रियेच्या खोलीत उपस्थित होते, असे समजले. त्यांच्या उपस्थितीमुळे तर शस्त्रक्रिया करणाऱ्यांची कार्यक्षमता वाढलेली नसेल? परंतु या संशोधकांनी माझ्या निदर्शनाला आणून दिले की, चेकलिस्टचा वापर सुरू करण्यापूर्वीच, प्रकल्पाला सुरुवात झाल्या दिवसापासूनच संशोधक शस्त्रक्रियेच्या खोलीत उपस्थित राहत होते आणि चेकलिस्टचा वापर सुरू होईपर्यंत सुधारणा घडलेली नव्हती. कोणत्या शस्त्रक्रियांच्या वेळी संशोधक तिथे उपस्थित होते आणि कोणत्या शस्त्रक्रियेच्या वेळी ते तिथे उपस्थित नव्हते, ही आकडेवारीसुद्धा ॲलेक्सने तपासून पाहिली. त्याला आढळले की, दोन्ही वेळेच्या निकालांमध्ये काहीही फरक आढळलेला नाही. जेव्हा संशोधक उपस्थित होते आणि जेव्हा नव्हते, त्या दोन्ही वेळी सारखीच सुधारणा आढळली होती.

मी पुढे मुद्दा उपस्थित केला की, कदाचित काही ठिकाणी चेकलिस्टमुळे फरक पडलासुद्धा असेल; पण कदाचित फक्त गरीब देशांतच पडला असेल. परंतु ही शंकासुद्धा खोटी ठरली. चार श्रीमंत देशांतील हॉस्पिटल्समध्ये शस्त्रक्रियेनंतर समस्या उद्‌भवण्याचे प्रमाण चेकलिस्टच्या वापरापूर्वी गरीब देशांतील हॉस्पिटल्सपेक्षा कमी होते ही गोष्ट खरी असली, तरी तिथेसुद्धा चेकलिस्टचा वापर सुरू केल्यानंतर गंभीर समस्यांच्या प्रमाणात एक-तृतीयांश घट झालेली आढळली. ती लक्षणीय होती.

या तीन संशोधकांनी आठ हॉस्पिटल्समधील सुधारणा मला एकामागून एक विशद केल्या. या प्रत्येक हॉस्पिटलमध्ये चेकलिस्टचा वापर सुरू केल्यानंतर समस्यांच्या प्रमाणात लक्षणीय घट झालेली दिसली. आठपैकी सात हॉस्पिटल्समध्ये ही घट दोन आकडी टक्केवारीची होती.

याचा अर्थ स्पष्ट होता की, चेकलिस्ट खरोखरच उपयुक्त ठरली होती.

'न्यू इंग्लंड जर्नल ऑफ मेडिसिन'ने आमच्या प्रकल्पाची माहिती त्वरित प्रसारणासाठीच्या लेखाद्वारे २००९च्या जानेवारी महिन्यात प्रकाशित केली. आम्हाला आढळलेल्या सुधारणांची आकडेवारी प्रकल्पांतर्गत हॉस्पिटल्समध्ये प्रसारित करायला आम्ही सुरुवात केल्यावर, हा लेख प्रकाशित होण्यापूर्वीच ही बातमी बाहेर फुटली होती. सिॲटलमधील हॉस्पिटलमध्ये चेकलिस्टच्या वापरामुळे झालेली सुधारणा पाहून, वॉशिंग्टन राज्यातील इतर हॉस्पिटल्सनीसुद्धा चेकलिस्ट वापरायला प्रारंभ केला. त्यानंतर लवकरच त्यांनी राज्यातील विमा कंपन्या, बोइंग कंपनी व राज्याचा गव्हर्नर यांच्याशी युती केली आणि संपूर्ण राज्यात या चेकलिस्टचा वापर पद्धतशीरपणे करायला लावून त्याच्या वापरामुळे झालेल्या फायद्याची तपशीलवार नोंद ठेवण्याची यंत्रणा सुरू केली. ग्रेट ब्रिटनमध्ये लॉर्ड डार्सी हे सेंट मेरीज हॉस्पिटलमधील शस्त्रक्रिया विभागाचे अध्यक्ष होते. ते आता आरोग्यमंत्री या पदावर नियुक्त झाले होते. जेव्हा चेकलिस्टच्या वापरामुळे झालेल्या फायद्याचे परिणाम त्यांनी आणि सर लिॲम डॉनल्डसन या ब्रिटनमधून ेष्ठ वर नियुक्त झालेल्या सर्वोच्च अधिकाऱ्यांनी आपल्या नजरेखालून घातले, तेव्हा या दोघांनी चेकलिस्टचा वापर देशभरात सर्वत्र केला जावा यासाठी मोहीमच सुरू केली. शस्त्रक्रियेनंतरच्या समस्या कमी करण्यासाठी हा प्रकल्प सुरू करण्याची मूळ कल्पना खुद्द सर डॉनल्डसन यांचीच होती.

शल्यविशारदांची प्रतिक्रिया संमिश्र स्वरूपाची होती. त्यांना आधी भीती वाटत होती तेवढा वेळ चेकलिस्ट वापरण्यात वाया जात नसला (अनेकांनी तर नमूद केले की, चेकलिस्ट वापरल्यामुळे वेळेत बचतच होते), तरी काहींनी असा मुद्दा उपस्थित केला होता की, या पाहणीतून चेकलिस्टमुळेच सुधारणा घडली, हे सिद्ध झालेले नाही. ही गोष्ट खरी होती. आमच्या प्रकल्पातील आठ हॉस्पिटल्समध्ये जंतुसंसर्ग होऊ नये म्हणून योग्य वेळी ॲंटिबायोटिक्स दिली जाऊ लागली. शस्त्रक्रियेच्या वेळी प्राणवायूची पातळी नीट मोजली जाऊ लागली. शस्त्रक्रियेला प्रत्यक्ष प्रारंभ करण्यापूर्वी ही शस्त्रक्रिया योग्य त्या रुग्णाच्या योग्य बाजूच्या अवयवावर केली जातेय याची खातरजमा होऊ लागली. पण या सुधारणांमुळे याच्याशी संलग्न नसलेले रक्तस्रावासारखे प्रश्न का सुटावेत, या प्रश्नाचे उत्तर देता येत नव्हते. आम्ही निष्कर्ष काढला की, शस्त्रक्रिया करणाऱ्या गटातला परस्पर-संवाद सुधारण्याचा हा परिणाम असावा. शस्त्रक्रियेनंतर बाहेर पडत असलेल्या काही कर्मचाऱ्यांना अधून-मधून प्रश्न विचारून पाहिल्यावर त्यांनी आमच्याजवळ प्रतिक्रिया व्यक्त केली की, चेकलिस्टमुळे परस्पर-संवादात खरोखरच खूप सुधारणा झाली. गटातील लोकांमधील सुसंवाद व

सहकार्य वाढणे आणि समस्या घटणे याचा परस्पर-संबंध दिसून आला आहे.

सर्वांत बोलकी आकडेवारी आहे, ती या प्रकल्पात भाग घेणाऱ्या कर्मचाऱ्यांनी सादर केलेल्या माहितीची! अडीचशेहून अधिक कर्मचाऱ्यांनी तीन महिने चेकलिस्ट वापरल्यानंतर निनावी सर्वेक्षण करून निकाल जाहीर केला. यात शल्यविशारद, भूलतज्ज्ञ, परिचारिका व इतर कर्मचारी अशा सर्वांचा समावेश आहे. चेकलिस्टचा वापर सुरू केला, तेव्हा बऱ्याचशा लोकांना त्याबद्दल उदासीनता वाटत होती. तीन महिने चेकलिस्ट वापरल्यावर त्यातील ८०% लोकांनी नमूद केले की, चेकलिस्ट वापरायला खूप सोपी आहे. ती वापरायला फारसा वेळ लागत नाही आणि त्यामुळे शस्त्रक्रिया अधिक सुरक्षित बनल्या आहेत. ७८% लोकांनी प्रत्यक्ष निरीक्षण नोंदवले की, चेकलिस्टच्या वापरामुळे शस्त्रक्रियेदरम्यान घडणारी चूक वेळेत लक्षात आली आणि टाळता आली.

असे असूनही काही लोक अजूनही साशंक होतेच. ती २०% लोकांना वापरायला अवघड वाटली. त्यात खूप वेळ जातोय, असे वाटले आणि चेकलिस्टच्या वापरामुळे काही सुधारणा झाली, असे वाटले नाही.

मग आम्ही हॉस्पिटल कर्मचाऱ्यांना आणखी एक प्रश्न विचारला– "तुमच्यावर शस्त्रक्रिया केली जाणार असेल, तर तेव्हा चेकलिस्ट वापरली जावी, असे तुम्हाला वाटतेय का?"

या प्रश्नाला ९३% लोकांनी होकारार्थी उत्तर दिले!

८. चेकलिस्टच्या युगातील महापुरुष

आपल्यापुढे आज केवढी सुसंधी उपलब्ध आहे! केवळ वैद्यकशास्त्रातच नव्हे, तर कोणत्याही उपक्रमात आपल्या हातून घडत असलेल्या चुका व त्यामुळे येत असलेले अपयश यांचा सुसूत्र अभ्यास करून आणि अशा चुका टाळण्यासाठी काही गोष्टींची सरसकट खातरजमा करण्याचा पायंडा पाडून आपल्यापैकी अगदी तज्ज्ञ लोकसुद्धा सुधारणा घडवून आणू शकतील. पण आपण या संकल्पनेचा सहजी स्वीकार करायला तयार असू? ते अजिबातच शक्य दिसत नाही!

शस्त्रक्रिया सुरक्षितपणे पार पडाव्यात, यासाठी तयार केलेल्या चेकलिस्टचेच उदाहरण घ्या! चेकलिस्टच्या एक-शतांश उपयुक्ततेचे नवे औषध जर कुणी शोधून काढले आणि त्या औषधाच्या वापरामुळे शस्त्रक्रियेदरम्यान उद्‌भवणाऱ्या समस्या कमी होत असल्या, तर अशा औषधाच्या जाहिराती आपण टी.व्ही.वर प्रसारित करू आणि जाहिरातीत नामवंत अभिनेते या औषधाची स्तुतिस्तोत्रे गातील. शल्यविशारदांनी या औषधांचा सर्रास वापर करावा म्हणून, या औषधाचे विक्रेते फुकट मेजवान्या आयोजित करतील आणि औषधाची जाहिरात करण्यात सरकारी संशोधन प्रकल्पांतर्गत या औषधाची उपयुक्तता पडताळून पाहिली जाईल. प्रतिस्पर्धी औषध कंपन्या या औषधाच्या नव्या आणि सुधारित आवृत्त्या बाजारात आणायला धडपडतील. चेकलिस्ट हे जर शस्त्रक्रियेसाठीचे आधुनिक उपकरण असते, तर

शल्यविशारद हे मिळवण्यासाठी धडपडले असते. शस्त्रक्रियेवरील परिषदेतील मंडपात हे उपकरण वापरून पाहण्यासाठी त्यांनी रांगेत ताटकळत उभे राहून त्याचा प्रयोग करून पाहिला असता आणि त्यांच्या हॉस्पिटल व्यवस्थापनाला असे उपकरण आणून देण्यासाठी त्यांनी भंडावून सोडले असते; कारण अधिक चांगली रुग्णसेवा पुरवणे, हे व्यवस्थापनाचे कर्तव्यच नव्हे काय?

सर्जिकल रोबो म्हणजे शस्त्रक्रियेसाठी मदत करणारे यंत्रमानव तयार झाले, तेव्हा नेमके असेच घडले होते. बाविसाव्या शतकाला शोभेशी, सतरा लाख डॉलर्स किमतीची, दुरून नियंत्रण करता येणारी ही यंत्रे पाहून शल्यविशारदांच्या तोंडाला पाणी सुटले. त्या यंत्रमानवांच्या मदतीने लॅपरोस्कोपिक (अगदी छोटा छेद घेऊन दुर्बिणीच्या मदतीने, कमीत कमी इजा पोहोचवणारा) शस्त्रक्रिया अधिक सुलभतेने करता येणार होती. या यंत्रमानवांमुळे शस्त्रक्रियेच्या खर्चात प्रचंड वाढ झाली आणि फक्त काहीच शस्त्रक्रियांच्या बाबतीत त्यामुळे थोडी सुधारणा झालेली आढळली. असे असूनही अमेरिकेतील आणि परदेशातील हॉस्पिटल्सनी त्यावर करोडो डॉलर्स खर्च केले.

आणि दरम्यान चेकलिस्टचे काय झाले? त्याकडे दुर्लक्ष नक्कीच केले गेले नाही. सुरक्षित शस्त्रक्रियेचे 'चेकलिस्ट'मुळे होणारे फायदे WHO ने जाहीर केल्यावर डझनाहून अधिक देशांनी– ऑस्ट्रेलिया, ब्राझील, कॅनडा, कोस्टारिका, इक्वेडोर, फ्रान्स, आयर्लंड, जॉर्डन, न्यूझीलंड, फिलिपिन्स, स्पेन आणि युनायटेड किंगडम यांसह अन्य काही देशांनी देशभरातील हॉस्पिटल्समध्ये या चेकलिस्टच्या सुधारित आवृत्त्यांचा वापर करण्याला जाहीर मान्यता दिली आहे. यांतले काही देश चेकलिस्टच्या वापरामुळे झालेल्या फायद्यांची नोंद आकडेवारीनिशी करणार आहेत आणि त्यामुळे चेकलिस्टचा वापर अधिक सुसूत्रपणे केला जाण्यास नक्कीच मदत होणार आहे. अमेरिकेतील वीस राज्यांमधील हॉस्पिटल संघटनांनी चेकलिस्टचा वापर व फायद्यांची नोंद या गोष्टींना जाहीर मान्यता दिलेली आहे. वर्ष २००९ संपेपर्यंत अमेरिकेतील १०% हॉस्पिटल्सनी चेकलिस्ट वापरायला सुरुवात तरी केली होती किंवा ती वापरण्यासाठी पावले तरी उचलली होती आणि जगभरातील दोन हजारांहून जास्त हॉस्पिटल्सनी चेकलिस्ट वापरायला सुरुवात केली होती.

या साऱ्या गोष्टी उमेद वाढवणाऱ्याच आहेत. परंतु असे असले, तरी आम्ही डॉक्टरलोक काही खुल्या दिलाने कोणत्याही कल्पनेचे स्वागत करत नाही! ही चेकलिस्ट आमच्या शस्त्रक्रियांच्या खोल्यांमध्ये बाहेरून आणली गेली आहे आणि बऱ्याचदा ती वरिष्ठांनी गळी उतरवली आहे. आरोपाची बोटे दाखवणाऱ्या स्वास्थ्यसेवा-अधिकाऱ्यांना शल्यविशारद आपले शत्रूच मानत असतात आणि अशा लोकांकडून चेकलिस्टच्या वापराचा आदेश आलेला आहे किंवा जादा रामजल्या जाणाऱ्या

हॉस्पिटल-सुरक्षा अधिकाऱ्यांकडून चेकलिस्टचा वापर माथी मारला गेलेला आहे. कधी कधी शल्यचिकित्सेचा प्रमुख चेकलिस्ट वापरायला सांगतो. त्याच्याकडून असा आदेश आला की, आम्ही उघड विरोध न करता पुटपुट करत राहतो. पण कुणीही ही चेकलिस्ट आणलेली असो– आमची त्याकडे बघण्याची दृष्टी असते ती आमच्या क्षेत्रावरचे हे अतिक्रमण असल्याची! 'हा माझा रुग्ण आहे, ही माझी शस्त्रक्रियेची खोली आहे; मी इथे शस्त्रक्रिया कशा करायच्या, हा माझाच निर्णय असणार आहे... ती केवळ माझीच जबाबदारी आहे. मी काय करावे, हे सांगायचा अधिकार या उपटसुंभांना कुणी दिला?' अशी आमची मानसिकता असते.

असे असूनही जर शल्यविशारद चेकलिस्ट वापरू लागले, तर 'ती आम्ही नाखुशीने वापरल्यामुळे काय फरक पडणार आहे? आम्ही ती वापरतोय! तुम्हाला तेवढेच हवेय ना?' असा आमचा पवित्रा असतो.

परंतु बळजबरीने चेकलिस्ट वापरून मूळ उद्देश साध्य होणार नाही. चेकलिस्टबरहुकूम खातरजमा करत जाणे, एवढाच काही आमचा उद्देश नाही. सहयोग आणि शिस्त अंगी बाणण्यासारखा सांस्कृतिक बदल व्हावा, हा मूळ हेतू आहे आणि चेकलिस्टद्वारे आपल्यापुढे केवढी सुसंधी खुली होणार आहे याचे जर आपल्याला आकलन झाले, तर चेकलिस्ट ही निवळ सुरुवात असणार आहे. सर्व शस्त्रक्रियांदरम्यान उद्भवणाऱ्या समस्या टाळण्यासाठी काही ढोबळमानाने घडणाऱ्या चुका वेळेत लक्षात याव्यात यासाठी आम्ही ही चेकलिस्ट बनवलेली असली, तरी त्यात आम्हाला खूपच सुधारणा करता येतील. पार्श्वभागाचा सांधा बदलण्याची शस्त्रक्रिया– स्वादुपिंडावरील शस्त्रक्रिया, एओर्टाला (रक्तशयाच्या मुख्य धमनीला) फुगवटा आलेला असताना करायची शस्त्रक्रिया किंवा अन्य कोणतीही महत्त्वाची शस्त्रक्रिया यासाठी त्याची विशेष चेकलिस्ट आम्ही बनवू शकू. त्या-त्या शस्त्रक्रियेत उद्भवणारे विशेष प्रश्न लक्षात घेऊन आम्ही प्रत्येक शस्त्रक्रियेसाठी वेगळ्या गोष्टींची खातरजमा करून घेणारी चेकलिस्ट नक्कीच बनवू शकू. विमानव्यवसायाने क्वचित उद्भवणाऱ्या आणीबाणीच्या समस्यांसाठी जशी वेगळी खास चेकलिस्ट बनवलेली आहे, त्या धर्तीवर क्वचित उद्भवणाऱ्या गंभीर समस्यांसाठी आम्हालासुद्धा वेगळी चेकलिस्ट नक्कीच बनवता येईल. उदाहरण द्यायचे झाले, तर प्रास्ताविकात मी माझ्या मित्राचा– जॉनचा– एका रुग्णाच्या बाबतीतला अनुभव नमूद केलेला होता. त्या रुग्णाला मोठ्या मात्रेत पोटॅशिअम दिले गेल्यामुळे त्याच्या हृदयाचे स्पंदन बंद झाले होते, हे डॉक्टरांच्या लक्षातच आलेले नव्हते. चेकलिस्टमुळे अशा घटना, जीवावर बेतणार नाहीत.

परंतु केवळ शस्त्रक्रियेच्या खोलीतच नव्हे, तर त्याबाहेरसुद्धा डॉक्टर शेकडो– हजारो गोष्टी करत असतात. त्या शस्त्रक्रियेएवढ्याच धोक्याच्या असतात आणि

त्यांतही चुका घडण्याचा भरपूर संभव असतो. हृदयविकाराचा झटका, रक्ताची गुठळी अडकल्यामुळे मेंदूला रक्तपुरवठा न होणे, खूप अधिक मात्रेत औषध दिले जाणे, न्यूमोनिया, मूत्रपिंड निकामी होणे, फेफरे येणे अशा अनेक गोष्टींवर उपचार करताना चुका होऊ शकतात. इतरही अनेक गोष्टी अशा असतात की, ज्या वरवर पाहता गंभीर स्वरूपाच्या वाटल्या नाहीत, तरी त्यांचे निदान करण्यात मोठी गंभीर चूक होऊ शकते. डोकेदुखीची, छातीत विचित्र वेदना होत असल्याची, फुफ्फुसावर किंवा वक्षात गाठ आढळल्याची तक्रार घेऊन रुग्ण येतात. त्यांपैकी कोणत्याही गोष्टीचे निदान करण्यात धोका असतो, अनिश्चितता असते आणि गुंतागुंतीचे पर्याय असू शकतात. त्यामुळे अशा निदानांसाठीसुद्धा चेकलिस्टचा वापर करणे संयुक्तिक ठरेल. डॉक्टर्ससाठी आणि परिचारिकांसाठी चांगल्या चेकलिस्ट्स स्टेथोस्कोपएवढ्याच महत्त्वाच्या ठरतील (स्टेथोस्कोप रुग्णसेवेसाठी अपरिहार्य असल्याचे कुणीही सिद्ध केलेले नाही, हे नम्रपणे नमूद करतोय!). मुख्य प्रश्न अजूनही अनुत्तरितच राहिलेला आहे की, चेकलिस्टच्या वापराच्या सुसंधीचा खुल्या दिलाने स्वीकार करायला वैद्यकीय संस्कृती तयार आहे किंवा नाही?

टॉम वुल्फ याची 'द राइट स्टफ्' ही कादंबरी आपल्या सुरुवातीच्या अंतराळवीरांची कहाणी सांगते आणि १९५०च्या दशकातच 'चक् यीगर'चा नवी विमाने चालवून पाहण्याचा काळ संपत आल्याचेसुद्धा सूचित करते. त्या वेळी नवी विमाने चालवून पाहणे, हे अत्यंत धोक्याचे काम होते. अफाट ऊर्जा आणि गुंतागुंतीची यंत्रणा असलेल्या विमानात जिवावर उदार होऊनच नव्या विमानांचे परीक्षण करणारे वैमानिक बसत असत आणि त्यातले पंचवीस टक्के लोक मृत्युमुखी पडत असत. अशा वैमानिकांच्या ठायी एकाग्रता, धैर्य, प्रसंगावधान आणि कठीण परिस्थितीत ऐन वेळी निर्णय घेण्याची क्षमता असणे आवश्यक होते. परंतु विमानोड्डाणातील धोका कसा कमी करावा याचे ज्ञान जसे हळूहळू जमा होऊ लागले, वैमानिकांसाठी बनवलेल्या चेकलिस्ट्स आणि विमानोड्डाणाचे आभासमय अनुभव देणारी यंत्रे (Flight Simulators) जसजशी अधिकाधिक स्वीकृत आणि सफाईदार बनू लागली; तसतसा विमानोड्डाणातील धोका कमी होऊ लागला, सुरक्षितता आणि प्रामाणिकपणे कर्तव्य बजावणे या गुणांचे महत्त्व वाढले आणि नव्या विमानांचे परीक्षण करण्यासाठी उड्डाण करणाऱ्या टेस्ट पायलट्सची महती ओसरू लागली.

अशीच प्रक्रिया वैद्यकशास्त्रातसुद्धा सुरू आहे. शस्त्रक्रियेच्या आणीबाणीच्या वेळची रुग्णसेवा, अतिदक्षता विभागातील रुग्णसेवा आणि अन्य गोष्टींतील गुंतागुंतीच्या व धोक्याच्या प्रक्रिया सुलभतेने करण्याच्या पद्धतीने अपेक्षेपलीकडे प्रगती झालेली आहे. परंतु अवघड, धोकादायक आणि गुंतागुंतीच्या नाजूक परिस्थितीत तज्ज्ञावरच काम सोपवले पाहिजे, हा वैद्यकक्षेत्रात प्रचलित असलेला

पारंपरिक दृष्टिकोन या क्षेत्राच्या प्रगतीच्या आड येत आहे. चेकलिस्ट्स आणि शस्त्रक्रियेच्या सुसूत्र पद्धती अशा पारंपरिक विचारांच्या पगड्याखाली असलेल्यांच्या पचनी पडणे अवघड जात आहे.

अर्थात चेकलिस्टचा वापर केला की धैर्य, प्रसंगावधान आणि ऐन वेळी परिस्थितीनुरूप निर्णय घेण्याची क्षमता यांचे महत्त्व कमी होईल, असे म्हणणे वेडगळपणाचे ठरेल. हे गुण गुंतागुंतीच्या वैद्यकशास्त्रात नेहमीच महत्त्वाचे ठरणार आहेत. तज्ज्ञांचा ठाम निर्णय अनेकदा अपरिहार्यच राहणार आहे. परंतु सहकार्याने एकत्रितपणे काम करणे आणि निर्णय घेणे याचे महत्त्वदेखील वाढत जाणार आहे आणि आपल्याला त्याचा स्वीकार करावाच लागणार आहे.

ही गोष्ट फक्त वैद्यकशास्त्रालाच नव्हे; तर इतरत्रसुद्धा लागू आहे. सुसूत्र चेकलिस्टचा वापर करून कार्यक्षमता सुधारण्याची संधी अनेक क्षेत्रांत उपलब्ध आहे आणि त्याला तेवढाच विरोधही होत असलेला दिसतो आहे. अलीकडेच मी मोहनीश पाबरायशी बोललो. तो आयर्व्हाइन, कॅलिफोर्निया येथील पाबराय इन्व्हेस्टमेंट फंडचा कार्यकारी सहसंचालक आहे. अलीकडेच मी तीन गुंतवणूकदारांशी बोललो. या तिघांनीही वैद्यकशास्त्र व वैमानिक जगत यांसारखी चेकलिस्ट बनवून ती वापरायला प्रारंभ केलेला आहे. हे तिघेही अत्यंत मोठ्या प्रमाणावरचे गुंतवणूकदार आहेत. पाबराय पन्नास कोटी डॉलर्सची गुंतवणूक सांभाळतो. गाय स्पायर हा झुरीचमधील ॲक्वामरीन कॅपिटल मॅनेजमेंट या गुंतवणूक कंपनीचा प्रमुख आहे. ही सात कोटी डॉलर्सची गुंतवणूक करणारी कंपनी आहे. तिसऱ्या गुंतवणूकदाराने आपले नाव किंवा तो करत असलेल्या गुंतवणुकीचा आकडा जाहीर करायला नकार दिला; पण त्याची कंपनी जगातील अत्यंत मोठ्या गुंतवणूक कंपन्यांपैकी एक आहे आणि त्यांची गुंतवणूक शेकडो कोटी डॉलर्सच्या घरात आहे. हे तिघे जण स्वत:ला 'व्हॅल्यू इन्व्हेस्टर' म्हणवतात. ते लोकांना माहीत नसलेल्या, लायकीहून कमी किमतीत विकल्या जाणाऱ्या कंपन्यांचे भागभांडवल विकत घेत असतात. ते शेअर मार्केटच्या चढ-उतारानुसार विक्री-खरेदी करत नाहीत. ते कोणत्या तरी कॉम्प्युटवरच्या आकडेमोडीनुसार खरेदी-विक्रीचे निर्णय घेत नाहीत. ते सखोल संशोधन करतात, चांगला सौदा मिळवायचा प्रयत्न करतात आणि दीर्घकाळासाठी पैशांची गुंतवणूक करतात. लोकांना कोका-कोला ही कंपनी ठाऊक होण्यापूर्वीच त्यांनी त्या कंपनीत गुंतवणूक केलेली असते.

यासाठी कसे काम करावे लागते, याचे वर्णन पाबरायने केले. गेली पंधरा वर्षे तो दर तीन महिन्यांनी एक-दोन महत्त्वाच्या गुंतवणुकी करत आलेला आहे. एका कंपनीत गुंतवणूक करण्यापूर्वी त्याला निदान दहा कंपन्यांचा सखोल अभ्यास

करावा लागतो. कंपनीबद्दलची माहिती त्याला कुठूनही मिळते. कधी कधी एखादी फलकावरली जाहिरात किंवा ब्राझीलमधील स्थावर गुंतवणुकीवरला एखादा वृत्तपत्रीय लेख, एखाद्या खाणीबद्दलचा मासिकातला लेख त्याचे लक्ष वेधून घेतो. तो चौफर नजर ठेवून शोध घेत राहातो आणि माहिती गोळा करून वाचत राहतो. एखादा बाल्यावस्थेतला धंदा फोफावण्याची शक्यता आहे का, याची टेहळणी त्याचा मेंदू सतत करत असतो. धुळीत पडलेल्या हिऱ्याचा त्याचे डोळे सतत शोध घेत असतात.

शेकडो गोष्टी तो नजरेखालून घालत असला, तरी त्यातल्या बऱ्याचशा पहिल्या चाचणीतच बाद होतात. आठवड्यागणिक त्याला गुंतवणुकीची अशी एक तरी संधी आढळते की, ती पाहून त्याचे हृदय धडधडू लागते. ती गुंतवणुकीसाठी अगदी उत्तम संधी आहे, असे त्याला वाटू लागते. इतर कुणाच्याही नजरेला ही संधी अद्याप कशी पडली नाही, याचे त्याला आश्चर्य वाटू लागते. त्याने योग्य खेळी खेळली, तर ही संधी त्याला करोडो डॉलर्स मिळवून देईल, नव्हे शेकडो कोटी डॉलर्स मिळवून देईल, अशीसुद्धा त्याला खातरी वाटू लागते.

तो म्हणाला, ''तुम्हाला हाव सुटते.'' गाय स्पायर यालाच 'कोकेन ब्रेन' (मादक द्रव्याने धुंद झालेला मेंदू) असे नाव देतो. मज्जासंस्थेच्या संशोधकांना आढळले आहे की, कोकेनमुळे मेंदूचे जे भाग उत्तेजित होतात, तेच भाग खूप पैसे मिळण्याच्या शक्यतेमुळे उत्तेजित होतात. पाबराय म्हणाला की, अशा वेळेतच गुंतवणुकीकडे गंभीरपणे बघणारे त्याच्यासारखे निवेशक काळजीपूर्वक निर्णय घेऊ लागतात. भावनेच्या आहारी न जाता, केलेल्या मीमांसेवर ते लक्ष केंद्रित करतात. टोकाचा आशावाद आणि पराकोटीची भीती या दोन्ही गोष्टींपासून ते दूर राहतात. कंपनीच्या आर्थिक अहवालांची ते कसून तपासणी करतात. कंपनीवरच्या आर्थिक जबाबदाऱ्या व धोके यांचा ते शोध घेतात. कंपनीच्या व्यवस्थापनाच्या कार्यक्षमतेचा आलेख ते पडताळून पाहतात. त्यांचे प्रतिस्पर्धी किती बलिष्ठ आहेत, ती कंपनी ज्या व्यवसायात आहे; त्या व्यवसायाचे भविष्य कसे काय आहे, याचा ते शोध घेतात. थोडक्यात म्हणजे कंपनीपुढची संधी आणि सुरक्षितता यांचे मूल्यमापन केले जाते.

गुंतवणुकीच्या सुवर्णसंधी शोधून काढणाऱ्यांचा सम्राट 'वॉरन बफे' हा आजवरच्या इतिहासातला सर्वांत यशस्वी असा गुंतवणूकदार आहे. शेअर-मार्केटच्या २००८ मधील मंदीच्या लाटेत त्याला झालेला तोटा लक्षात घेऊनही, तो जगातील अत्यंत श्रीमंत अशा दोन व्यक्तींपैकी एक आहे. बफेने आणि त्याची कंपनी बर्कशायर हॅथवे यांनी केलेली प्रत्येक गुंतवणूक पाबरायने कसून तपासून पाहिलेली आहे. बऱ्या आणि वाईट अशा त्यांच्या दोन्ही प्रकारच्या गुंतवणुकींचा कसून अभ्यास करताना हाती लागलेले प्रत्येक पुस्तक पाबरायने वाचलेले आहे. बफेबरोबर दुपारच्या

जेवणाची संधी मिळावी, म्हणून पाबरायने एका धर्मादाय लिलावाला साडेसहा लाख डॉलर्स द्यायचेसुद्धा मान्य केले होते.

पाबराय म्हणाला, ''वॉरन'' – साडेसहा लाख डॉलर्स देऊन बफेबरोबर जेवण घेतल्यावर पाबराय त्याला त्याच्या पहिल्या नावाने संबोधू लागला, तर ते आपण समजू शकतो. ''गुंतवणुकीच्या संभाव्य संधींकडे पाहताना वॉरन चेकलिस्ट वापरून मनातल्या मनात अनेक गोष्टींची खातरजमा करत असतो.'' त्याची गुंतवणूक कंपनी स्थापन केल्या दिवसापासून पाबरायसुद्धा तेच करत आला आहे. तो अत्यंत शिस्तप्रिय आहे. गुंतवणुकीसाठी एखाद्या कंपनीचा अभ्यास करताना तो खूप वेळ खर्च करतो. कधी कधी त्या प्रक्रियेस अनेक आठवडे लागतात. अशा प्रकारे काम करून त्याने यश मिळवले आहे, पण नेहमीच नव्हे! त्याने चुकासुद्धा केलेल्या आहेत, त्यांतल्या काही गंभीर स्वरूपाच्या आहेत.

त्याने केलेल्या गुंतवणुकीत त्याला तोटा सहन करावा लागला किंवा काही गुंतवणुकीच्या संधी हातच्या सोडून त्याला संभाव्य फायदा गमवावा लागला, अशा प्रकारच्या या चुका नाहीत. असे प्रत्येकाच्या हातूनच कधी तरी घडते. पाबरायच्या व्यवसायात धोका असतो. त्याने ज्या चुका केल्या, त्यात त्याने मीमांसेत गफलत केली आणि त्यात किती धोका आहे, यात त्याची दिशाभूल झाली. मागे वळून पाहताना त्याच्या लक्षात आले आहे की, कंपनीजवळची किती रोख रक्कम त्यांच्या स्वतःच्या मालकीची आहे, किती कर्जाऊ घेतलेली आहे आणि ही कर्जे किती धोक्याची आहेत, या मुद्द्यांच्या मीमांसेत त्याच्या हातून वारंवार चुका घडलेल्या आहेत. ही सर्व माहिती उपलब्ध होती; पण त्याने ती काळजीपूर्वक तपासून पाहिली नव्हती.

त्याला वाटतेय की, अशा चुकांमागचे मुख्य कारण असे आहे की, त्याला कोकेन ब्रेनवर म्हणजे फायद्याच्या शक्यतेने प्रमाणाबाहेर उत्तेजित झालेल्या मेंदूवर पुरेसे नियंत्रण ठेवता आले नव्हते. पाबराय पंचेचाळीस वर्षांचा इंजिनिअर आहे आणि काही काळ तो त्या व्यवसायातही होता. तो भारतात जन्मला आणि शिकला आहे. तेथील भीषण स्पर्धेत टिकाव धरून त्याने पदवी मिळवली आहे. त्यानंतर त्याने दक्षिण कॅरोलिनातील क्लेम्सन युनिव्हर्सिटीत प्रवेश मिळवून अभियांत्रिकीचे पदव्युत्तर प्रशिक्षण घेतले आहे. या शिक्षणानंतर शिकागो आणि कॅलिफोर्निया येथील तंत्रज्ञानाच्या कंपन्यांमध्ये तो बढत्या मिळवत गेला आहे. गुंतवणुकीचा व्यवसाय सुरू करण्यापूर्वी त्याची स्वतःची इन्फर्मेशन टेक्नॉलॉजी कंपनी यशस्वीरीत्या चालली होती. हे सारे सांगण्यामागचा माझा हेतू असा आहे की, तो कुणी नवशिका गुंतवणूकदार नाही. त्रयस्थपणे संधीचे अवलकोन करणे आणि लोभाला बळी न पडणे यांत तो मुरलेला आहे. असे असूनही संभाव्य फायद्याच्या दृष्टीने चांगली

गुंतवणुकीची संधी आढळली की, त्याचा मेंदू उत्तेजित होतो आणि तो त्याच्या कह्यात राहत नाही, असा त्याचा अनुभव आहे. ही गुंतवणूक फायद्याची ठरेल, या त्याच्या प्राथमिक होऱ्याला पुष्टी देणाऱ्या पुराव्यांकडेच त्याचा मेंदू वळतो आणि तोट्याच्या शक्यता नीटपणे लक्षातच येत नाहीत, असे पाबरायचे म्हणणे आहे.

तो म्हणाला, "तुम्ही मोहाला बळी पडता. तुम्ही नीट मीमांसा करण्यात काटछाट करू लागता. मंदीची लाट आली, की नेमके याच्या विरुद्ध घडते." तो म्हणाला. "मंदीची लाट आली की, तुम्ही चिंताक्रांत होता. तुमच्या आजूबाजूचे लोक कफल्लक होताना तुम्हाला दिसले की, तुम्ही धोक्याला अवास्तव महत्त्व देता."

गुंतागुंतीच्या परिस्थितीत निर्णय घेताना त्याच्या हातून चुका घडल्याचे तो कबूल करतो. योग्य निर्णय घेण्यापूर्वी कंपन्यांच्या अनेक बाबी इतक्या विविध दृष्टिकोनातून तपासणे गरजेचे असते की, 'कोकेन ब्रेन' (उत्तेजित मेंदू) नसतानासुद्धा काही मुद्दे त्याच्या नजरेतून निसटत होते. त्याला मनातल्या मनात मुद्द्यांची खातरजमा करता येत नव्हती. तो म्हणाला, "मी म्हणजे वॉरन बफे नव्हे! माझा बुद्ध्यांक तीनशे नाही!" सर्वसामान्य बुद्ध्यांक असलेल्या व्यक्तीच्या क्षेत्रातील कामाला येईल अशी कार्यपद्धती त्याला उपयोगी वाटली. त्यामुळे त्याने एक लेखी चेकलिस्ट तयार केली.

खरे तर अशी चेकलिस्ट स्वत: बफेसुद्धा वापरू शकला असता. पाबरायच्या लक्षात आलेय की, खुद्द बफेच्या हातूनसुद्धा एकाच प्रकारच्या चुका वारंवार घडलेल्या आहेत. पाबराय म्हणाला, "ते पाहिल्यावर माझी खातरी झाली की, बफे चेकलिस्ट वापरत नाही."

त्यामुळे पाबरायने त्याच्या लक्षात आलेल्या चुकांची जंत्री बनवली. या चुका बफेसकट अन्य निवेशकांनी आणि स्वत: पाबरायने केलेल्या होत्या. या जंत्रीत लवकरच वेगवेगळ्या प्रकारच्या डझनवारी चुकांचा समावेश झाला. मग अशा चुका आपल्या हातून घडू नयेत, म्हणून प्रत्येक चुकीवरील उतारा असलेल्या मुद्द्यांची खातरजमा करणारी चेकलिस्ट त्याने बनवली. एकूण सत्तर मुद्दे पडताळून पाहणारी चेकलिस्ट त्याने तयार केली. चेकलिस्टमधला एक मुद्दा बर्कशायर हॅथवे या वॉरन बफेच्या कंपनीने केलेल्या चुकीच्या गुंतवणुकीबद्दल पाबरायने केलेल्या संशोधनापासून मिळालेला होता. या बर्कशायर हॅथवे कंपनीने २०००च्या प्रारंभी कोर्ट फर्निचर या व्हर्जिनियास्थित, भाड्याने फर्निचर देणाऱ्या कंपनीत गुंतवणूक केलेली होती. त्या आधीच्या दहा वर्षांत कोर्टचा धंदा आणि नफा सतत वाढत गेला होता. चार्ल्स मंगर हा बफेच्या गुंतवणुकीतला दीर्घकालीन भागीदार होता. त्याला वाटले की, अमेरिकन अर्थव्यवस्थेतील मूलभूत बदलाचा फायदा कोर्ट फर्निचरला

होत आहे. नव्या अर्थव्यवस्थेतील वातावरण अधिक अस्थिर बनत चाललेले होते आणि विविध कंपन्यांचे आकार त्यानुसार वाढत किंवा आकुंचन होते. त्यामुळे कंपन्या ऑफिससाठी जागा विकत न घेता भाड्याने घेऊ लागल्या होत्या आणि फर्निचरसुद्धा विकत न घेता भाड्याने आणू लागल्या होत्या, ते मंगरला जाणवले. कोर्ट फर्निचर कंपनीला या बदलाचा फायदा होईल, असे मंगरला वाटले. कंपनीच्या अहवालातले इतर सारे आकडे उत्तम होते. त्यांची आर्थिक स्थिती, व्यवस्थापनाचा दर्जा व अन्य गोष्टी उत्तम होत्या. त्यामुळे मंगरने या कंपनीत पैसे गुंतवले; पण ती गुंतवणूक चुकीची ठरली. एक महत्त्वाचा मुद्दा त्याच्या नजरेतून सुटलेला होता की, कोर्ट कंपनीला आधीच्या तीन वर्षांत झालेला फायदा हा नव्वदच्या दशकाच्या शेवटच्या वर्षांमधील 'डॉट कॉम' कंपन्यांच्या तेजीचा परिणाम होता. नव्याने चालू झालेल्या शेकडो 'डॉट कॉम' कंपन्यांना कोर्ट कंपनी भाड्याने फर्निचर पुरवत होती. 'डॉट कॉम' कंपन्यांची लाट ओसरल्यावर मंदीची जी लाट आली, त्यात या 'डॉट कॉम' कंपन्या लुप्त झाल्या आणि बिले बुडवून नाहीशा झाल्या.

पाबराय म्हणाला, ''डॉट कॉमचा फुगा फुटणार, हे मंगर आणि बफेला आधीच उमगलेले होते. त्यांच्या मनात याबद्दल अजिबात संदेह नव्हता. फक्त कोर्ट फर्निचर ही कंपनी 'डॉट कॉम' कंपन्यांवर एवढी अवलंबून आहे, हा मुद्दा त्यांच्या नजरेतून सुटला होता.'' कोर्ट फर्निचर कंपनीत गुंतवणूक करणे ही 'मॅक्रोइकॉनॉमिक' (अर्थव्यवस्थेचे विस्तृत रूपातले अन्वेषण) गल्लत झाली, असे मंडळाने नंतर जाहीर केले.

मंगरने आपल्या भागधारकांजवळ कबुली दिली की, काही काळ कोर्ट फर्निचरची आवक 'खूप'वरून 'शून्यावर' गेली.

हे उदाहरण पाहिल्यानंतर, पाबरायने स्वतःच्या चेकलिस्टमध्ये पुढील मुद्दा घातला– जेव्हा तुम्ही कंपनीच्या आर्थिक स्थितीचे अन्वेषण करत असता, तेव्हा क्षणभर थांबा आणि स्वतःलाच प्रश्न विचारा की, कंपनीची आमदनी अर्थव्यवस्थेतील तेजीमुळे फुगलेली किंवा अर्थव्यवस्थेतील मंदीमुळे घटलेली तर नाही ना?

आपले नाव गुप्त ठेवणाऱ्या गुंतवणूकदारानेसुद्धा पाबरायप्रमाणेच एक चेकलिस्ट बनवलेली होती. पण तो तर पाबरायपेक्षासुद्धा अधिक पद्धतशीरपणे काम करत होता. गुंतवणुकीच्या प्रक्रियेच्या प्रत्येक टप्प्यावर घडू शकणाऱ्या– अगदी संशोधनाच्या टप्प्यावर, निर्णय घेण्याच्या टप्प्यावर, निर्णयाची अंमलबजावणी करण्याच्या टप्प्यावर आणि गुंतवणूक करून झाल्यानंतर– समस्यांचा शोध घेण्याच्या काळापर्यंतच्या संभाव्य चुकांची यादीच त्याने बनवली होती. त्यानंतर या चुका टाळण्यासाठी त्याने मुद्द्यांची एक तपशीलवार चेकलिस्ट तयार केलेली होती. या चेकलिस्टमध्ये कुठे कुठे थांबायचे आणि त्याने व त्याच्या गुंतवणूक-गटाने मुद्द्यांची खातरजमा

केल्यानंतरच पुढे जायचे, हेसुद्धा त्याने नमूद केलेले होते.

एखाद्या गुंतवणुकीची मीमांसा करण्यासाठी 'तिसऱ्या दिवशी वापरायची' चेकलिस्टसुद्धा त्याने तयार केलेली होती. या तिसऱ्या दिवसापर्यंत, चेकलिस्टच्या म्हणण्यानुसार त्यांनी खातरी द्यायची होती की, चर्चेत असलेल्या कंपनीचे गेल्या दहा वर्षांचे अहवाल त्यांनी इत्थंभूत प्रकारे तपासले आहेत. प्रत्येक अहवालातील ठरावीक मुद्द्यांची खातरजमा केलेली आहे आणि विविध अहवालांतून वारंवार नजरेला पडलेले आकृतिबंध लक्षात घेतले गेलेले आहेत.

हा निवेशक म्हणाला, "एका अहवालात तुम्ही काही गोष्टी दडवू शकता, परंतु अनेक अहवाल तपासले की तुमचे बिंग फुटते."

या चेकलिस्टमधला एक मुद्दा होता की, चेकलिस्ट वापरणाऱ्यांनी प्रत्येक अंदाजपत्रकातील आकड्यांखालच्या तळटीपा वाचल्याची खातरजमा करून घ्यायची. आणखी एक मुद्दा होता की, व्यवस्थापनापुढल्या महत्त्वाच्या धोक्यांची जंत्री वाचण्याची खातरजमा करून घ्यायची. तिसरा मुद्दा होता की, जमाखर्चाचे आकडे हे दाखवलेल्या उत्पन्नातील वाढीशी जुळत आहेत किंवा नाहीत, हे तपासून पाहायचे.

हा निवेशक म्हणाला, "हे अगदी प्राथमिक स्वरूपाचे मुद्दे आहेत. तुम्ही आजूबाजूला नजर टाका! किती लोक या प्राथमिक मुद्द्यांचीसुद्धा काळजी करत नाहीत, हे पाहून तुम्ही थक्कच व्हाल." त्याचे म्हणणे होते, "एखाद्या कंपनीत गुंतवणूक करणे किती घातक ठरेल, हे फक्त त्यांच्या आर्थिक अहवालांवरून तुमच्या लक्षात येते."

त्याने मला एका कंपनीबद्दल सांगितले. प्राथमिक चाचणीनुसार त्यात गुंतवणूक करून प्रचंड फायदा झाला असता. त्याचा उत्तेजित झालेला मेंदू– कोकेन ब्रेन– 'गुंतवणूक कर' असा टाहो फोडत होता! परंतु सखोल छाननी केल्यावर लक्षात आले की, त्या कंपनीतले वरिष्ठ अधिकारी संभाव्य गुंतवणूकदारांना आपल्या धंद्याचे सोनेरी चित्र दाखवत असले, तरी आपल्या मालकीचा प्रत्येक शेअर त्यांनी गुपचूप विकून टाकलेला होता. कंपनी दिवाळे निघण्याच्या मार्गावर होती आणि या कंपनीत गुंतवणूक करणाऱ्यांना त्याची तिळमात्रसुद्धा कल्पना नव्हती. परंतु या निवेशकाने त्याच्या 'तिसऱ्या दिवशीसाठीच्या' चेकलिस्टमध्ये एक मुद्दा घातलेला होता की, कंपनीच्या शेअर्सच्या व्यवहारांबद्दल सक्तीने नमूद करावे लागणारे मुद्दे त्यांनी नीटपणे वाचल्याची खातरजमा करणे गरजेचे आहे. या मुद्द्याची खातरजमा करताना कंपनीचे बिंग फुटले. तो म्हणाला की, पन्नासातील एकोणपन्नास वेळी या मुद्द्याच्या खातरजमेतून काही निघत नाही; पण पन्नासाव्या वेळी महत्त्वाचे काही तरी सापडते.

तो म्हणाला की, चेकलिस्ट काही त्याला गुंतवणुकीबद्दलचा सल्ला देत नसते! तो काही निर्णयासाठीचा रामबाण उपाय नाही की, त्या आधारे तुम्ही डोळे मिटून निर्णय घेऊ शकाल. परंतु चेकलिस्टमुळे तो प्रत्येक पावलाला जागरूक राहतो. गरज पडेल, तेव्हा अत्यंत महत्त्वाची माहिती आपल्या हाताशी असेल, याबाबत तो निःशंक राहतो. निर्णय घेण्याची प्रक्रिया तो शिस्तबद्धतेने, पद्धतशीरपणे करतो. ज्यांच्याशी बोलणे गरजेचे आहे, अशा सर्वांशी तो बोललेला असतो. चांगली चेकलिस्ट वापरल्यानंतर तो आणि त्याचे सहायक जो निर्णय घेतील, तो मानवाच्या कुवतीतला सर्वोत्कृष्ट निर्णय असेल, याबद्दल त्याची खातरी असते. त्यामुळे शेअर मार्केटपेक्षा ते जास्त यशस्वी होतील, याबद्दलसुद्धा त्याला पूर्ण खातरी वाटत असते!

त्याला वाटणारी खातरी रास्त आहे का, की तो स्वतःची गोड गैरसमजूत करून घेतोय, असा प्रश्न मी त्याला विचारला.

तो म्हणाला, "तशीही शक्यता असू शकेल." पण त्यानंतर त्याने वैद्यकीय परिभाषेत मला उत्तर दिले, "जेव्हा शल्यविशारद शस्त्रक्रियेपूर्वी कटाक्षाने हात धुतात किंवा शस्त्रक्रियेसाठी जमलेल्या सर्वांशी बोलतात, तेव्हा त्यांच्या कौशल्यात वाढ होत नसूनही त्यांना अधिक यश मिळत असते. आम्ही जेव्हा चेकलिस्ट वापरतो, तेव्हा आमच्या बाबतीतसुद्धा असंच घडतं." त्याने आमची चेकलिस्ट वाचली होती, हे उघडच होते!

हा निवेशक त्याला झालेला नेमका फायदा सांगायला तयार नव्हता. त्याचा 'फंड' त्यांना झालेला फायदा जाहीर करत असतो. परंतु त्याने मला सांगितले की, चेकलिस्ट वापरायला सुरुवात केल्यापासून त्याला सुपरिणाम दिसू लागले आहेत. त्याने २००८च्या सुरुवातीपासून चेकलिस्ट वापरायला सुरुवात केलेली होती. त्यानंतर उसळलेल्या आर्थिक मंदीच्या लाटेतून तो सहीसलामत वाचलेला दिसत होता. इतर लोक म्हणतात की, तो नुसता वाचला नव्हता; तर त्याच्या फंडाने इतरांहून खूपच जास्त फायदा कमावला होता. यातल्या किती भागाचे श्रेय चेकलिस्टला द्यायचे, हे स्पष्टपणे उमगत नाही. कारण त्याने आत्तापर्यंत फक्त दोन वर्षेच चेकलिस्टचा वापर केलेला आहे. परंतु तो जे बोलतोय, त्यात तथ्य नक्कीच आहे. ज्या काळात प्रचंड आर्थिक अस्थिरता होती, त्या काळात चेकलिस्टमुळे त्याला आणि त्याच्या सहकाऱ्यांना इतरांवर कुरघोडी करण्यासाठी अनपेक्षितपणे एक जास्तीचे शस्त्र लाभलेले होते व ते शस्त्र होते, 'कार्यक्षमता'!

त्याने जेव्हा चेकलिस्ट वापरायला प्रारंभ केला, तेव्हा त्याला वाटले होते की, त्यामुळे गुंतागुंतीचे निर्णय घ्यायला त्यांना आणखी वेळ लागेल आणि जास्तीचे काम करावे लागेल. ही किंमत चुकवायला तो तयार होता. परंतु प्रत्यक्षात त्यांना

खूपच कमी वेळात खूपच जास्त कंपन्यांबद्दलचा सखोल अभ्यास करता आल्याचे पाहून त्याला खरोखरच आश्चर्य वाटले.

तो म्हणाला की, चेकलिस्ट वापरायला सुरुवात करण्यापूर्वी, एखादी कंपनी गुंतवणूक करण्याच्या योग्यतेची आहे किंवा नाही, याविषयी त्यांना अनेकदा भेटून अनेक आठवडे विचार करावा लागत असे. या कंपनीबद्दल आणखी सखोल अभ्यास करावा की ती यादीतून बाद करावी, एवढेच ठरवण्यासाठी त्यांचा खूप वेळ वाया जात असे. हे ठरवण्याची प्रक्रिया नियोजनबद्ध नसे. लोकांनी एखाद्या कंपनीबद्दल माहिती जमवण्यात एक महिना खर्च केलेला असला, की त्यात गुंतवणूक केल्यापासून तिसऱ्या दिवशीच्या चेकलिस्टचा वापर करण्यापूर्वीच त्याला आणि त्याच्या सहकाऱ्यांना कळलेले असते की, कोणती कंपनी विचारात घेण्याजोगी आहे आणि कोणती नाही. तो म्हणाला, ''आत्ताची कार्यपद्धती अधिक परिपूर्ण असूनही कमी वेळात पार पाडता येते. 'हो' किंवा 'नाही' याचा निर्णय थोड्याच वेळात घेता येतो.''

पाबरायचा आणि झुरिचमधील निवेशक स्पायर यांचा अनुभवसुद्धा असाच होता. चेकलिस्ट वापरण्यापूर्वी स्पायरने एका इन्व्हेस्टमेंट ॲनालिस्टला (गुंतवणुकीसाठी कंपनीच्या आर्थिक स्थितीची सखोल मीमांसा करणाऱ्याला) नोकरीवर ठेवले होते. चेकलिस्ट वापरायला सुरुवात केल्यानंतर त्याची गरज पडेनाशी झाली. पाबराय गेले वर्षभर चेकलिस्ट वापरत आहे. या काळात त्याच्या फंडाची किंमत १००% नी वर गेलेली आहे. याचे सारेच श्रेय काही चेकलिस्टला देता येणार नाही, परंतु चेकलिस्टमुळे त्याला गुंतवणुकीबद्दलचे निर्णय अधिक शिस्तबद्धपणे आणि थोडक्या वेळात घेता येऊ लागले आहेत. शेअर मार्केट २००८मध्ये गडगडले आणि लोकांनी धास्तावून जाऊन शेअर्स भराभर विकून टाकले. त्यामुळे अनेक कंपन्यांमध्ये गुंतवणूक करण्याजोगी परिस्थिती निर्माण झालेली होती. फक्त तीन महिन्यांच्या कालावधीत त्याला शंभर कंपन्यांचा सखोल अभ्यास करता आला आणि त्यांपैकी दहा कंपन्यांमध्ये त्याला प्रत्यक्ष गुंतवणूक करता आली. चेकलिस्ट नसतीच, तर यातले एक-शतांश कामसुद्धा पार पाडता आले नसते किंवा केलेल्या संशोधनाबद्दल ठाम खातरी बाळगता आली नसती, असे पाबरायचे म्हणणे आहे. वर्षानंतर त्याची गुंतवणूक १६०% नी वर गेलेली होती. त्याने अजिबात चुका केलेल्या नव्हत्या.

या गुंतवणूकदारांचे अनुभव मला उल्लेखनीय वाटतात. वैद्यक व्यवसायाप्रमाणेच वित्तव्यवसायातसुद्धा चेकलिस्टच्या वापरामुळे फायदा होतो, हे त्यांच्या अनुभवांद्वारे सिद्ध होते आहे, एवढेच त्यामागचे कारण नव्हे. इथेसुद्धा चेकलिस्ट या संकल्पनेचे स्वागत अत्यंत थंडपणे केले जातेय, हे त्यामागचे कारण आहे. वित्तव्यवसायात प्रत्येक जण इतरांवर कुरघोडी करता यावी यासाठी क्लृप्त्या शोधत असतो. एखाद्या

माणसाला सतत यश मिळत असले, तर त्यामागचे रहस्य शोधण्यासाठी इतर लोक भुकेल्या तरसासारखे त्याच्यावर तुटून पडतात. थोडासासुद्धा अधिक आर्थिक लाभ मिळवून देणाऱ्या प्रत्येक कल्पनेवर अधाशी तोंडे त्वरित झडप घालतात– मग ती कल्पना इंटरनेट कंपन्यांमध्ये पैसे गुंतवायची असो किंवा गहाणखत तुकड्या-तुकड्यांनी विकत घ्यायची असो! प्रत्येक कल्पनेवर त्वरित झडप घातली जाते. अपवाद फक्त एकच आहे– चेकलिस्टचा!

आपले नाव सांगायला राजी नसणाऱ्या निवेशकाला मी 'कुक' या काल्पनिक नावाने संबोधणार आहे. या कुकला मी प्रश्न विचारला, "गेली दोन वर्षे तो जे करतो आहे, यात इतरांनी किती रस घेतलाय?" तो म्हणाला, "शून्य!" वस्तुतः तेसुद्धा पूर्ण सत्य नव्हे. तो काय आणि कसे विकत घेतोय, यावर लोकांचे बारीक लक्ष होते. परंतु त्याच्या तोंडून 'चेकलिस्ट' हा शब्द निघायचा अवकाश– लोकांचा पूर्ण रस लुप्त होत असे! त्याच्या स्वतःच्या कंपनीतसुद्धा चेकलिस्टची संकल्पना इतरांच्या गळी उतरवायला त्याला खूपच प्रयास पडले.

तो म्हणाला, "प्रत्येक जण त्याबद्दल नाखुशी दाखवत होता. माझ्या सहकाऱ्यांना त्याची किंमत कळायला अनेक महिने लागले." त्याच्या भागीदारांना त्याची चेकलिस्टची कार्यपद्धती आजमितीपर्यंत अजिबात पसंत नाही. निर्णयप्रक्रियेत तो स्वतः भाग घेत नसेल, तेव्हा ते अजूनही चेकलिस्ट वापरत नाहीत.

तो म्हणाला, "अन्य गुंतवणूकदारांनी चेकलिस्ट वापरायचा प्रयत्नसुद्धा करून पाहिलेला नाही, याचे मला विलक्षण आश्चर्य वाटते. काहींनी नुसती माहिती मिळवली, पण ती वापरली मात्र कुणीही नाही!"

असा विरोध ही बहुधा अपरिहार्य प्रतिक्रिया असावी. काही वर्षांपूर्वी जेफ स्मार्ट हा मानसशास्त्रज्ञ व पीएच.डी. मिळवलेला प्राध्यापक, क्लेअरमाँट ग्रॅज्युएट युनिव्हर्सिटीत शिकवत होता. त्याने एक अत्यंत उद्‌बोधक संशोधनप्रकल्प पूर्ण केला. त्याने एक्कावन्न व्हेंचर-कॅपिटॅलिस्ट्‌सचा (नव्या, धोक्याच्या, अनिश्चित भविष्य असलेल्या प्रकल्पांमध्ये पैसे गुंतवणारे लोक) सखोल अभ्यास केला. ज्यांचे भवितव्य पूर्णतः अनिश्चित होते, अशा नव्याने चालू होणाऱ्या कंपन्यांमध्ये करोडो डॉलर्स गुंतवण्याचा धाडसी निर्णय हे व्हेंचर-कॅपिटॅलिस्ट्‌स घेत असत. त्यांचे काम हे पाबराय, कुक आणि स्पायर या निवेशकांहून पूर्णपणे वेगळे होते. पाबराय प्रभृति लोक सुस्थापित कंपन्यांमध्ये, त्यांचे आर्थिक अहवाल व यशस्वितेचे आलेख तपासून पाहून पैसे गुंतवत असत. व्हेंचर-कॅपिटॅलिस्ट्‌स लहान वयाच्या, नव्याने व्यवसाय चालू करणाऱ्या उद्योजकांना पैसे देत असतात. अशांच्या कंपन्या 'संकल्पना' अवस्थेतच असतात. त्या नावारूपाला येतीलच अशी काहीही शाश्वती नसते. परंतु अशाच

प्रकारे गुगल आणि ॲपल या कंपन्या चालू झाल्या आणि उद्या अशाच प्रकारे नावारूपाला येणाऱ्या कंपन्यांमध्ये आपण पैसे गुंतवत आहोत, असा या व्हेंचर-कॅपिटॅलिस्ट्स नव्याने व्यवसाय चालू करणाऱ्या लहान वयाच्या उद्योजकांना पैसे देत असतात; अशांच्या कंपन्या 'संकल्पना' अवस्थेतच असतात. त्या नावारूपाला येतीलच, अशी काहीही शाश्वत्ती नसते. परंतु अशाच प्रकारे गुगल आणि ॲपल या कंपन्या चालू झाल्या आणि उद्या अशाच प्रकारे नावारूपाला येणाऱ्या कंपन्यांमध्ये आपण आज पैसे गुंतवत आहोत, असा या व्हेंचर-कॅपिटॅलिस्ट्सचा ठाम विश्वास असतो.

तर हे व्हेंचर-कॅपिटॅलिस्ट्स पैसे गुंतवण्याचा निर्णय कशा प्रकारे घेतात, हा जेफ स्मार्ट याच्या संशोधनाचा विषय होता. उद्योजकाची कल्पना खरोखरच चांगली आहे की नाही, यावर हा निर्णय अवलंबून असेल, असे तुम्हाला वाटत असेल. पण चांगली कल्पना शोधणे, हे काही तितकेसे अवघड काम नाही. त्या चांगल्या कल्पनेतून कंपनी नावारूपाला आणू शकेल असा उद्योजक शोधून काढणे, हेच खरोखरच अवघड काम आहे. ही चांगली कल्पना वास्तवात परिवर्तित करू शकेल असा योग्य माणूस सापडणे गरजेचे असते. त्यासाठी अशा माणसाला अनेक तास परिश्रम करावे लागतात, चांगला संघ तयार करावा लागतो, अपयश पचवून तणाव सहन करावा लागतो, तांत्रिक आणि माणसांच्या समस्यांना तोंड देऊन मार्ग काढावा लागतो; तसेच अनेक वर्षे जिद्दीने, विचलित न होता, एकाग्रतेने प्रयत्न करावा लागतो. अशी माणसे फारच थोडी असतात आणि अशी माणसे हेरणे, हे अत्यंत अवघड काम असते.

असा योग्य माणूस आपल्याला सापडला आहे किंवा नाही, हे शोधण्याच्या अर्धा डझन निरनिराळ्या कार्यपद्धती व्हेंचर-कॅपिटॅलिस्ट्स वापरत आहेत, असे जेफ स्मार्टच्या लक्षात आले. खरे तर ही विचारपद्धती होती. एका प्रकारे विचार करणाऱ्या निवेशकाला स्मार्टने 'आर्टक्रिटिक' (कलेची गुणवत्ता मोजणारा–कलासमीक्षक) असे बिरुद दिले. एखाद्या कलाकृतीचे मोल कलासमीक्षक जसा एका दृष्टिक्षेपात जोखतो, त्याच पद्धतीने हे लोक योग्य उद्योजक हेरतात. प्रदीर्घ अनुभव व मनाचा कौल या जोरावर असे लोक निर्णय घेतात. स्मार्ट दुसऱ्या प्रकाराला 'स्पंज' असे नाव देतो. असे लोक परीक्षण करण्यासाठी खूप माहिती जमा करतात, मुलाखतींद्वारा जमवलेली माहिती ते स्पंजप्रमाणेच शोषून घेतात. इतरांनी व्यक्त केलेली मते, कार्यस्थळी प्रत्यक्ष दिलेल्या भेटी या दरम्यान जमवलेली माहिती लक्षात घेऊन मग ते मनाचा कौल मानतात. अशा एका व्हेंचर-कॅपिटॅलिस्टने आपल्या कार्यपद्धतीचे वर्णन करताना म्हटले होते, 'चौफेर हुंगून माहिती काढणे.'

'प्रॉसिक्युटर्स' किंवा 'खटला चालवणारे वकील' हा आणखी एक प्रकार

आहे. ते उद्योजकांची उलटतपासणी घेत असल्याप्रमाणे त्यांच्यावर प्रश्नांची सरबत्ती करतात. या प्रश्नांद्वारे ते उद्योजकांचे ज्ञान आणि भविष्यातील संभाव्य घटना हाताळण्याची त्यांची कुवत जोखतात.

'सूटर्स' किंवा 'लग्नाची मागणी घालणारे' लोक उद्योजकांचे परीक्षण करण्याऐवजी त्यांच्याशी लाडीगोडीनेच वागतात.

'टर्मिनेटर्स' किंवा 'एक घाव-दोन तुकडे' करणारे लोक या प्रयासातून काहीही निष्पन्न होणार नाही असे गृहीत धरून मूल्यमापन करतच नाहीत. त्यांना जी कल्पना उत्तम वाटते, त्यावर ते पैसे लावतात आणि उद्योजक पुरेसा चांगला नाही असे वाटले, तर त्याला डच्चू देऊन त्या जागी त्यांच्या मते चांगला असलेला माणूस नेमतात.

निवेशकांचा आणखी एक प्रकार आहे. या प्रकाराला स्मार्ट 'एअरलाइन कॅप्टन' असे नाव देतो. असे लोक पद्धतशीरपणे चेकलिस्टप्रमाणे खातरजमा करतात. या क्षेत्रातील इतरांनी भूतकाळात केलेल्या चुका तपासून, त्यातून ते बोध घेतात. निर्णय घेण्यापूर्वी ते पद्धतशीरपणे अनेक गोष्टींची खातरजमा करून घेतात. ते शिस्तबद्ध पद्धतीने वागतात आणि चेकलिस्टमधील कोणताही मुद्दा कधीही विसरत नाहीत. त्यांचे अंतर्मन त्यांना सांगत असते की, योग्य व्यक्ती त्यांना सापडलेली आहे. तरीसुद्धा ते कोणतीही पायरी गाळत नाहीत.

यानंतर जेफ स्मार्टने या वेगवेगळ्या प्रकारे निर्णय घेणाऱ्या व्हेंचर-कॅपिटॅलिस्ट्सच्या यशाचा मागोवा घेतला. कोणत्या प्रकारे निर्णय घेणारे लोक सर्वाधिक यशस्वी ठरले होते, हे तुम्ही ओळखलेच असेल! 'एअरलाइन कॅप्टन'प्रमाणे निर्णय घेणारे लोक सर्वांत जास्त यश मिळवू शकले होते. चेकलिस्ट वापरून निर्णय घेणाऱ्यांपैकी फक्त १०% लोकांवर अकार्यक्षमतेसाठी उद्योजकाला काढून टाकण्याची किंवा आपला निर्णय चुकला आहे असे मान्य करण्याची वेळ आली होती. इतरांपैकी निदान ५०% लोकांवर अशी वेळ आली होती.

त्यांनी पैसे गुंतवलेल्या कंपन्यांच्या आर्थिक स्थितीवरसुद्धा त्यांच्या निर्णयक्षमतेचा परिणाम झालेला दिसत होता. 'एअरलाइन कॅप्टन'च्या पद्धतीने काम करणाऱ्या व्हेंचर कॅपिटॅलिस्ट्सना त्यांनी गुंतवलेल्या पैशांवर सरासरी ८०% फायदा झाला, इतरांना ३५% किंवा त्याहूनही कमी फायदा झाला. इतर प्रकारे निर्णय घेणारे अयशस्वी झाले नाहीत, कारण अनुभवसुद्धा मोलाचा असतो. पण अनुभवाला चेकलिस्टची जोड देणारे लोक खूप जास्त यश मिळवू शकले.

या संशोधन प्रकल्पात आठवलेली गमतीची गोष्ट अशी की, त्यात विशेष फायदा नसूनही बरेचसे गुंतवणूकदार 'आर्टक्रिटिक' किंवा 'स्पंज' अशा प्रकारेच निर्णय घेत असतात. पद्धतशीरपणे मुद्दे पडताळून पाहण्याऐवजी ते अंतर्मनाच्या

कौलाला महत्त्व देतात. आठ जणांपैकी फक्त एक जण 'एअरलाइन कॅप्टन'च्या धर्तीवर निर्णय घेत असतो; परंतु या संशोधन प्रकल्पाला प्रसिद्धी दिल्यानंतर सर्वांच्या ज्ञानात भर पडूनसुद्धा कामाच्या पद्धतीत काहीही फरक पडलेला नाही! स्मार्टने या प्रकल्पाचे निष्कर्ष प्रकाशित केल्याला दहा वर्षांचा कालावधी उलटून गेला आहे. त्याने त्यानंतर हेच निष्कर्ष त्याच्या 'Who' या अत्युच्च खपाच्या पुस्तकात नमूद केलेले आहेत. कामावर माणसांची नियुक्ती कशी करावी, याबद्दलचे हे पुस्तक आहे. अशा लोकांच्या ज्ञानात भर पडल्यावर तरी ते अधिक शिस्तबद्ध चेकलिस्टवर आधारित कार्यपद्धतीचा वापर करू लागले आहेत का, असा प्रश्न मी जेफ स्मार्टला विचारला. तो म्हणाला, "नाही, पूर्वीप्रमाणेच सारे काही चाललेले आहे!"

आपल्याला चेकलिस्ट्स आवडत नाहीत, त्या वापरणे त्रासदायक वाटते, त्या वापरण्यात फारशी मौज वाटत नाही; यामागचे कारण हे केवळ आळस एवढेच नाही, असे मला वाटते. जेव्हा लोकांचे प्राण वाचवण्यासाठी किंवा जास्त पैसा कमावण्यासाठीसुद्धा लोक चेकलिस्ट वापरायला तयार होत नाहीत, तेव्हा त्यामागचे कारण अधिक खोलवरचे असते. चेकलिस्ट वापरणे लोकांना अपमानास्पद वाटू शकते. चेकलिस्ट वापरणे शरमेचे वाटू शकते. आपल्यापैकी श्रेष्ठ लोक (आणि प्रत्येकालाच श्रेष्ठत्व हवेसे वाटत असते) महत्त्वाच्या गहन समस्या सहजपणे हाताळू शकतात, अशी आपली ठाम समजूत असते. चेकलिस्ट वापरावी लागणे म्हणजे आपली तेवढी कुवत नसल्याची कबुली देणे ठरेल, असे कुठे तरी वाटत असते. खरेखुरे श्रेष्ठ लोक निर्भय असतात. ते ऐन वेळी निर्णय घेऊ शकतात. त्यांना चेकलिस्टची गरज पडणे शक्यच नाही, अशी आपली ठाम समजूत असते.

आपली ही कल्पना नव्याने तपासून पाहणे गरजेचे ठरले आहे!

दि. १४ जानेवारी, २००९ रोजी WHO ची सुरक्षित शस्त्रक्रियेबाबतची चेकलिस्ट जनतेपुढे प्रसारित करण्यात आली. दुसऱ्याच दिवशी यू.एस. एअरवेजच्या फ्लाइट नं. १५४९ने न्यूयॉर्क शहरातील लग्वार्दिआ विमानतळावरून उड्डाण केले. विमानात एकशे पंचावन्न माणसे होती. शहराच्या मॅनहॅटन विभागावरून जाताना हे विमान कॅनडातील हंसांच्या मोठ्या थव्यावर आदळले. विमानाची दोन्ही इंजिने बंद पडली आणि गोठलेल्या हडसन नदीवर ते उतरवावे लागले. या घटनेला योगायोगाने खूपच प्रसिद्धी मिळाली, कारण आणीबाणीच्या परिस्थितीत हे विमान सुखरूपपणे हडसन नदीवर उतरवल्यामुळे एकही माणूस जिवाला मुकला नाही. या घटनेला 'हडसनवरील चमत्कार' म्हटले गेले. राष्ट्रीय परिवहन सुरक्षा मंडळाने– नॅशनल ट्रान्स्पोर्टेशन सेफ्टी बोर्डाने– या फ्लाईटचे वर्णन 'हवाई वाहतुकीच्या इतिहासातील

सर्वांत यशस्वी अशी मनुष्यहानी वाचवणारी घटना' या शब्दांत केले. या विमानाचा कॅप्टन चेस्ली बी 'सली' ऊर्फ सलनबर्गर तीन हा पूर्वी हवाई दलातला वैमानिक होता. विमान चालवण्याचा वीस हजार तासांचा अनुभव त्याच्या गाठीशी होता. या सत्तावन्न वर्षांच्या कॅप्टनचे जगभरात कौतुक झाले.

न्यूयॉर्क पोस्टच्या मथळ्यात त्याचा 'कॅप्टन अमेरिका' या शब्दांत गौरव केला होता. ए.बी.सी. बातम्यांनी त्याचे वर्णन 'हडसन नदीवरला महापुरुष' असे केले. जर्मनीतील, फ्रान्समधील, स्पॅनिश भाषेतील वर्तमानपत्रांनी 'अमेरिकेतील महापुरुष' म्हणून त्याला गौरवले. अध्यक्ष जॉर्ज डब्ल्यू. बुश यांनी स्वत: फोन करून सलनबर्गरचे आभार मानले. नव्याने निवडून आलेल्या बराक ओबामांनी पाच दिवसांनी होणाऱ्या अध्यक्षीय उद्घाटन (Presidential Inauguration) समारंभासाठी उपस्थित राहण्याचे आमंत्रण त्याला व त्याच्या कुटुंबीयांना, दिले. त्याच्या पत्नीचे आणि विशीच्या आतल्या वयाच्या मुलांचे फोटो काढता यावेत, म्हणून फोटोग्राफर्सनी त्याच्या डॅनव्हिल, कॅलिफोर्निया येथील घरापुढच्या हिरवळीवर दाटी केली. त्याच्या गावात प्रचंड मोठी मिरवणूक काढून त्याचे स्वागत केले गेले आणि त्याने पुस्तक लिहिल्यास त्याला तीस लाख डॉलर्सचे मानधन देऊ केले गेले.

पण हळूहळू आतल्या खऱ्या बातम्या बाहेर पडू लागल्या. विमान खाली उतरवण्यासाठी ठरावीक कार्यपद्धती आणि चेकलिस्ट यांची खूप मदत झाली, विमानातील अद्ययावत संगणक यंत्रणेमुळे ते विमान पाण्यावर अलगद तरंगत उतरवणे सोपे पडले होते. सहवैमानिकांनी बरोबरीने जबाबदाऱ्या निभावल्या होत्या. विमानातील अन्य कर्मचाऱ्यांनी प्रवाशांना सुखरूपपणे भराभर बाहेर काढण्याची तत्परता दाखवली होती. अशा बातम्या कानावर पडल्यावर आमच्यासारख्या जनतेला खराखुरा प्रश्न पडला की, 'महापुरुष' हे बिरूद कोणाला द्यावे? स्वत: सलनबर्गरसुद्धा अगदी पहिल्या मुलाखतीपासून सतत सांगत आला होता, ''मला सुरुवातीलाच स्पष्टपणे नमूद करायचेय की, हा आम्ही सर्वांनी एकत्रितपणे केलेला प्रयत्न होता.'' सर्वांनी उत्कृष्ट सांघिक प्रयत्न करून कार्यप्रणालीचे काटेकोर पालन केल्याला त्याच्या वैयक्तिक कौशल्याएवढेच महत्त्व द्यायला हवे, असे त्याने स्पष्टपणे सांगितले होते.

तो असे ठासून म्हणत असला, तरी आम्ही धरून चाललो होतो की, प्रसिद्धीपराङ्मुख महापुरुषाचा हा केवळ विनय आहे. पुढल्या महिन्यात या विमानातील पाचही कर्मचाऱ्यांना– फक्त सलनबर्गरलाच नव्हे, तर सर्वांना– टी.व्ही.च्या प्रत्येक नेटवर्कवर मुलाखतीसाठी आदराचे आमंत्रण देण्यात आले आणि टँपा बे येथील 'सुपर बोल'मध्ये सत्तर हजार प्रेक्षकांनी उभे राहून टाळ्यांच्या कडकडाटात त्यांना मानवंदना दिली, तेव्हा प्रसिद्धिमाध्यमांनी या मुलाखती कशा घ्यायच्या, हे आधीच

ठरवले होते, हे स्पष्ट झाले. त्यांना सांघिक प्रयत्न आणि कार्यप्रणालीचे काटेकोर पालन वगैरे विषय टाळायचेच होते. विमानदलात प्रशिक्षण घेत असताना सलनबर्गरला ग्लायडर्स चालवायचा जो अनुभव मिळालेला होता, तो या वेळी उपयुक्त ठरला असे प्रसिद्धिमाध्यमे ध्वनित करत होती.

सलनबर्गर म्हणाला, ''तो अनुभव घेतल्याला अनेक वर्षं होऊन गेली आहेत आणि ग्लायडर्स आधुनिक जेट विमानाहून पूर्णत: वेगळी असतात. त्या अनुभवाचा या यशाशी फारसा संबंध असेल, असे मी म्हणू शकत नाही.''

त्या विमानातील लोकांचे प्राण वाचवण्यासाठी खरोखरच कशाची मदत झाली होती, हे जणू काही आम्हाला समजूनच घ्यायचे नव्हते!

ते विमान युरोपात बांधले गेलेले, एअरबस A-३२० या प्रकारचे विमान होते. त्यात प्रत्येक पंखावर एकेक इंजिन होते. थंड, परंतु स्वच्छ हवा असलेल्या एका दुपारी तीन वाजून पंचवीस मिनिटांनी विमानाने हवेत झेप घेतली. ते नॉर्थ कॅरोलिना राज्यातील शार्लट येथे जात होते. फर्स्ट ऑफिसर जेफ्री स्काइल्स विमान चालवत होता आणि सलनबर्गर त्याच्या शेजारी बसलेला होता. यापूर्वी या दोघांनी कधीही एकमेकांबरोबर विमान चालवलेले नव्हते. दोघांनाही विमानोड्डाणाचा प्रदीर्घ अनुभव होता. स्काइल्सला सलनबर्गरएवढाच अनुभव होता आणि तो अनेक वर्षे बोइंग-७३७ या विमानाचा कप्तान म्हणून कार्यरत होता. कंपनीने नोकरीवरून माणसे कमी केल्यानंतर A-३२० विमानात सहवैमानिक म्हणून काम करण्याची वेळ त्याच्यावर आली होती. इतका अनुभव असणे ही जमेची बाजू वाटू शकेल, परंतु नेहमीच ती जमेची बाजू ठरते असे नाही. कोर्टात तुमच्या खटल्याची तारीख लागते, त्याच दिवशी दोन अनुभवी परंतु एकमेकांना ओळखत असणारे वकील एकत्रितपणे तुमचा खटला चालवू लागले, तर काय होईल? किंवा दोन आघाडीचे बास्केटबॉलचे प्रशिक्षक एकमेकांशी अजिबात ओळख नसताना अटीतटीच्या निर्णायक सामन्यात एखाद्या टीमचे नेतृत्व करू लागले, तर काय गोंधळ उडेल? कदाचित सारे काही नीट पार पडेलसुद्धा; पण गोंधळ माजेल, हीच शक्यता जास्त वाटते.

गेटपाशी विमानाची इंजिने चालू करण्यापूर्वी मात्र या दोन्ही वैमानिकांनी शिस्तबद्धपणे कार्यप्रणालीचे पालन केले. अशी शिस्तबद्धता इतर अनेक व्यवसायांमध्ये अभावानेच आढळते. त्यांनी त्यांच्या चेकलिस्टमधले मुद्दे तपासून खातरी करून घेतली. त्यांनी एकमेकांची आणि विमानातील अन्य कर्मचाऱ्यांची कटाक्षाने ओळख करून घेतली. त्यांनी सर्वांनी मिळून छोटीशी चर्चा केली आणि विमानोड्डाणाबद्दलची योजना, संभाव्य प्रश्न आणि समस्या उद्‌भवल्यास तिचे निराकारण कशा प्रकारे करायचे, या मुद्द्यांबद्दल निर्णय घेतले. ही शिस्त पाळण्यासाठी त्यांना फक्त काही

मिनिटेच खर्च करावी लागली. परंतु तेवढ्या वेळात हे सर्व कर्मचारी अनोळखी न राहता, त्यांचा एक संघ बनला होता आणि काहीही समस्या उद्‌भवली, तरी एकजुटीने त्याला सामोरे जायला तो संघ सिद्ध झालेला होता.

सलनबर्गर आणि स्काइल्स वेळ वाचवण्यासाठी या पूर्वतयारीची काटछाट करू शकले असते. सर्व कर्मचाऱ्यांना एकत्रितपणे १५० विमानोड्डाणांचा अनुभव होता. अनेक वर्षे त्यांनी त्यांच्या चेकलिस्ट्‌ची अंमलबजावणी पुन:पुन्हा केलेली होती. या चेकलिस्ट्स त्यांनी सिम्युलेटर्समध्ये वापरून पाहिल्या होत्या. त्यात दर वर्षी केल्या जाणाऱ्या सुधारणांचा अभ्यास त्यांनी केला होता. अंगवळणी पडलेली नेहमीची प्रक्रिया पुन्हा एकवार करणे बऱ्याचदा निरर्थक वाटू शकते. त्यांच्यापैकी कुणीही, कधीच विमान अपघातात सापडलेले नव्हते. विमान अपघातात न सापडता आपण निवृत्त होऊ शकू, अशी त्यांच्यापैकी प्रत्येकालाच पक्की खातरी होती. कोणतीही गोष्ट चुकू शकेल, अशी शक्यता त्यांना अजिबात वाटत नव्हती. वैद्यकशास्त्र, आर्थिक गुंतवणूक, वकिली किंवा कोणत्याही अन्य व्यवसायांपेक्षा त्यांच्या व्यवसायात चूक घडण्याची शक्यता खूपच कमी होती. असे असूनही त्यांनी चेकलिस्टप्रमाणे सर्व गोष्टींची खातरजमा नीट केली होती.

असे करणे ते सहजी नाकारू शकत होते. अनेक वैमानिक १९७०पर्यंत अशा पूर्वतयारीबद्दल बेदरकारी दाखवत असत; मग ती चेकलिस्ट कितीही उत्कृष्ट प्रकारची असो! ‘‘मी कधीच चुका करत नाही’’ किंवा ‘‘सारे काही ठीक आहे. चला, निघू या!’’ असे ते म्हणत असत. कधी कधी, ‘‘मी कॅप्टन आहे आणि हे माझे विमान आहे. तुम्ही माझा वेळ वाया घालवताय.’’ असेसुद्धा ते म्हणत असत. उदाहरणादाखल १९७७मधील टेनेराइफ दुर्घटनाच घ्या! विमानोड्डाणाच्या इतिहासातील ती सर्वांत भीषण दुर्घटना होती. कॅनरी आयलंड येथील धावपट्टीवर धुक्यात दोन बोइंग ७४७ विमानांनी वेग घेतलेला असताना ती एकमेकांवर आदळली आणि विमानांमधले ५८३ लोक मृत्युमुखी पडले. त्यातल्या एका विमानाच्या– KLM च्या विमानातल्या– वैमानिकाला एअर ट्रॅफिक कंट्रोलने दिलेल्या सूचना समजल्याच नव्हत्या. एअर ट्रॅफिक कंट्रोलने त्याला धावपट्टीवरून उड्डाण करायची परवानगी दिलेली नव्हती, हे त्याला समजलेच नाही. सहवैमानिकाने त्याच्या निदर्शनाला ही गोष्ट आणून द्यायचा प्रयत्न केला; परंतु त्याचा इशारा त्याने धुडकावून लावला. पॅन अमेरिकन कंपनीचे विमान त्याच वेळी विरुद्ध दिशेने त्याच धावपट्टीवर आकाशात झेप घेण्याच्या तयारीत होते.

“त्या पॅन अमेरिकनला उड्डाणाची परवानगी आहे, नाही का?’’ सहवैमानिकाने

KLM च्या कॅप्टनला विचारले होते.

कॅप्टन म्हणाला, "हो– हो!" आणि तो धावपट्टीवरून पुढे जातच राहिला.

कॅप्टनच्या हातून गल्लत होत होती. सहवैमानिकाला त्याची कल्पना आलेली होती. पण अशा वेळी काय करावे याची पूर्वतयारी त्यांनी केलेली नव्हती. आपण सांघिकपणे, सहकार्याने काम करावे, या दृष्टीने त्यांनी पावले उचलली नव्हती. त्यामुळे सहवैमानिकाला वाटलेच नाही की, कॅप्टनला थोपवावे आणि शंका-निरसन करून घ्यावे. यासाठी त्याला नुसती मुभाच होती असे नव्हे, तर ते त्याचे कर्तव्यसुद्धा होते! त्याऐवजी कॅप्टनला त्याने पुढे जाऊ दिले आणि सर्व लोक मृत्युमुखी पडले!

दिलेल्या मुद्द्यांच्या जंत्रीचे काटेकोरपणे पालन करण्याच्या कल्पनेला लोक घाबरतात. कारण शिस्तीचा कडक बडगा त्यांना नकोसा वाटत असतो. चेकलिस्टचे पालन करता-करता ते निर्बुद्ध यंत्रे बनतील आणि खऱ्या जगाचा सामना करण्याची कुवत गमावून बसतील, असे त्यांना वाटत असते. परंतु चेकलिस्ट जर काळजीपूर्वक बनवली गेली असेल, तर प्रत्यक्षात याच्या विरुद्ध अनुभव येतो. चेकलिस्टमुळे फारशी बुद्धी वापरावी लागत नसलेल्या गोष्टी पटापट हातावेगळ्या करता येतात आणि अशा नेहमीच्या गोष्टींमध्ये तुमच्या बुद्धीचा अपव्यय होत नाही. ('विमानाचे उड्डाणासाठीचे नियामक योग्य स्थितीत ठेवलेले आहेत? रुग्णाला वेळेवर अँटिबायोटिक दिले गेलेय? व्यवस्थापकांनी त्यांचे सारेच्या सारे शेअर्स विकून टाकले आहेत? सारे जण एकच पान वाचताहेत?' अशा बिनडोक गोष्टी लक्षात ठेवाव्या लागत नाहीत, कारण चेकलिस्ट वापरली की त्यांची खातरजमा आपोआपच होणार असते!) अशा निर्बुद्ध गोष्टींमध्ये तुम्हाला मेंदू व्यग्र ठेवावा लागला नाही की, तुम्हाला खरोखरच अवघड समस्यांकडे स्वस्थ चित्ताने लक्ष पुरवता येते. (उदाहरणार्थ– आणीबाणीच्या वेळी विमान कुठे उतरवावे, या कळीच्या प्रश्नावर तुम्ही चित्त केंद्रित करू शकता.)

मी एका अत्यंत उत्कृष्ट अशा चेकलिस्टचा तपशील येथे नमूद करतो आहे. एकच इंजिन असलेले सेस्ना विमान आकाशात असताना त्याचे इंजिन बंद पडले तर काय करावे, याबद्दल ही चेकलिस्ट बनवण्यात आलेली होती. ही परिस्थिती यू.एस. एअरवेजच्या विमानासारखीच होती. फरक एवढाच होता की, या एका इंजिनाच्या चिमुकल्या विमानात फक्त एकच वैमानिक होता. ही चेकलिस्ट अवघ्या सहा मुद्द्यांची होती.

– इंजिन पुन्हा चालू करायचा प्रयत्न करायला विसरू नये.
– इंधन पुरवण्यासाठीची झडप उघडी केलेली आहे याची खातरी करावी.
– बॅकअप फ्युएल पंपची (जास्तीने इंधन पुरवण्यासाठीचा पंप) झडप उघडी करावी.

हे या चेकलिस्टमधले काही मुद्दे होते. परंतु या चेकलिस्टमधला पहिला मुद्दा हा मोठा लक्षवेधक होता. तो मुद्दा होता विमान उडवण्याकडे लक्ष द्या (FLY THE AIRPLANE). हा मुद्दा अत्यंत महत्त्वाचा होता. कारण कधी कधी वैमानिक बंद पडलेले इंजिन चालू करण्याच्या खटपटीत इतके व्यग्र राहतात, इंजिन बंद का पडले असावे, या प्रश्नाची उकल करण्यात त्यांचा मेंदू इतका गुंतून पडतो की; विमान उडवत राहण्याकडे लक्ष देणे सर्वांत महत्त्वाचे आहे, याचाच त्यांना विसर पडतो. अशी चेकलिस्ट वापरून कोणी निर्बुद्ध यंत्र बनत नसते; अशी चेकलिस्ट वापरली की, संकटातून सुखरूपपणे बचावण्याची शक्यता राहते!

आता यू.एस. एअरवेजच्या फ्लाइट १५४९कडे वळू या. विमानाने आकाशात झेप घेतल्यावर नव्वद सेकंदांत ते विमान तीन हजार फूट उंचीवर पोहोचले होते. त्याच वेळी ते हंसांच्या थव्याच्या मार्गात आले. हंसांचा थवा इतका अवचितपणे विमानापुढे अवतरला की, सलनबर्गरची पहिली प्रतिक्रिया होती चट्कन खाली वाकण्याची! हे पक्षी विमानाच्या पुढच्या काचेवर आणि इंजिनावर आदळल्याचा आवाज इतका प्रचंड मोठा होता की, तो कॉकपिटमधल्या व्हॉइस रेकॉर्डरवरसुद्धा ध्वनिमुद्रित झाला. यानंतर प्रसारित झालेल्या बातम्यांनी नमूद केले की, विमाने लाखो पक्ष्यांवर आजवर आदळलेली आहेत आणि त्यानंतर कोणतीही दुर्घटना घडलेली नाही. परंतु पक्ष्यांच्या थव्यावर आदळून दोन्ही इंजिने निकामी होण्याची घटना क्वचितच घडते. बऱ्याच प्रकारचे पक्षी आदळले की, त्यांचा समाचार घेता येईल अशी जेट इंजिनांची रचना असते. ती इंजिने आदळलेल्या पक्ष्यांचा लगदा करून टाकतात. परंतु कॅनडातले हे हंस पक्षी सर्वसाधारण पक्ष्यांपेक्षा खूपच मोठ्या आकाराचे असतात. बऱ्याचदा त्यांचे वजन दहा पौंडांपेक्षासुद्धा जास्त असते आणि कोणत्याही विमानाचे इंजिन त्यांना पुरून उरू शकत नाही. मोठा पक्षी इंजिनात शिरला की, जेट विमानाचे इंजिन बंद केले जावे, अशी जेट इंजिनाची रचना करण्यात आलेली आहे. जेट इंजिन बंद पडले की, त्याचा स्फोट होऊन अणकुचीदार गोष्टींनी विमानाच्या पंखांना किंवा आतील प्रवाशांना इजा होण्याची शक्यता उरत नाही. या A-320 विमानाच्या इंजिनांच्या बाबतीत नेमके असेच झाले. अत्यंत क्वचित घडणारी घटना घडलेली होती आणि विमानाच्या दोन इंजिनांमध्ये तीन हंसपक्षी अडकून बसलेले होते. त्यामुळे इंजिने ताबडतोब बंद पडली.

एकदा इंजिने बंद पडल्यावर सलनबर्गरने दोन महत्त्वाचे निर्णय घेतले. पहिला निर्णय म्हणजे स्काइल्सऐवजी तो स्वत: विमान चालवू लागला. दुसरा निर्णय म्हणजे त्याने हडसन नदीत विमान उतरवायचे ठरवले. दोन्ही अगदी स्पष्ट पर्याय होते. हे दोन्ही पर्याय त्याने अंत:प्रेरणेने ताबडतोब स्वीकारले होते. मिनिटभरातच

स्पष्ट झाले होते की, विमानाचा वेग खूपच कमी असल्यामुळे ते लग्वादिया विमानतळापर्यंत किंवा एअर ट्रॅफिक कंट्रोलने सुचवलेल्या न्यू जर्सीतील टेटरबरो विमानतळाच्या धावपट्टीपर्यंत पोहोचू शकणार नव्हते. त्याने स्वत: विमान चालवायला घेतले; कारण त्याला आणि स्काइल्सला जरी प्रदीर्घ अनुभव असला, तरी त्याने A-320 हे विमान खूप जास्त काळ चालवले होते. विमान हडसन नदीवर उतरवताना मॅनहॅटनमधील उत्तुंग इमारतींवर किंवा जॉर्ज वॉशिंग्टन ब्रिजवर विमानाची टक्कर होऊन चालले नसते. परंतु या गोष्टींपासून विमान पुरेसे दूर होते. सलनबर्गर विमान चालवू लागल्यावर स्काइल्सने सहवैमानिकाच्या भूमिकेतून चेकलिस्टची खातरजमा केली असती आणि ती त्याने अधिक चांगल्या प्रकारे केली असती. कारण त्याने नुकतेच A-320चे आणीबाणीच्या परिस्थितीसाठीचे प्रशिक्षण घेतल्यामुळे त्यांना गरजेची असलेली चेकलिस्ट त्याला उत्तम प्रकारे माहीत होती.

"माझे विमान!" विमानाचे नियंत्रण हाती घेताना सलनबर्गर वैगानिकांच्या परिभाषेत बोलला.

"तुझे विमान!" स्काइल्सने उत्तर दिले. पुढे काय करायचे, त्याबद्दल वाद तर बाजूलाच; पण चर्चासुद्धा आवश्यक ठरली नाही. चर्चेची गरजच नव्हती. विमान चालवण्यापूर्वी त्यांनी जी चर्चा केली होती; त्यामुळे हे सर्व जण एकोप्याने, संयुक्तपणे प्रयत्न करणारा संघ बनले होते. सलनबर्गर सर्वांत जवळच्या सुरक्षित जागी विमान उतरवणार होता. इंजिन बंद पडल्यावर वापरण्याच्या चेकलिस्टकडे वळून स्काइल्स इंजिन चालू करण्याचा प्रयत्न करणार होता. विमान जमिनीच्या खूप जवळ आले असल्याची सूचना देणारा संगणकावरून येणारा, 'विमान वर न्या, विमान वर न्या' असा आवाज वगळता, कॉकपिटमध्ये संपूर्ण शांतता होती. कारण प्रत्येक वैमानिकाने पुढच्या कामावर आपले चित्त पूर्णपणे एकाग्र केले होते आणि त्याच वेळी सहकारी काही सूचना करत आहे का, याकडेसुद्धा त्यांनी लक्ष ठेवले असल्यामुळे त्यांच्यात समन्वय होता.

या दोघांनीही महत्त्वाची कामगिरी बजावली. आपली समजूत असते की, सहवैमानिक ही एक अनावश्यक गोष्ट असते आणि पर्यायी भूमिकेतील सहवैमानिकाला काही तरी काम असावे, म्हणून त्याच्यावर थोड्याशा जबाबदाऱ्या सोपवलेल्या असतात. परंतु आजकालच्या विमानांची यंत्रणा इतकी गुंतागुंतीची असते की, यशस्वी उड्डाणासाठी वैमानिकाइतकीच सहवैमानिकाचीसुद्धा गरज असते. शस्त्रक्रियेत शल्यविशारदाच्या जोडीला भूलतज्ज्ञ असावाच लागतो. त्याचप्रमाणे विमानात वैमानिकाच्या जोडीला सहवैमानिक असणे अत्यंत गरजेचे असते. विमानावर नियंत्रण ठेवणे आणि चेकलिस्टची जबाबदारी पार पाडणे या गोष्टी वैमानिक आणि सहवैमानिक आलटून-पालटून करत असतात आणि आपत्ती कोसळली, तर

यांपैकी कोणते काम करणे अधिक अवघड जाईल, हे सांगणे कठीण असते. हे विमान फक्त साडेतीन मिनिटे हवेत तरंगू शकले असते. तेवढ्या वेळात इंजिने पुन्हा चालू करण्याचा शक्य तेवढा प्रयत्न करून पाहिल्यावर ते विमान आणीबाणीच्या परिस्थितीत खाली उतरवण्यासाठी तयार ठेवण्याची जबाबदारीसुद्धा स्काइल्सवरच होती. परंतु एकच इंजिन चालू करायला साडेतीन मिनिटांपेक्षा जास्त वेळ लागत असल्यामुळे स्काइल्सला काही महत्त्वाचे निर्णय घ्यावे लागणार होते.

विमान हवेतून झपाट्याने खाली येऊ लागल्यावर जीव वाचवण्यासाठी सर्वांत महत्त्वाची गोष्ट ठरणार होती– पुन्हा इंजिन चालू करता येणे. त्यामुळे त्याने सर्व लक्ष एकवटून इंजिन बंद पडल्यावरची चेकलिस्ट भरभर पूर्ण केली. इंजिनांचे किती नुकसान झालेय, हे त्यांना ठाऊक नव्हते; पण इंजिनात थोडी जरी धुगधुगी आणता आली असती, तर त्यांना विमानतळावर विमान उतरवता आले असते. स्काइल्सने दोन्ही इंजिने चालू करायचा प्रयत्न अगदी थोड्याच वेळात पार पाडला. विमानाचे अन्वेषण करणाऱ्यांनी त्याच्या या कार्यक्षमतेला मनापासून नावाजले. त्यांना इतक्या झपाट्याने हे काम सिम्युलेटरमध्येसुद्धा करता आले नाही!

परंतु हे काम करता-करता स्काइल्सने विमान आणीबाणीच्या परिस्थितीत खाली उतरवण्याकडेसुद्धा दुर्लक्ष केलेले नव्हते. त्या चेकलिस्टवरील सर्व गोष्टी करण्याएवढा वेळ त्याच्या हाताशी नव्हता. पण हाताशी असलेल्या वेळात त्याने विमान संकटात असल्याची सूचना – distress signal – पाठवली आणि विमान ऐन वेळी पाण्यावर उतरवण्यासाठी पूर्वतयारी पार पाडली.

"पंख बाहेर काढलेत? Flaps out?" सलनबर्गरने प्रश्न केला.

"पंख बाहेर काढलेत. Go! Flaps out" स्काइल्सने उत्तर दिले.

विमान अलगद पाण्यावर उतरवण्यावर सलनबर्गरने लक्ष केंद्रित केले. परंतु हे करतानासुद्धा सलनबर्गर एकहाती काम करत नव्हता. पत्रकारांनी आणि वैमानिक विल्यम लेंगविश यांनी नंतर निदर्शनाला आणून दिले की, विमानातील संगणकयंत्रणा विमान अलगदपणे उतरवण्यासाठी वैमानिकाला मदत करत होती. त्या यंत्रणेमुळे विमान डुगडुगत किंवा भरकटत नव्हते. ती यंत्रणा सुकाणू आणि विमानाच्या पंखांची हालचाल यांचा समन्वय घडवून आणत होती आणि कोणत्या अंशात विमान खाली आणावे, हे या यंत्रणेने दाखवल्यामुळे खूपच मदत झाली. या यंत्रणेची अशी मदत झाल्यामुळे सलनबर्गर अन्य महत्त्वाच्या गोष्टींवर चित्त केंद्रित करू शकला. वाहतूक करणाऱ्या बोटींजवळ विमान उतरवण्याची जागा सलनबर्गरला शोधता आली आणि त्यामुळे विमानातून प्रवाशांना बाहेर काढण्यासाठी त्वरित मदत उपलब्ध झाली. विमानाचे पंख योग्य पातळीवर राखून सलनबर्गर विमान पाण्यावर उतरवू शकला. या दोन्ही गोष्टींसाठी त्याला पुरेसा वेळ मिळाला, कारण

अन्य गोष्टींसाठी संगणक यंत्रणेची मदत मिळाली होती.

दरम्यान, केबिनमधील अन्य तीन कर्मचाऱ्यांनी– शीला डेल, डॉना डेंट आणि डॉरीन वेल्श– यांनी विशेष आणीबाणीच्या परिस्थितीत कोणती जबाबदारी आहे, याची भरभर उजळणी केली. विमान पाण्यावर उतरेल, तेव्हा जोराचा हिसका बसू नये, म्हणून त्यांनी प्रवाशांना सूचना केली की, त्यांनी पाय घट्ट धरून डोके खाली करावे. विमान पाण्यावर उतरवल्यावर खिडक्यांमधून पाणी आत येऊ लागलेले पाहून त्यांनी प्रवाशांना लाइफ जॅकेट्स चढवायची सूचना केली. विमान थांबल्याबरोबर त्यांनी विमानाचे दरवाजे भरभर उघडले आणि प्रवासी आपले सामान गोळा करण्यात वेळ घालवत नाहीयेत किंवा विमानात असतानाच लाइफजॅकेट्स फुगवून आत अडकून राहत नाहीत, याकडे लक्ष पुरवले. विमानाच्या सर्वांत मागच्या बाजूला वेल्श उभी होती. विमानाच्या सांगाड्याचा मागचा भाग तुटल्यामुळे तिथे विमानात नदीचे बर्फाळ पाणी भरू लागले होते. छातीपर्यंत आलेल्या पाण्यातून वाट काढत ती प्रवाशांना बाहेर पडायला मदत करत होती. विमानाच्या चार दरवाजांपैकी फक्त दोनच उघडता आले होते. असे असूनही त्या तिघींनी सहकार्याने काम करून, सर्व प्रवाशांना तीन मिनिटांमध्ये विमानाबाहेर काढले. विमान बुडण्याची भीती असताना त्यांची ती कार्यक्षमता अत्यंत मोलाची ठरली.

प्रवाशांना बाहेर काढण्याचे काम चालू असताना सलनबर्गर मागे येऊन प्रवाशांकडे आणि विमानाच्या अवस्थेकडे लक्ष पुरवत होता. दरम्यान, कॉकपिटमध्ये बसून प्रवाशांना बाहेर काढायच्या चेकलिस्टच्या मुद्द्यांची– Evacuation Checklist– खातरजमा स्काइल्स करत होता. उदाहरणार्थ– अशा वेळी आग लागण्याची शक्यता असते, त्यासाठी सर्व पावले उचलली जाणे महत्त्वाचे असते. ही चेकलिस्ट पडताळून पाहिल्यानंतरच तो स्वत: कॉकपिटमधून बाहेर आला. नदीपार नेणाऱ्या आणि इतर प्रकारच्या भरपूर बोटी विमानाजवळ पोहोचल्यामुळे सर्व प्रवाशांना सुखरूपपणे पाण्याबाहेर काढता आले. विमानातील इंधनाच्या टाक्या अर्ध्याच भरलेल्या असल्यामुळे त्यात पुरेशी हवा होती. त्यामुळे विमान स्थिर अवस्थेत तरंगत राहू शकले. स्काइल्सने विमानात फिरून कोणीही प्रवासी चुकून मागे राहिला नसल्याची खातरी करून घेतली आणि त्यानंतरच तो स्वत: विमानाबाहेर पडला.

या साऱ्या गोष्टी इतक्या नीटपणे पार पडल्या होत्या की, त्यावर विश्वासच बसत नव्हता. ही सर्व कामगिरी पार पाडल्यावर सलनबर्गर आणि जेफ स्काइल्स एकमेकांकडे वळले आणि एकाच वेळेस, एकाच शब्दात, एकमेकांकडे पाहून म्हणाले, ''वाटलं होतं, तेवढं काही ते भीषण नव्हतं!''

तर आता सांगा, या सर्वांपैकी कुणाला महापुरुष – हीरो – हे बिरुद द्यावे?

या विमानातील सर्व प्रवासी वाचले, हा नि:संशयपणे एक चमत्कारच होता. त्यात नशिबाचा भाग खूप मोठा होता, यात शंकाच नाही. ही दुर्घटना दिवसा घडली, त्यामुळे वैमानिकांना विमान सुखरूपपणे उतरवण्याजोगी जागा शोधता आली. प्रवाशांना हडसन नदीत उतरवले, तेव्हा नदीचे पाणी बर्फाळ होते. परंतु त्यांना पट्कन पाण्याबाहेर काढायला जवळपास भरपूर बोटी असल्यामुळे प्रवासी गोठून गेले नाहीत. पुरेशा उंचीवर असताना पक्षी आदळल्यामुळे विमान जॉर्ज वॉशिंग्टन ब्रिजवर धडकले नाही. नदीच्या प्रवाहाच्या दिशेनेच विमान चाललेले होते. त्यामुळे पाण्यात विमान उतरवल्यावर त्याचे फारसे नुकसान झाले नाही.

या साऱ्या गोष्टी आणि नशीब त्यांच्या बाजूने असूनही, विमानातील १५५ माणसे मृत्युमुखी पडण्याची भरपूर शक्यता होती. परंतु त्यांचा जीव वाचवण्यासाठी जे कारणीभूत ठरले; ते याहूनही अधिक असामान्य, अवघड, आवश्यक आणि विमान चालवण्याच्या क्षमतेहूनही अधिक वीरोचित असे होते. यू.एस. एअरवेजच्या फ्लाइट १५४९वरील कर्मचारी अत्यंत गरजेचे असताना महत्त्वाच्या कार्यप्रणालीनुसार काम करण्याची क्षमता दाखवू शकले, अत्यंत तणावाखालीसुद्धा ते शांत राहू शकले, कोणते निर्णय ऐन वेळी घ्यायला हवेत आणि कोणते नकोत, हे त्यांना उमगले. आणीबाणीच्या आणि गहन गुंतागुंतीच्या परिस्थितीत कसे निर्णय घ्यावेत, हे त्यांनी जाणले. अशा प्रसंगातून बाहेर पडण्यासाठी आपत्ती कोसळण्यापूर्वीच सांघिक सहकार्याची पूर्वतयारी करावी लागते, हे त्यांनी जाणलेले होते.

... आणि नेमक्या याच सर्व गोष्टी असामान्य होत्या. याच गोष्टींमुळे १५५ जीव वाचले. आधुनिक जगातील महापुरुष ठरण्यासाठी याच गोष्टी अत्यावश्यक असतात. बाहेरच्या दुनियेत हेच दुर्मीळ सद्गुण कामाला येतात!

सर्व प्रकारच्या विद्वत्तापूर्ण व्यवसायांची, व्यावसायिक नैतिकतेची स्वत:ची अशी व्याख्या असते. त्या व्याख्येत त्यांनी त्या-त्या व्यवसायाचा आदर्शवाद आणि कर्तव्ये स्पष्टपणे सांगितलेली असतात. व्यावसायिक नीतिमत्तेचे निकष कधी कधी स्पष्टपणे नमूद केलेले असतात; तर कधी कधी ते अध्याहृत असतात. परंतु सर्व व्यवसायांतील नीतिमूल्यांमध्ये निदान तीन बाबतीत समानता आढळते.

पहिली गोष्ट म्हणजे, नि:स्वार्थीपणाची अपेक्षा. आपण इतरांची जबाबदारी स्वीकारत असतो. डॉक्टर, वकील, शिक्षक, सरकारी अधिकारी, सैनिक, वैमानिक यांपैकी कोणत्याही व्यवसायात आपण असलो, तरी आपण इतरांची जबाबदारी शिरी घेतलेली असते. आपल्यावर अवलंबून असलेल्यांच्या गरजांना आपण स्वत:च्या गरजांहूनही अग्रक्रम द्यावा, हे अपेक्षित असते.

दुसरी अपेक्षा असते– व्यावसायिक नैपुण्याबद्दल. आपण आपले ज्ञान व

कौशल्य उत्कृष्ट प्रतीचे आणि परिपूर्ण करण्याचा प्रयत्न करू, अशी आपल्याकडून अपेक्षा असते.

तिसरी अपेक्षा असते विश्वासार्हतेची. आपल्यावर अवलंबून असलेल्यांशी जबाबदारीने वागून त्यांच्या विश्वासाला आपण पात्र ठरावे, असे अपेक्षित असते.

वैमानिकांच्या विश्वात मात्र एका चौथ्या नीतिमूल्याचा समावेश केला जातो. तो म्हणजे, शिस्त! सुज्ञपणे आखलेल्या कार्यप्रणालीचे शिस्तबद्धपणे पालन करण्यात आणि इतरांबरोबर सहकार्याने संघटितपणे काम करण्यात शिस्त अत्यंत गरजेची ठरते. शिस्तप्रियता ही संकल्पना बऱ्याचशा व्यवसायांच्या शब्दकोशात अभावानेच आढळणारी गोष्ट आहे! माझ्या स्वत:च्या व्यवसायातसुद्धा 'शिस्त' हा शब्द फार वेळा ऐकू येत नाही. वैद्यक व्यवसायात आम्ही स्वायत्ततेचा उदो-उदो करत असतो, स्वायत्तता हा आमच्या व्यवसायातील मार्गदर्शक ध्रुवतारा समजला जातो; परंतु स्वायत्तता आणि शिस्त या परस्परविरोधी गोष्टी आहेत! आजकालच्या जगात यश मिळवण्यासाठी मोठे उद्योग, डॉक्टरांचे संघ, खूप धोके असलेले तंत्रज्ञान आणि कुण्या एका व्यक्तीच्या कुवतीबाहेर असलेले अफाट ज्ञान गरजेचे असताना वैयक्तिक स्वायत्ततेचा बडिवार माजवून चालणारच नाही! 'स्वायत्तता' ही संकल्पना उच्च प्रतीचे यश मिळवण्यासाठी नव्हे; तर आपली वैयक्तिक कुरणे सुरक्षित आणि अबाधित ठेवण्यासाठी वापरली जात आहे, अशी शंका बऱ्याचदा येते. वैद्यक-व्यवसायातील नीतिमूल्यांच्या व्याख्येत 'शिस्तबद्धता' या गुणाच्या जवळपास देऊ शकेल अशी एकच गोष्ट क्वचितप्रसंगी ऐकू येते, ती म्हणजे सांघिक प्रयत्नांत एकमेकांनी मित्रत्वाने वागण्यासाठी कधी कधी केले जाणारे आवाहन! परंतु एकत्र काम करणाऱ्या लोकांनी एकमेकांशी मित्रत्वाने वागणे पुरेसे ठरणार नाही; खरी गरज आहे सांघिक प्रयत्नांत शिस्तबद्धता आणण्याची!!

अंगी शिस्त बाणवणे, हे अतिशय अवघड काम आहे. विश्वासार्हता, कौशल्य किंवा नि:स्वार्थीपणाहूनही शिस्तबद्ध काम करणे ही अधिक अवघड गोष्ट आहे. मनुष्यप्राणी हा स्वाभाविकत:च कमकुवत आणि चंचल स्वभावाचा असतो. साधेच उदाहरण घ्या ना! दोन जेवणांमध्ये अरबट-चरबट खाणेसुद्धा आपल्याला थांबवता येत नाही. आपली नैसर्गिक प्रवृत्ती शिस्तप्रियतेची नसतेच. आपला स्वाभाविक ओढा वैविध्याकडे आणि उत्तेजनाकडेच असतो. बारीकसारीक तपशिलांकडे काळजीपूर्वक लक्ष पुरवणे आपल्याला रुचत नाही. त्यामुळे शिस्त ही गोष्ट आपल्याला अंगी बाणवावी लागते; ती काही आपली सहजप्रवृत्ती नसते, ती अंगी मुरवायला कष्ट घ्यावे लागतात.

कदाचित याच कारणास्तव, शिस्तीचे परिवर्तन रूढीत करण्यासाठी विमान व्यवसायाने वेगळ्या संस्था उभारल्या असाव्यात. विमानोड्डाणापूर्वी खातरजमा

कराव्या लागणाऱ्या गोष्टींची जंत्री करून १९३०च्या दशकात लष्करी विमान दलातील वैमानिकांनी चेकलिस्ट ही संकल्पना प्रथम वापरात आणली. परंतु त्यांनी वापरात आणलेली ही संकल्पना इतकी मोलाची होती की, त्यासाठी पूर्ण संस्था उभारावी लागली. अमेरिकेत आता राष्ट्रीय परिवहन सुरक्षा मंडळ (National Transportation Safety Board) अपघातांचे अन्वेषण करून त्यामागची कारणे शोधणे व त्यावरचे उपाय सुचवणे, या जबाबदाऱ्या स्वतंत्रपणे पार पाडत आहे. त्यांनी सुचवलेले उपाय वापरण्याजोग्या चेकलिस्टमध्ये परिवर्तित केले जाऊन, अपघात कमी करण्यासाठी प्रत्यक्षात वापरले जावेत, म्हणून आपण मध्यवर्ती कायद्यांची अंमलबजावणी करायला लावतो.

चेकलिस्टचे रूपांतर कडक निर्बंधात झाले, तर त्याने मदत होण्याऐवजी अडथळाच निर्माण होईल, हे वादातीत सत्य आहे. असे होऊ देऊन चालणार नाही. अगदी साधीसुधी चेकलिस्टसुद्धा पुन:पुन्हा तपासून पाहावी लागते आणि त्यात सतत सुधारणा करत राहायला लागतात. विमाने बनवणाऱ्या कंपन्या त्यांच्या सर्व चेकलिस्ट्सवर त्यांच्या प्रकाशनाची तारीख घालतात. असे करण्यामागे सयुक्तिक कारण असते– या चेकलिस्टमध्ये काळानुरूप बदल करणे अत्यंत गरजेचे असते. सरतेशेवटी चेकलिस्ट हे एक मदत करणारे साधन आहे. चेकलिस्टमुळे मदत झाली नाही, तर ती चेकलिस्ट हे सदोष साधन आहे, असे बिनदिक्कतपणे समजावे. परंतु चेकलिस्टमुळे जर मदत होत असली, तर खुल्या दिलाने तिचा स्वीकार होणे आवश्यक आहे.

मदतीचे साधन म्हणून आपण खुल्या दिलाने कॉम्प्युटरचा स्वीकार केला आहे. कॉम्प्युटरमुळे मानवी श्रमांची प्रचंड बचत होऊ शकते. त्यामुळे आपण कॉम्प्युटरला अपयशापासून दूर ठेवणारी तटबंदी मानू लागलो आहोत! आणि खरोखरच कॉम्प्युटर्सनी आपल्यावरला कामांचा प्रचंड बोजा हलका केला आहे. आकडेमोड करणे, आकडेमोडीची वर्गवारी करणे, ती साठवणे किंवा इतरत्र पाठवणे ही कामे चुटकीसरशी होऊ लागली आहेत. तंत्रज्ञानामुळे आपली कुवत नि:संशयपणे वाढली आहे, परंतु अनेक गोष्टी करण्यासाठी केवळ तंत्रज्ञान पुरत नाही. अचानक घडणाऱ्या घटनांना तोंड देणे, अनिश्चित परिस्थितीतून मार्ग काढणे, उत्तुंग इमारत बांधणे, माणसाचा जीव वाचवणारी शस्त्रक्रिया करणे, ही कामे अनेक घटक आणि वाढत्या तंत्रज्ञानामुळे आणखीच अवघड होऊन बसली आहेत. आपण तंत्रज्ञानावर अवलंबून राहू लागलो आहोत आणि त्यामुळे गुंतागुंतीत भरच पडली आहे. तंत्रज्ञान वापरताना चूक होऊ न देणे, ही नवीच जबाबदारी आपल्या शिरावर येऊन पडलेली आहे!

आधुनिक आयुष्याचे एक अपरिहार्य अंग आहे– आपण रचनाबद्ध प्रणालींवर टाकत असलेली भिस्त– मग या रचनाबद्ध प्रणाली माणसांवर बेतलेल्या असोत,

तंत्रज्ञानावर बेतलेल्या असोत किंवा या दोहोंवरही बेतलेल्या असोत! आणि या रचनाबद्ध प्रणाली व्यवहारात नीटपणे वापरणे, हे सर्वांत अवघड काम होऊन बसले आहे. उदाहरण द्यायचे, तर वैद्यकीय व्यवसायात मला माझ्या रुग्णांची सेवा उत्कृष्ट प्रकारे करण्याची इच्छा असते. त्यासाठी फक्त मी एकट्याने उत्तम काम करून भागत नाही; तर मी ज्यांच्यावर अवलंबून आहे, अशा सर्वांकडून मला उत्तम प्रकारचे काम करवून घेता येणे गरजेचे असते. डॉनल्ड बरवीक हा बोस्टनमधील 'Institute for Healthcare Improvement' (वैद्यकीय सेवा सुधारणा संस्था) चा अध्यक्ष आहे आणि वैद्यकशास्त्रातील कार्यप्रणालींबाबतचा गाढा विचारवंत आहे. 'स्वास्थ्यसेवा ही मोटारगाडीसारखी असते. केवळ त्याचे भाग उत्तम असून चालत नाहीत; तर सर्व भागांनी एकत्रितपणे उत्तम काम करणे आवश्यक असते,' असे तो म्हणतो.

वैद्यकशास्त्रातील विविध उपभाग उत्कृष्ट प्रतीचे असावेत, असा आपला अट्टहास असतो. उत्कृष्ट औषधे, उत्कृष्ट यंत्रसामग्री, नावाजलेले तज्ज्ञ मिळावेत म्हणून आपण धडपडत असतो. परंतु एकत्रितपणे, सुसूत्रपणे काम करता यावे यासाठी या सर्वांनी काय करणे गरजेचे आहे, याकडे मात्र आपण पुरेसे लक्ष पुरवत नाही. बरवीक म्हणतो की, आपली ही विचारसरणी अत्यंत चुकीची आहे. 'एकत्रितपणे कामे करण्याची कार्यप्रणाली निर्माण करणाऱ्या कुणालाही ताबडतोब कळेल की, केवळ विविध भाग उत्कृष्ट प्रतीचे असून भागणार नाही.' जगातील मोटरगाड्यांचे सर्वोत्कृष्ट भाग एकत्र करून जगातील सर्वोत्कृष्ट मोटरगाडी बनवण्याच्या प्रयोगाचे उदाहरण तो देतो. आपण फेरारी गाडीचे इंजिन, पॉर्शे गाडीचे ब्रेक्स, बी.एम.डब्ल्यू.चे सस्पेन्शन, व्होल्व्हो गाडीचा बाह्यभाग एकत्र केला; तर आपल्याला जगातील सर्वोत्कृष्ट मोटरगाडी न मिळता सर्वांत महागडा कचऱ्याचा ढीग मात्र मिळेल, असे तो काल्पनिक विनोदी उदाहरण देतो.

याला केवळ काल्पनिक विनोद समजू नका! वैद्यकशास्त्रात आम्ही तीच चूक करत आहोत. तीन हजार कोटी डॉलर्सचे वार्षिक अंदाजपत्रक असलेल्या नॅशनल इन्स्टिट्यूट्स ऑफ हेल्थ आम्ही स्थापन केल्या आहेत. त्यांनी उच्च प्रतींचे विविध शोधसुद्धा लावले आहेत. पण त्यांनी लावलेले शोध दैनिक व्यवहारात वापरता यावेत, यासाठी अत्यंत आवश्यक असलेली 'नॅशनल इन्स्टिट्यूट ऑफ हेल्थ सिस्टिम्स इनोव्हेशन' (वैद्यकीय कार्यप्रणालीत संशोधन करणारी राष्ट्रीय संस्था) काही आपण स्थापन केलेली नाही. ज्याप्रमाणे विमान अपघातांचे अन्वेषण NTSB (नॅशनल ट्रान्सपोर्टेशन सेफ्टी बोर्ड) तर्फे त्वरित केले जाते, त्या धर्तीवर वैद्यक व्यवसायातील अपयशांची मीमांसा करणारी संस्था आम्ही स्थापन केलेली नाही! चेकलिस्ट्स बनवून बोइंग कंपनी दर महिन्याचे निकाल तपासत असते. ते काम

आमच्या व्यवसायात कुणीही करत नाही.

इतर अनेक व्यवसायांतसुद्धा अशीच परिस्थिती नजरेला पडते. शिक्षणक्षेत्रात, कायद्याच्या व्यवसायात, सरकारी योजनांमध्ये, वित्तव्यवसायात किंवा अन्य व्यवसायात नेहमी येणाऱ्या अपयशांची मीमांसा केलीच जात नाही. पुन:पुन्हा घडणाऱ्या चुकांमध्ये काही समानता आढळते का किंवा अशा चुका घडू नयेत म्हणून कोणत्या उपाययोजना करता येतील, याबद्दल आपण विचारही करत नाही!

पण आपण असा विचार करू शकतो आणि तोच निर्णायक मुद्दा आहे! आपल्या सर्वांच्याच वाट्याला अपयश येत असते. आपण बारीकसारीक तपशिलाकडे दुर्लक्ष केलेले असते, ज्ञान असून ते वापरलेले नसते किंवा सरळसरळ चुका केलेल्या असतात. अधिक कष्ट करून अशा चुका टाळण्यापलीकडे आणखी काही करता येणार नाही, असेच आपण बहुतांशी धरून चालतो. लष्करी विमानदलाच्या लोकांनी नव्या, चकचकीत 'मॉडेल २९९' या बॉंबर विमानाकडे पाहिले; ते विमान त्यांना इतक्या गहन गुंतागुंतीचे वाटले की, माणूस ते उडवू शकेल याची त्यांना अजिबात खातरी वाटत नव्हती. तेसुद्धा तेव्हा 'अधिक प्रयत्न करू' असे म्हणू शकले असते किंवा 'विमान-अपघात अकार्यक्षम वैमानिकामुळे झाला' असे म्हणून मोकळे होऊ शकले असते. यांपैकी एकही गोष्ट न करता त्यांनी 'आपल्या हातून चुका होतात', हे वास्तव स्वीकारले आणि त्यांच्या दुरुस्तीसाठी साधीशी चेकलिस्ट खूप उपयुक्त ठरेल, हे सत्यसुद्धा खुल्या दिलाने स्वीकारले.

आपणसुद्धा त्याच्या पावलांवर पाऊल टाकून सुधारणा घडवून आणू शकू! आजच्या जगातील गहन गुंतागुंतीला तोंड देण्यासाठी कसून प्रयत्न करणे गरजेचे आहे. आपल्यापुढे दुसरा कोणताही पर्याय खुला नाही. आपण बारकाईने निरीक्षण केले, तर आपल्याला दिसून येईल की; आपल्यातले अत्यंत अनुभवी लोकसुद्धा, मोठी कुवत आणि जिद्द अंगी असलेले लोकसुद्धा त्याच चुका पुन:पुन्हा करत असतात. आपल्याला या चुकांमधली समानता लक्षात येते. या चुकांची किती प्रचंड किंमत मोजावी लागते, हेसुद्धा आपल्याला ठाऊक असते. आता चुका टाळण्यासाठी कोणती तरी नवी क्लृप्ती वापरणे गरजेचे आहे.

मग चेकलिस्ट वापरून पाहा!!

९. संरक्षक यादी

शस्त्रक्रियेसाठीची चेकलिस्ट २००७मधील वसंत ऋतूपर्यंत आकार घेऊ लागली होती. शस्त्रक्रिया करताना त्या चेकलिस्टचा वापर करायला मी सुरुवात केली होती, कारण ती मला गरजेची वाटत होती असे अजिबातच नव्हते; ती खरोखरच वापरायला सुलभ आहे की नाही, हेपण पडताळून पाहायचे होते. याखेरीज, मला दांभिकपणे वागायचे नव्हते, हेसुद्धा चेकलिस्ट वापरण्यामागचे कारण होते! ही चेकलिस्ट आम्ही जगभरातील आठ शहरांमध्ये वापरायला लावणार होतो, तेव्हा मी स्वत: तिचा वापर करू लागणे उचित ठरले असते. परंतु ही चेकलिस्ट वापरल्यामुळे माझ्या रुग्णांच्या बाबतीत खूप फरक पडेल, असे मला वाटत होते का? अगदी खरे सांगायचे तर, त्याची आवश्यकता आहे असे मला अजिबात वाटत नव्हते. गरज आणि मला? कशी असू शकेल?

पण कबुली द्यायला मला कितीही संकोच वाटत असला, तरी सत्य परिस्थिती अशी आहे की, आजवर एकही आठवडा असा गेलेला नाही, जेव्हा विसरली गेलेली एक तरी गोष्ट चेकलिस्टच्या वापरामुळे आमच्या लक्षात आलेली नाही! उदाहरणार्थ– गेलाच आठवडा पाहा. पाच शस्त्रक्रियांच्या वेळी विस्मरणात गेलेल्या तीन गोष्टी चेकलिस्टमुळे आमच्या लक्षात आल्या होत्या.

माझ्या पुढ्यात शस्त्रक्रियेसाठी रुग्ण आलेला होता. शस्त्रक्रियेला प्रारंभ करण्यापूर्वी

या रुग्णाला अँटिबायोटिक देण्याचे विस्मरण झालेले होते. ही बऱ्याचदा विसरली जाणारी गोष्ट असते. नेहमीच्या गडबड-गोंधळात भूल देणाऱ्या लोकांच्या स्मरणातून ही गोष्ट गेलेली होती. गोंधळ नेहमीचाच होता. त्यांना शिरेतून द्राव (I.V.) देण्यासाठी शीर सापडत नव्हती आणि कोणत्या तरी मापनयंत्राचा दोषसूचक दिवा उघडझाप करत होता. मग परिचारिकेने शस्त्र चालवण्यापूर्वी खातरजमा करण्याच्या गोष्टींची यादी तपासण्यासाठी सर्वांना स्तब्ध राहून ऐकायचा इशारा केला.

मी समोरच्या भिंतीवर लावलेल्या फलकावरून वाचत विचारले, "गेल्या साठ मिनिटांमध्ये अँटिबायोटिक दिले गेले आहे का?"

भूलतज्ज्ञाला मदत करणारा निवासी डॉक्टर म्हणाला, "अं? हो, दिलं जातंय." त्याने दिलेले अँटिबायोटिक शिरेतून आत जायची वाट पाहत आम्ही सर्व जण मिनीटभर शांतपणे थांबलो. त्यानंतर स्क्रब नर्सने माझ्या हातात सुरी दिली.

आणखी एक स्त्री शस्त्रक्रियेसाठी आलेली होती. तिने अँटिबायोटिक दिले जाऊ नये, अशी खास विनंती केलेली होती. ती म्हणाली की, अँटिबायोटिक दिले की, तिचे पोट बिघडते आणि तिला यीस्टचा जंतुसंसर्ग होतो. अँटिबायोटिकचे फायदे तिला माहीत होते, परंतु तिच्यावर केल्या जाणाऱ्या शस्त्रक्रियेच्या वेळी जंतुसंसर्ग होण्याचा धोका नगण्य होता. फक्त एक टक्काच जंतुसंसर्गाचा धोका होता आणि तेवढा धोका स्वीकारायला ती तयार होती. परंतु (चित्त विचलित झाले नसेल, तर) अँटिबायोटिक देण्याची प्रक्रिया इतकी स्वाभाविकपणे घडते की, तिने त्याला नकार दिलेला असतानासुद्धा आम्ही ते दोन वेळा द्यायला सुरुवात केली होती. पहिल्या वेळी, तिला भूल देण्यापूर्वी ते दिले जात होते आणि तिनेच आमची चूक निदर्शनाला आणून दिली. दुसऱ्या वेळी आमची चूक चेकलिस्टमुळे पकडली गेली. शस्त्र चालवण्यापूर्वी मिनिटभर थांबून आम्ही खातरजमा करू लागलो आणि कुणाला कसली विशेष सूचना करायची आहे का, असा जेव्हा प्रश्न विचारला गेला; तेव्हा नर्सने सर्वांना आठवण करून दिली की, या रुग्ण स्त्रीला अँटिबायोटिक द्यायचे नाही. भूलतज्ज्ञाची प्रतिक्रिया आश्चर्याची होती. आधीचे संभाषण झाले, तेव्हा भूलतज्ज्ञ उपस्थित नव्हती आणि ती अँटिबायोटिक द्यायला सुरुवातच करणार होती.

तिसरी चूक चेकलिस्टमुळे लक्षात आली, तेव्हा साठीच्या स्त्रीच्या मानेवर शस्त्रक्रिया केली जाणार होती. कर्करोगाची शक्यता वाटल्यामुळे या रुग्ण स्त्रीची अर्धी थायरॉइड ग्रंथी काढून टाकावी लागणार होती. तिला अनेक वैद्यकीय समस्यांचा सामना करावा लागत होता आणि त्यासाठी रोज ढीगभर औषधे घ्यावी लागत होती. तिने अनेक वर्षं खूप धूम्रपान केलेले होते. पण काही वर्षांपूर्वी तिने धूम्रपान करणे सोडून दिले होते. त्याचा कोणताही गंभीर दुष्परिणाम मागे राहिलेला दिसत नव्हता.

ती दोन मजले चढून गेली, तरी तिला धाप लागत नसे किंवा छातीतही दुखत नसे. ती खूप तंदुरुस्त वाटत होती. स्टेथोस्कोप लावून तपासत असताना तिच्या फुफ्फुसांमधून घरघर अजिबात ऐकू येत नसे. तिला फुफ्फुसांची काहीही व्याधी नव्हती, असे तिच्या वैद्यकीय अहवालांमधून समजलेले होते, परंतु शस्त्रक्रियेपूर्वी जेव्हा ती भूलतज्ज्ञाशी बोलली; तेव्हा तिला आठवले की, गेल्या दोन शस्त्रक्रियांनंतर तिला श्वसनाचा त्रास झाला होता आणि घरी गेल्यावरसुद्धा अनेक आठवडे तिला ऑक्सिजन द्यावा लागलेला होता. एका वेळी तर तिला अतिदक्षता विभागात राहावे लागले होते.

ही गंभीर समस्या होती. भूलतज्ज्ञाला माहिती कळलेली होती, परंतु मला त्याबद्दल काहीही ठाऊक नव्हते. पण आम्ही चेकलिस्टची खातरजमा करण्यासाठी थांबलो. कुणाला काही विशेष काळजी वाटते आहे का, असे विचारले गेले; तेव्हा भूलतज्ज्ञाने मला विचारले की, तिचे पूर्वीचे श्वसनाचे प्रश्न लक्षात घेता, मी शस्त्रक्रियेनंतर अधिक जास्त काळ तिच्यावर लक्ष का ठेवणार नाही?

"श्वसनाचे कोणते प्रश्न?" मी भूलतज्ज्ञाला विचारले. त्यानंतर मला पूर्ण माहिती कळली. रुग्णावर लक्ष ठेवता यावे म्हणून तिला हॉस्पिटलमध्ये ठेवण्याची व्यवस्था आम्ही केली. त्याखेरीज, शस्त्रक्रियेच्या वेळी आणि शस्त्रक्रियेनंतर तिला इनहेलर्स (हुंगून फुफ्फुसात भरून घ्यायची औषधे) देण्याचा निर्णय आम्ही घेतला. त्यांचा उत्तम परिणाम झाला आणि तिला श्वसनासंबंधी कोणताही त्रास सहन करावा लागला नाही. तिला जास्तीचा ऑक्सिजनसुद्धा द्यावा लागला नाही.

शस्त्रक्रिया कितीही सरधोपट असली, तरी प्रत्येक रुग्ण वेगळा असतो. प्रत्येकाच्या समस्या वेगळ्या असतात. परंतु चेकलिस्टचा वापर करू लागल्यापासून आधी माहीत नसलेल्या औषधांच्या ॲलर्जीसंबंधीच्या, सामग्रीसंबंधित समस्या, कोणती औषधे द्यायची याबद्दलचा गोंधळ, पॅथॉलॉजी लॅबकडे पाठवल्या जाणाऱ्या बायॉप्सीच्या नमुन्यांवर योग्य लेबल लावण्यात झालेल्या चुका वगैरे गोंधळ वेळीच आमच्या लक्षात येऊ लागले आहेत. विशेषत: पॅथॉलॉजी लॅबकडे गोष्टी पाठवताना त्या उजव्या बाजूच्या आहेत की डाव्या बाजूच्या, याबद्दल लेबल लावण्यात बऱ्याचदा गल्लत होते. चेकलिस्टमुळे आम्ही रुग्णासाठी अधिक तयारीत राहू शकतो आणि त्याच्याकडे अधिक चांगले लक्ष पुरवू शकतो. चेकलिस्ट वापरत नसतो, तर किती गोष्टी आमच्या नजरेतून सुटल्या असत्या आणि रुग्णाला किती इजा पोहोचली असती याची मला गणतीच करता येत नाही. आमच्यापाशी यासाठी इतर उपाय नव्हते, असे नाही. आम्ही सतर्क राहून लक्ष पुरवायचा नेहमीच प्रयत्न करत असतो. त्या प्रयत्नांमुळे काही चुका वेळीच लक्षात आल्यासुद्धा असत्या आणि ज्या नजरेतून सुटल्या असत्या, त्यांनी रुग्णाला इजा झालीच असती,

असेसुद्धा खातरीने म्हणता येत नाही.

परंतु एका रुग्णाच्या बाबतीत मात्र चेकलिस्टमुळेच त्याचा जीव वाचला याची मला पूर्ण खातरी वाटते आहे. मी त्या रुग्णाचा उल्लेख हेगरमन या काल्पनिक नावाने करणार आहे. त्याचे वय त्रेपन्न वर्षे होते. तो दोन मुलांचा पिता होता आणि एका स्थानिक कंपनीचा CEO (चीफ एक्झिक्युटिव्ह ऑफिसर) होता. उजवीकडच्या ॲड्रिनल ग्रंथीत एक वेगळ्याच प्रकारची गाठ झाली की, खूप जास्त प्रमाणात ॲड्रिनलिन शरीरात ओतले जाऊ लागते आणि त्याचा निचरा करता येत नाही. अशा गाठी क्वचितच आढळतात आणि त्या काढायला अवघड असतात. त्यामुळे या रुग्णाची उजवी ॲड्रिनल ग्रंथीच काढून टाकण्यासाठी त्याच्यावर शस्त्रक्रिया करावी लागणार होती. गेल्या काही वर्षांत सर्वसाधारण शस्त्रक्रियांबरोबरच मी एन्डोक्रीन ग्रंथीवरच्या शस्त्रक्रिया करायला सुरुवात केली होती आणि त्यात मी विशेष प्रावीण्यसुद्धा मिळवले होते. ॲड्रिनल ग्रंथीत झालेल्या जवळजवळ चाळीस गाठी मी काढून टाकलेल्या आहेत आणि शस्त्रक्रियेनंतर कोणतीही समस्या उभी राहिलेली नाही. त्यामुळे त्याच्या उजव्या ॲड्रिनल ग्रंथीवर असा विचित्र फुगवटा आलेला पाहून जेव्हा हेगरमन माझ्याकडे आला, तेव्हा त्याच्यावर नीट इलाज करता येईल असा मला विश्वास वाटत होता. मी त्याला समजावून सांगितले की, त्या शस्त्रक्रियेनंतर गंभीर समस्या उभी राहण्याची शक्यता असते. कारण व्हीना-केव्हा या मुख्य धमनीवरून ही ग्रंथी कापून काढायची असते. ही हृदयाकडे रक्त आणणारी मुख्य धमनी असते आणि तिला इजा झाली, तर जिवावर बेतेल एवढा रक्तस्राव होऊ शकतो; परंतु असे होण्याची शक्यता अतिशय कमी असते, असे मी हेगरमनला सांगितले.

परंतु तुम्ही एकदा शस्त्रक्रिया करू लागलात की, ती एक तर निर्विघ्नपणे पार तरी पडते किंवा पार पडत नाही. हेगरमनच्या बाबतीत समस्या उभी राहिली.

मी ही शस्त्रक्रिया लॅपरोस्कोपी प्रकाराने करणार होतो. हेगरमनच्या शरीरात छोटा फायबर ऑप्टिक कॅमेरा घालून त्याच्या साह्याने मी ही शस्त्रक्रिया करणार होतो. सारे काही सुरळीत चालले होते. मी यकृत वर उचलून वाटेतून बाजूला केले आणि त्याखाली उकडलेल्या अंड्याच्या पिवळ्या भागासारखी नरम, तपकिरी-पिवळ्या रंगाची मांसल गाठ मला दिसली. मी ती व्हीना-केव्हा या धमनीवरून अलगद कापून दूर करू लागलो. हे करताना काळजी घ्यावी लागत होती, पण ते खूप कठीण वाटत नव्हते. ती गाठ मी जवळजवळ पूर्णपणे सोडवून घेतली आणि त्यानंतर पूर्वी कधीही न घडलेली गोष्ट माझ्या हातून घडली! माझ्या हातून व्हीना-केव्हा या महत्त्वाच्या धमनीला चीर पडली. त्यानंतर जो भीषण प्रमाणावर रक्तस्राव सुरू झाला, तो पाहून मी हादरूनच गेलो. त्याच्या शरीरातले जवळजवळ सारे रक्त

साठ सेकंदांत त्याच्या पोटाच्या पोकळीत ओतले गेले आणि त्याचे हृदय बंद पडले. मी अजिबात वेळ न घालवता त्याच्या छातीपासून पोटापर्यंत मोठा आणि रुंद छेद घेतला. त्याचे हृदय हातात घेऊन मी त्यावर दाब देऊ लागलो– एक-दोन-तीन... दाब, एक-दोन-तीन दाब अशा प्रकारे दाब देऊन मी त्याच्या मेंदूकडे रक्तपुरवठा करण्याची तजवीज करत राहिलो. मला मदत करणाऱ्या रेसिडंटने व्हीना-केव्हावर दाब देऊन रक्तस्रावाचा वेग कमी केला, परंतु माझ्या बोटांखाली असलेल्या त्याच्या हृदयातले रक्त निघून चालल्याचे मला जाणवू लागले.

मला वाटले की, सारे काही संपलेय; आम्ही हेगरमनला ऑपरेटिंग-रूमबाहेर जिवंत अवस्थेत आणू शकणार नाही, मी त्याचा जीव घेतलाय! परंतु शस्त्रक्रियेला प्रारंभ करण्यापूर्वी आम्ही चेकलिस्टनुसार खातरजमा केलेली होती. शस्त्रक्रियेदरम्यान रुग्णाला किती रक्तस्राव होईल, याची मी इतरांना कल्पना द्यायची होती, तेव्हा मी म्हटले, "फार रक्तस्राव अपेक्षित नाही." मी आत्मविश्वासाने सळसळत होतो. पण तरीसुद्धा मी पुढे म्हटले की, "ही गाठ व्हीना-केव्हापर्यंत पोहोचलेली आहे आणि त्यातून गंभीर रक्तस्रावाची शक्यता नाकारता येणार नाही." हे ऐकून परिचारिकेने गरज पडली तर असावीत, या हेतूने रक्तपेढीला चार युनिट्स तयार ठेवायला सांगितली होती.

तिने हे सांगितल्यामुळे रक्तपेढीने चार युनिट्स तयार ठेवली होती. या एकाच गोष्टीमुळे चेकलिस्टने माझ्या रुग्णाचे प्राण वाचवले.

परंतु चेकलिस्टमुळे आमच्यात जी संघटित सहकार्याची भावना आणि शिस्त निर्माण झाली, तीसुद्धा तेवढीच निर्णायक महत्त्वाची ठरली. शस्त्रक्रिया सुरू करताना शस्त्रक्रियेच्या खोलीत जे-जे लोक उपस्थित होते– भूलतज्ज्ञ, भूलतज्ज्ञाला मदत करणारी परिचारिका, शस्त्रक्रियेत मदत करणारा रेसिडंट डॉक्टर, स्क्रब नर्स, सर्क्युलेटिंग नर्स– त्यांच्यापैकी फक्त दोघांबरोबरच मी यापूर्वी शस्त्रक्रिया केलेल्या होत्या. परंतु आम्ही आपापली ओळख करून देऊ लागलो– "अतुल गवांदे, शल्यविशारद."... "रिच बफोर्ड, सर्जरी रेसिडंट."... "सू मर्चंड, नर्स."– त्याबरोबर सर्वांचे चित्त एकाग्र होतेय असे मला जाणवू लागले. आम्ही रुग्णाच्या हातावरच्या आयडेंटिटी ब्रेसलेटवरून त्याच्या नावाची खातरी करून घेतली. कोणत्या बाजूची ॲड्रिनल ग्रंथी काढून टाकायचीय याची आम्ही खातरजमा केली. भूलतज्ज्ञ आणि परिचारिका यांनी सांगितले की, त्यांना कोणत्याही समस्या उद्भवण्याची शक्यता वाटत नाही. रुग्णाला वेळेवर ॲंटिबायोटिक्स दिली गेली आहेत, याबद्दल आम्ही खातरी करून घेतली. त्याच्या अंगावर ऊब आणण्यासाठी ब्लँकेट पसरवण्यात आल्याची आणि रक्ताच्या गुठळ्या होऊ नयेत म्हणून त्याच्या पायांवर विशेष प्रकारचे बूट चढवल्याची आम्ही खातरी करून घेतली. शस्त्रक्रियेला प्रारंभ होण्यापूर्वी

आमचा एकजूट असलेला संघ बनला होता.

या एकाच कारणामुळे मी व्हीना-केव्हाला चीर पाडून संकट ओढवून घेतले, तेव्हा कुणाचेही प्रसंगावधान ढळले नाही. सर्क्युलेटिंग नर्सने आणीबाणी जाहीर करून मदतीची आणखी कुमक मागवली आणि रक्तपेढीकडून ताबडतोब रक्त मिळवले. भूलतज्ज्ञ रुग्णाच्या शरीरात रक्ताची युनिट ओतू लागला. मी मागवलेली जास्तीची सामग्री आणण्यासाठी लोक त्वरा करू लागले. रक्तवाहिन्यांवरच्या शस्त्रक्रियेतील तज्ज्ञ सर्जनची मी मदत मागितली, आणखी शिरांमधून रक्त देता यावे म्हणून भूलतज्ज्ञासाठी मदतीची कुमक मागवली. रक्तपेढीतून आणखी रक्त मागवले आणि या सर्वांच्या मदतीमुळे रुग्णाचे प्राण वाचवण्याएवढा वेळ मिळाला. त्यांनी रुग्णाच्या देहात तीन युनिट्सहून जास्त रक्त ओतले. त्याच्या देहात सुरुवातीला होते, त्याच्या तिपटीने त्याला रक्तस्राव झालेला होता. आमचे डोळे मॉनिटरवर दिसणाऱ्या त्याच्या रक्तदाबाच्या आकड्यावर खिळलेले होते आणि माझे हात त्याच्या हृदयावर दाब देत होते. दिलेले रक्त त्याच्या शरीरातले रक्ताभिसरण सुरू ठेवायला पुरेसे ठरले. रक्तवाहिन्यांवर शस्त्रक्रिया करणाऱ्या तज्ज्ञाच्या मदतीने आम्ही व्हीना-केव्हाला पडलेली चीर सांधू शकलो. त्याच्या हृदयाचे ठोके पुन्हा आपोआप पडू लागल्याचे मला जाणवले. आम्ही टाके घालून त्याच्या जखमा शिवून टाकल्या आणि हेगरमन जिवंत राहिला!

त्याला काहीही इजा न होता तो वाचला, असे मी म्हणू शकत नाही! खूप काळ कमी रक्तदाब असल्यामुळे त्याच्या डोळ्यांतील मज्जातंतूला इजा पोहोचून तो एका डोळ्याने जवळजवळ आंधळा झाला. त्याला अनेक दिवस रेस्पिरेटरवर ठेवावे लागले. तो अनेक महिने कामावर जाऊ शकला नाही. माझ्या चुकीमुळे त्याला एवढे सारे सहन करावे लागलेले पाहून मला विलक्षण दु:ख झाले. मी त्याची माफी मागितली आणि रोजची कामे करू लागलो, तरी शस्त्रक्रिया करताना मला अनेक दिवस अपराधीपणा वाटत राहिला. पुन्हा अशाच प्रकारची ॲड्रिनल ग्रंथीवरची शस्त्रक्रिया करताना मला त्याची आठवण झाल्यावाचून राहत नाही! मला वाटतेय की, ही चांगलीच गोष्ट आहे; कारण मी अधिक चांगल्या प्रकारे शस्त्रक्रिया करण्याची पद्धती शोधायचा आणि व्हीना-केव्हा सुरक्षित ठेवण्याचा खराखुरा प्रयत्न केला आहे आणि त्याच्याबाबतीत झालेली चूक पुन्हा घडू नये, म्हणून प्रामाणिकपणे झटतो आहे.

परंतु याहूनही मोलाचा एक धडा मी या अनुभवातून शिकलो आहे. चेकलिस्टमुळे जी मदत मिळते, त्याबद्दल मला कृतज्ञता वाटू लागली आहे. चेकलिस्ट वापरली नसती, तर हेगरमनच्या बाबतीत आणखी काय समस्या उद्भवल्या असत्या, याचा माझ्याच्याने विचारही करवत नाही! शस्त्रक्रियेच्या खोलीबाहेरच्या प्रतीक्षागृहात

शस्त्रक्रिया संपण्याची वाट पाहत असलेल्या हेगरमनच्या पत्नीला तिचा पती मरण पावल्याची बातमी देण्याचा प्रसंग माझ्यावर जवळजवळ ओढवलेलाच होता, या विचारानेसुद्धा माझा थरकाप होतो.

मी काही दिवसांपूर्वीच हेगरमनशी बोललो. त्याची कंपनी विकून त्याने खूप नफा मिळवला होता आणि दुसरी एक दुरवस्थेतली कंपनी नावारूपाला आणण्याच्या कामात तो व्यग्र होता. तो आठवड्यातून तीनदा पळण्याचा व्यायाम करत होता आणि मोटरसुद्धा चालवत होता.

''माझ्या अधू डोळ्यांमुळे मला अधिक सावधगिरी बाळगावी लागतेय, पण मला ते जमलंय!'' तो म्हणाला.

त्याच्या मनात अजिबात कडवटपणा, राग नव्हता आणि हे मला विशेष वाटले.

तो म्हणाला, ''मी जिवंत राहिलो, याबद्दलच मी कृतज्ञ आहे.''

त्याची कहाणी इतरांना सांगायला तो मला परवानगी देईल का, असे मी त्याला विचारले.

त्याने मला म्हटले, ''अवश्य! तुम्ही सांगितलीत, तर मला आनंदच वाटेल!''

द मॅजिक ऑफ थिंकींग बिग

मूळ इंग्रजी लेखक
डेव्हिड जोसेफ श्वार्त्झ, पीएच्.डी.
अनुवाद
प्रशांत तळणीकर

उच्च ध्येयं आपल्यासमोर ठेवा...
आणि मग त्याहीपेक्षा अधिक साध्य करा!

'द मॅजिक ऑफ थिंकींग बिग' हे पुस्तक वाचून जगभरातल्या लक्षावधी लोकांनी आपल्या जीवनात सुधारणा घडवून आणलेली आहे. प्रेरणा (motivation) या विषयावरचे एक आघाडीचे तज्ज्ञ म्हणून मान्यता असलेले डॉ. श्वार्त्झ, तुम्हाला अधिक चांगली विक्री करण्यासाठी, अधिक चांगलं व्यवस्थापन करण्यात, अधिक पैसा मिळवण्यात आणि सर्वांत महत्त्वाचं म्हणजे अधिक समाधान आणि मन:शांती मिळवण्यामध्ये, या पुस्तकाद्वारे मदत करतात.

'द मॅजिक ऑफ थिंकींग बिग' या पुस्तकात तुम्हाला निव्वळ पोकळ आश्वासनं नाही, तर व्यवहार्य, प्रत्यक्ष करून पाहण्याजोग्या पद्धती सापडतात. यातल्या कल्पना आणि तंत्रं इतकी स्वतंत्र प्रज्ञेची आहेत, की त्या समजावून सांगण्याकरता लेखकाला एक संपूर्णपणे नवा शब्दसंग्रहच निर्माण करण्याची गरज पडलेली आहे. नोकरी वा उद्योग, वैवाहिक आणि कौटुंबिक जीवन आणि सामाजिक तसेच सांस्कृतिक कार्यक्रम या सर्वच बाबतीत भव्य प्रमाणात जगण्याचा एक सुनियोजित कार्यक्रमच डॉ. श्वार्त्झ आपल्यासमोर सादर करतात. आपल्या आसपासच्या इतर लोकांपेक्षा श्रेष्ठ ठरण्यासाठी तुमच्याजवळ अफाट बुद्धिमत्ता किंवा महान प्रतिभा असण्याची गरज नाही. गरज आहे ती यश मिळवून देणाऱ्या पद्धतीनं विचार आणि आचार करण्याची, हे ते सिद्ध करून दाखवतात. आणि हे कसं साध्य करायचं, याची गुपितं हे पुस्तक तुम्हाला पुरवतं!